प्रेमाला असलेली मनाई, त्यातून प्रतिष्ठेला गेलेला तडा आणि
त्यासाठी हद्दपार केलेल्या मुलीचा वनवास

माय नेम इज सलमा

फादिया फकीर

अनुवाद
स्नेहल जोशी

मेहता पब्लिशिंग हाऊस

My Name is Salma
by Fadia Faqir
by arrangement with
Toby Eady Associates Ltd.,

माय नेम इज सल्मा / अनुवादित कादंबरी
अनुवाद : स्नेहल जोशी
इ-१२, श्रीराम ज्योती,
पटवर्धन बाग, पुणे - ४
फोन : ०२०-२५४५४२४१

प्रकाशक
सुनील अनिल मेहता,
मेहता पब्लिशिंग हाऊस,
१९४१, सदाशिव पेठ,
माडीवाले कॉलनी, पुणे ३०

अक्षरजुळणी
अनघा पाटणकर
नारायण पेठ, पुणे - ३०

मुखपृष्ठ
फाल्गुन ग्राफिक्स

पहिली आवृत्ती
ऑगस्ट, २००९

ISBN 978-81-8498-037-0

रमेश, गुल आणि हॅरी,
नव्या-जुन्या मित्रमैत्रिणींनो, हे तुमच्यासाठी.

जिथं नदी समुद्राला मिळते

त्या हिरव्या टेकड्यांवर मेंढरांचे ठिपके पांढऱ्या पिंजलेल्या लोकरीसारखे दिसत होते. त्या एकाकी गिरणीच्या दिव्यांचं प्रतिबिंब इक्स नदीच्या शांत पात्रात तरंगत होतं. तो नवा दिवस होता; पण त्या दवात गुरफटलेल्या टेकड्यांचा हिरवट रंग, मेंढरांचा पांढरा रंग आणि आकाशाच्या करड्या रंगानं मला माझ्या भूतकाळात नेऊन सोडलं. मी पार मागे निर्जन टेकड्यांच्या मध्ये असलेल्या अरब देशांतील चिखल-धोंड्यांच्या हिमा नावाच्या खेडेगावात गेले. तिथे रुपेरी-हिरव्या रंगाची ऑलिव्हची झाडं सकाळच्या सूर्यप्रकाशात चमचमत असायची. त्या वेळी मी एक मेंढपाळीण होते. तेथील तळपत्या उन्हात, कुठेतरी क्वचित आढळणारी हिरवळ दिसली, की माझा कळकाचा पावा वाजवून मी मेंढ्यांना तिथे हाकायची. वर्षा ऋतूत हिमा खेड्यात उंट, घोडे, गाई, कुत्री, मांजरं यांच्याबरोबरच फुलपाखरं आणि मधमाशांचीही झुंबड उडायची. घोडे पळायचे आणि त्यांच्या खुरांनी उडालेल्या धुळीनं मैदान माखून जायचं. तो वसंत ऋतू होता; तो साखरपुड्यांचा हंगाम होता. लग्नं मात्र पिकं हातात आल्यावरच होत असत. अशाच लग्नाळू तरुणींच्या तांड्यात मीही एक होते.

"आई, मी रात्री आकाशात असलेला चंद्र पाहिला."

माझ्या काळसर-तपकिरी बकऱ्या आणि मेंढरं हरवणार नाहीत, अशी मी मनातल्या मनात प्रार्थनाही करत होते. "अल्ला, मला क्षमा कर, कारण मी पाप केलंय. मला अगदी राहवलं नाही आणि त्यामुळे माझा अगदी नाइलाज झाला."

मी पॅन्टीला आतल्या बाजूने लायनर लावला आणि केस काढून गुळगुळीत केलेल्या पायांवरून ती वर ओढली आणि त्या एवढ्याशा कृतीनेच मी स्वतंत्र असल्याचं माझ्या लक्षात आलं.

मी ढगळ पायजमे आणि गडद, पण रंगीबेरंगी फुलाफुलांचे खमीज घालून आमच्या खेड्यात कोंबड्यांच्या मागून पळायचे. मी आता कोंबड्यांच्या मागून पळणारी मुलगी उरले नव्हते. ते दिवस केव्हाच मागे पडले होते. ते आवडते रंग वेगवेगळ्या

कारणांसाठी होते – लाल रंग लक्ष वेधण्यासाठी, काळा रंग रागाचा निदर्शक, हिरवा वसंत ऋतूचा द्योतक, तर भडक केशरी रंग तळपत्या सूर्याचा होता. ही माझ्या हातातील छोटी काचेची कुपी नागाच्या विषानं भरलेली असती, तर ती मी एका घोटात संपवली असती, पण आता हातातल्या त्या बाटलीतून ते परफ्यूम घेऊन मी माझ्या कानांमागे आणि मनगटावर चोपडलं. मी एक दीर्घ श्वास घेतला. आता पूर्वीसारखी माझ्या केसांची वेणी नव्हती की ते रुमालानं झाकलेलेही नव्हते. आता माझे केस माझ्या खांद्यावर रुळत होते. माझं पोट मी आत ओढलं; पोक न काढता सरळ ताठ उभी राहिले आणि मी स्वान कॉटेज मधून बाहेर पडले. इतरांपासून थोडंसं अलग असलेल्या ह्या घराला लिझनं हे नाव दिलं होतं. मी सकाळची मोकळी ताजी हवा माझ्या छातीत भरून घेतली. खूप जोरात घेतलेल्या श्वासामुळे माझ्या बरगड्या आत खेचल्या जाऊन आणि माझ्या पाठीचे स्नायू ताठर होऊन दुखू लागले होते.

काही ढग वेलीवरच्या कोवळ्या, नाजूक पानांप्रमाणे होते आणि... काही ढग घोड्याच्या आयाळीसारखे होते, तर काही पावलांसारखे. वेलीवरचं कोवळं नाजूक पान जसं दिसतं, तशा आकारांचे काही ढग होते. आणि अशा ह्या विविधाकारी ढगांतून आकाशाचे तुकडे दिसत होते.

दूरवर असणारं ते मोठं चर्च काळपट आणि छोटं वाटत होतं. तो फिकट इंग्लिश सूर्य ते ढग वितळवण्याचा निष्फळ प्रयत्न करत होता.

वाटेतलं विद्यार्थ्यांचं वसतिगृह मी मागं टाकलं. नीटनेटकी घरं आणि तिथे भुंकणाऱ्या कुत्र्यांना मागे टाकून मी एच. एम. तुरुंगावरून पुढे गेले. त्या तुरुंगाच्या उंच भिंती, तुरुंगाच्या आवाराभोवती गुंडाळलेली ती काटेरी तार आणि तुरुंगाच्या त्या गजांच्या खिडक्या यांच्याकडे नजर जाताच माझ्या लक्षात आलं, की जरी मी पापकृत्य केलं असलं आणि माझा भूतकाळ लांछनास्पद असला, तरी मी त्या लोखंडी दरवाज्याच्या बाहेरच्या बाजूला उभी होते आणि एखाद्या निरागस मुलीसारखी त्या रस्त्यानं चालायला मुक्त होते. माझ्या काळ्या चेहऱ्यावर जणू काजळीच फासलेली होती. माझे हात काळे होते. मी घराण्याच्या तोंडालाही डांबर फासलं होतं.

मी त्या रस्त्यावरून चालताना धरलेल्या जाड कठड्यावरून काळे, जाड चिकट द्रवाचे थेंब ठिबकत होते. त्या द्रवाच्या घाणेरड्या वासाने माझी पाठ सोडावी म्हणून डोकं हलवून मी इक्स नदीकडे पाहिलं. काही समुद्रपक्षी पंख फडफडवत त्यांच्या भक्ष्याभोवती गोलगोल फिरत होते आणि झटकन पाण्यात बुडी मारून आपलं भक्ष्य उचलत होते. त्या भक्ष्यासारखा माझा नंबरही फारच पूर्वी लागलेला होता; पण काही कारणांमुळे मला उसना वेळ मिळालेला होता.

उमललेल्या फुलांचा वास घेण्यासाठी मी पुन्हा जोरात श्वास घेतला, पण टेकडीच्या उतारावरून येणाऱ्या हनीसकल ह्या फुलांच्या गंधाबरोबरच आता तो तेलकट, ओशट

असा वास येत होता. त्या घड्याळ्याच्या मनोऱ्याच्या कोपऱ्यावर पॉटर्स प्लेस हे मासे आणि चिप्स यांचं दुकान होतं. ते फारसं दूर नसल्याचंच तो वास सांगत होता. मी त्या हवेत श्वास घेतला. तिथे काही तरुण विद्यार्थी ओरडत होते, ''शिक्षण घेण्याची वेळ संपत आलीय.''

''हो, वेळ संपत आलीय.'' मी एवढंच पुटपुटले.

काही वर्षांपूर्वी मी मासे आणि चिप्सची चव पहिल्यांदा घेतली होती. डोंगरदऱ्यांत वाढल्यामुळे माझं अरबी पोट ती चरबी पचवू शकलं नव्हतं. त्यामुळे ते माझ्या पोटात कितीतरी दिवस ढवळत होते. अरबी सल्मानं प्रतिकार केला होता, पण आता इंग्लिश सॅली बनलेल्या 'मी' नं ते ॲडॅप्ट करून घ्यायला हवं होतं. मी ॲडॅप्ट हा शब्द ऑक्सफर्ड इंग्लिश डिक्शनरीत पाहिला. ॲडॅप्टचा अर्थ होता – फिट, ॲडजस्ट किंवा चेंज.

इंग्लंडमध्ये रस्त्यात सरळसरळ उघडपणे पोलीस थांबवतात आणि तुमची कागदपत्रं आणि तुम्ही त्या देशाचे नागरिक आहात की नाही, हे पडताळून पाहतात. एखादा इमिग्रेशन अधिकारी माझ्या मासे पचवण्याच्या कुवतीवरून मी तेथील राणीशी राजनिष्ठ आहे की नाही, हे कदाचित ठरवेल. मी ते गोठलेले माशाचे भाग चघळत राहिले आणि मला विकत आणून देणाऱ्या तरुणाला डोळ्यांत पाणी आणून म्हणाले, ''यम्मा, हे खूपच चवदार आहे.''

''यम्मी!'' मला दटावत तो म्हणाला.

हिमा ह्या आमच्या खेड्यात असताना माझी आई सर्व वेळ मला दटावत असायची. ''सल्मा, गाईंना चारा घातलास का? तू धान्याचे कोठार साफ केलंस का? तू बकऱ्याचं दूध का नाही काढलंस?'' ''यम्मा, मी हे सर्व केलं.'' परमेश्वराकडून आलेल्या प्रत्येक सकाळी मी माझा भरतकाम केलेला शेतकरणीचा पेहराव माझ्या रुंद विजारीत खेचून आणि शेताकडे धावत जायचे. मी एका हातानं गव्हाचे पिवळट दांडे धरून दुसऱ्या हाताने कोयत्याने जोरात घाव घालायचे. ते सुकलेले गव्हाचे आणि मक्याचे दांडे धरून माझ्या हाताला कातरे पडायचे आणि नखांत मळ जाऊन बसायचा. तिथे असताना माझे हात खरखरीत आणि घाणेरडे होते. अर्थात हे सर्व होतं, मी तिथून पळून येऊन मुक्त होण्यापूर्वीचं. आता मी हातातल्या अंगठीतला मोठाच, पण खोटा... खडा माझ्या गुळगुळीत हातांनी फिरवत मान हलवत इथं उभी होते. माझ्या हातांना कोको बटर लागलेलं असे. मी दीर्घ निःश्वास सोडला. मी धनगरीण, शेतकरीण आणि खेडवळ मुलगी असण्याचे दिवस आता संपले होते. आता मी शिंपीण आहे. एक्स्टरमधील दुकानात मी सहाय्यकशिंपी म्हणून काम करते. एक्स्टर हा भाग काही वर्षांपूर्वी ब्रिटनमधील अतिशय सुंदर भाग म्हणून गणला गेला होता. आता हिमा खेड्यातील त्या सल्मा नावाच्या काळ्यासावळ्या मुलीनं स्वतःला सॅलीमध्ये बदलण्याचा

प्रयत्न करायला हवा – इंग्लिश गुलाबासारखी, गोरी, आत्मविश्वास असलेली, रुबाबदार इंग्लिश शब्दोच्चार असणारी आणि केसांचा पोनीटेल बांधणारी.

लिझ म्हणजे माझी एलिझाबेथ, ही घरमालकीण. मी तिला 'महाराणी एलिझाबेथ'च म्हणायचे. ती मात्र अजूनही झोपलेली होती. ज्याला त्याला स्वस्त दारूचा वास येत होता; सोफा, आरामखुर्ची, स्वयंपाकघरातील टेबल आणि खुर्च्या, पडदे आणि तो धुळकट गालिचा ह्या सगळ्याला तो स्वस्त दारूचा वास चिकटला होता. मी जेव्हा लिझला पहिल्यांदा भेटले, तेव्हा तिनं गडद निळ्या रंगाचं जॅकेट, निळा शर्ट आणि पिवळट रंगाची घट्ट पँट घातली होती. तिनं सपाट काळे चामड्याचे बूट घातले होते. ह्या पोशाखात ती चांगलीच उंच वाटली. तिच्या चेहऱ्यावर दाटसर पावडरचा थर असल्यामुळे तिच्या डोळ्यांचा सुजीरपणा झाकला गेला होता. ती ताठ उभी होती, जणू ती आपल्या रखवालदारांचं निरीक्षण करत होती.

मी एखादी खोली भाड्यानं मिळते का ते पाहत होते. कावले ह्या भागापर्यंत बराच वेळ चालत गेल्यावर मला एकदाचा किंग एडवर्ड रस्ता मिळाला. मी हळूच स्वान कॉटेजच्या दरवाज्यावर टकटक केलं. तिनं दरवाजा उघडला, तेव्हा मी भिजून चिंब झालेली होते आणि माझा शर्ट आणि त्यावर असलेल्या मेंढीच्या लोकरीच्या पातळ कपड्यात मी थरथरत होते. हॉस्टेलमधून बाहेर पडण्याचा आणि बाहेरच्या जगात येण्याचा हा माझा पहिलाच प्रयत्न होता. मी 'गुड मॉर्निंग' म्हणण्याचा प्रयत्न केला; परंतु माझ्या हनुवटीचा कंप मी रोखू शकले नाही. मी एक काळीसावळी, अशक्त मुलगी. एकदा ह्या पायावर तर दुसऱ्यांदा दुसऱ्या पायावर माझा भार टाकत, माझ्या बुटांच्या टोकाकडे पाहत उभी होते. जरी बाहेर धो धो पाऊस कोसळत होता, तरी सरतेशेवटी मी "सूर्य तळपत आहे." एवढंच बोलू शकले होते. तिनं मला आत यायला सांगितलं.

जेव्हा मी बाहेरून आले, तेव्हा लिझ घोरत होती. म्हणून मग मी हळूच बाथरूममध्ये घुसले आणि दरवाजा लावून त्याला कडी घातली. टब भरलेला होता. त्या टबमधल्या गरम पाण्यात मी अंघोळीच्या तेलाचे काही थेंब टाकले. कापूरकचरीच्या बाथरूमभर पसरलेल्या वासानं मला हिमा खेड्यात घालवलेल्या दुपारच्या वेळाची आठवण करून दिली. अशा लांबलेल्या दुपारी आम्ही कापूरकचरी घातलेला चहा पिऊन सूतकताई व विणकाम करायचो. डोंगरावर फिरून कापूरकचऱ्याची झुडपं धुंडाळायची, त्याची मऊसर हिरवी पानं तोडायची, ती धुवायची आणि कोरडी करायची, मात्र ब्रिटनमध्ये असलेली कापूरकचरीची पानं वापरण्याची पद्धतच वेगळी होती. ती कापून, रस काढून तो रस निळ्या बाटल्यांतून भरून ठेवलेला होता.

एका गुळगुळीत रेझरनं मी माझ्या पायावरचे आणि काखेतले केस काळजीपूर्वक काढू लागले. तुमच्या लग्नाच्या पहिल्या रात्रीच्या अगोदर साखरेच्या पाकात लिंबू घालून ते मिश्रण तुमच्या गुह्य इंद्रियावर पसरायचे आणि केस उपटले जायचे, हे माझी आजी, शाहला सांगायची. ''जेव्हा त्यांनी माझ्या अंगावरचे केस काढले, तेव्हा तिथे नुसते ओरखडे उठले होते, पण माझा गुह्य भाग एखाद्या नऊ वर्षांच्या मुलीसारखा केसविरहित आणि गुळगुळीत झाला होता. तुझ्या आजोबांना असाच केसविरहित स्वच्छ भाग आवडायचा. आजोबांच्या मते मी अगदी पवित्र आणि निरागस वाटत होते.''

जसं माझं लग्न ही भूतकाळातली गोष्ट होती, तशीच तो साखर-लिंबाचा रस घालून केलेल्या पाकाचं वेदना देणारं मिश्रण वापरणं ही गोष्ट जुन्या जमान्यातली होती. माझा काळा बेदुईन बुरखा आणि रुपेरी पैसे लावलेली टोपी, ह्या दोन्ही गोष्टी समुद्रापलीकडे, क्षितिजाच्या टोकाशी असलेल्या माझ्या हिमामधील घरात एका फळीवर ठेवलेल्या होत्या. पायावर साबणाचा फेस लावून केस काढल्याने, क्षणात केस नाहीसे व्हायचे. साखर-लिंबाच्या पाकापेक्षा ही अगदी सोपी आणि सोयीस्कर पद्धत होती. क्षणात केस धुतलेही जायचे ते ह्या नव्या देशातील प्रेमासारखे. असंच कशाला म्हणा, ते जुन्या देशातल्याही प्रेमासारखे होतेच.

मी टबमधून बाहेर पडले. तो टब गरम पाण्याने स्वच्छ करून त्यात असलेला प्रत्येक केस गटारात वाहून जातोय की नाही ह्याची खात्री केली. लिझला माझ्या केसांची गुंतवळ घरात इकडे तिकडे पडलेली आवडत नसे; परंतु माझे केस सर्वत्र पडायचे – सिंकमध्ये, टबमध्ये, वॉशबेसिनमध्ये, घरातल्या गालिच्यावर, झोपायच्या चादरीवर, आरामखुर्चीच्या पाठीवरही. अर्थात ह्या आरामखुर्चीत, लिझ बाहेर गेलेली असायची तेव्हाच मी बसायचे. मग ती बडबडायची, ''बघ, बघ तुझ्या काळ्या केसांची गुंतवळ सर्वत्र आहे.''

एका लुकड्या, मोठ्या तपकिरी डोळ्यांच्या, बाक असलेल्या नाकाच्या, लांब, काळे, कुरळे केस असलेल्या एका मुलीच्या मोडक्या तोडक्या प्रतिबिंबानं त्या फुटक्या आरशातून माझ्याकडं पाहिलं. जर का मी स्वत:ला ओळखत नसते, तर मी धडधाकट आणि पूर्ण आहे असं म्हणाले असते.

माझी आई म्हणायची, ''मी तुला सल्मा म्हणते, कारण तू धडधाकट आहेस, पवित्र आहेस, स्वच्छ आहेस. तुझ्या नावाचा अर्थ आहे, गुळगुळीत हातपाय असलेली स्त्री; तेव्हा तुझे सर्व उर्वरित आयुष्य ऐषारामात जावो. सल्मा, माझ्या छोट्या पिल्ला, माझ्या हृदया, तू जिथे जाशील तिथे देवाने तुला सुरक्षित आणि धडधाकट ठेवावे अशी माझी इच्छा आहे राणी!'' मी स्वत:ला ओळखत नसते, तर मी ती आईची सल्मा आहे असंच सांगितलं असतं; परंतु माझी पाठ वाकली होती

आणि डोकं शरमेनं खाली गेलं होतं. मी माझं थरथरणारं शरीर त्या गरम टॉवेलमध्ये गुंडाळलं आणि हवेचा वास घेतला.

"तुझी वक्षस्थळं खरबुजासारखी वाढली आहेत, त्यावर कपडा घालून ती झाकून ठेव." माझे वडील हाज इब्राहिम म्हणाले.

"तुझा लोकरीचा झुबका लाल आहे." माझी आई म्हणाली, "तू मोठी झाली आहेस. तू मनस्वी आहेस ह्याची भीती वाटते."

माझा भाऊ महमूद त्याच्या घोड्याचा खरारा करत असताना माझ्यावर राखण करत असायचा. माझ्या छातीचा उभार दिसू नये, म्हणून मग मी पोक काढू लागले होते; पण माझ्याबद्दल पहिली गोष्ट हमदानच्या लक्षात आली होती, ती माझी छाती. माझी आई बग्लॉस वनस्पतीचा काढा पाठदुखीवर घ्यायची. ओढ्याच्या बाजूने ती वनस्पती शोधत असतानाच माझी आणि हमदानची भेट झाली. मी ओढ्याच्या त्या स्वच्छ पाण्यावर माझ्या बोटांनी स्पर्श केला, तेव्हा पांढरे दात असलेल्या, कुरळ्या केसांवर पांढऱ्या आणि लाल चौकडीचा रुमाल बांधलेल्या एका सावळ्या तरुणाच्या चेहऱ्याचं प्रतिबिंब मला पाण्यात दिसलं. पाण्यात पडलेल्या त्याच्या खांद्यांच्या प्रतिबिंबावर मोहित होऊन मी त्याच्या प्रेमात पडले. मी भाजीच्या वाफ्यांना तीनतीनदा पाणी घालू लागले आणि घोड्याला प्रेमाने गोंजारू लागले की, ते पाहून आई ओरडलीच, "सल्मा, मूर्ख मुली, तू काय प्रेमात पडली आहेस का?" मी माझ्या डोक्यावरचा पांढरा स्कार्फ नीट बसवला. माझी सैल असलेली सलवार वर ओढली आणि मान हलवली.

व्हाइट हेअर ह्या बारजवळ बसस्टॉप होता आणि तिथे काचेच्या शो रूममध्ये असलेल्या त्या सिनेमा नटीच्या उभ्या पुतळ्याला आखूड घट्ट स्कर्ट आणि मांडीपर्यंत चढवलेले लांब चामड्याचे बूट घातलेले होते. तिनं आपल्या प्रियकराला मिठीत घट्ट धरलं होतं. व्हाइट हेअरमध्ये स्किनहेड म्हणजे गुळगुळीत गोटे केलेल्या लोकांसाठी सदैव रॉक म्युझिक चालू असे. ह्या देशात चॉकलेटच्या खोक्यात गुंडाळून, शँपेनच्या बाटल्यांमधून किंवा फुकट दिल्या जाणाऱ्या ड्रिंकमधून प्रेम यायचं. हे प्रेम बसमध्ये, पबमध्ये आणि डिस्कोमध्ये, इतकंच नव्हे तर त्या लाल पंख पसरलेल्या गरुडाचं चिन्ह असलेल्या त्या ब्रिटिश रेलमध्येही जुळायचं. मला हमदानबद्दल वाटायचं ते रानटी प्रेम. आता हे असलं प्रेम फक्त रुपेरी पडद्यावर बंदिस्त होतं. प्रत्यक्ष आयुष्यात असं प्रेम विरळच! रविवारी दाखवल्या जाणाऱ्या पूर्वीच्या कृष्णधवल चित्रपटांतूनच ते तुम्हाला दिसायचं. तिथे ते कापऱ्या आवाजातलं ऐकू यायचं. "ओ! जाऊ नको, प्लीज मला सोडून जाऊ नको." "मी तुझ्यावर समुद्र आणि आकाशासारखं अमर्याद प्रेम करते; शेख

पर्वताच्या उंचीइतकं आणि सहारा वाळवंटाच्या रुंदीएवढं माझं तुझ्यावर प्रेम आहे.'' तो हलणारा पडदा; ते नि:श्वास; पांढरा रुमाल; ते हुंदके.

माझ्या काळ्या बेदुईन बुरख्यावर केलेलं विविधरंगी भरतकाम पाहताना तुमच्या डोळ्यांत पाणीच येईल. तो बुरखा माझ्या भूतकाळासारखा कपाटाच्या वर असणाऱ्या सुटकेसमध्ये दडवून ठेवलेला होता. कोपऱ्यावरच्या भारतीय दुकानात निरनिराळ्या राष्ट्रांतील पोशाख, कापड, दागदागिने आणि रग्ज विकत असत. मुख्य दरवाज्याजवळ असलेल्या लाल हत्तीच्या पाठीवर एक हौदा होता. तिथल्या काचेच्या खिडकीतून लाकडात कोरलेल्या दोन भारतीय देवींच्या मूर्ती त्यांचे चार हात चारी बाजूला पसरवून जाणाऱ्या येणाऱ्यांकडे पाहत असायच्या. तेथील भरतकाम रंगीबेरंगी, चमकदार रेशमी कापड तुम्हाला जणू ताजमहालमध्ये आणून सोडायचं. त्या दुकानात फुलाफुलांचे ड्रेस आणि सपाट सँडल्स घातलेल्या इंग्लिश स्त्रियांची गर्दी असायची आणि त्या सर्व खाली सोडलेल्या त्या भारतीय रेशमी कपड्याला हात लावून पाहायचा मोह टाळू शकत नसत. ''जेव्हा त्या भारतात होत्या, तेव्हा त्या झालरीच्या कनातींखाली बसून पांढरे पोशाख घालून क्रिकेट खेळणाऱ्या आपल्या पुरुषवर्गाचा खेळ पाहत असायच्या. त्या वेळी वेटर्स सरबताचे ग्लास घेऊन फिरत असायचे.'' माझ्या हॉस्टेलमधली पाकिस्तानी मैत्रीण – परवीन चेहऱ्यावर येणारी बट मागे सारून म्हणाली, ''त्या साम्राज्याच्या आता त्यांच्याकडे उरल्या आहेत, त्या फक्त हुरहूर लावणाऱ्या आठवणी.''

दुपारी मी आमच्या 'बॅकपॅकर्स' हॉस्टेलमधल्या पूर्वीच्या सैनिकी पलंगावर पडलेली असतानाच हमालानं जोरजोरानं दरवाजा ठोठावल्याचा आवाज कानावर आला. मी माझ्या आजूबाजूला पाहिलं. पडदे ओढलेले होते. माझे शूज, विजारी, शर्ट्स आणि आतले कपडे हे सर्व खालच्या मळलेल्या जमिनीवर इतस्तत: पडलेले होते मी जणू लहान काटेरी केस असलेले आणि बोगद्यात लपणारे डुक्कर होते आणि तिथल्या कोंदट हवेत श्वासोच्छ्वास करत होते.

हमालानं हातातल्या मास्टर चावीनं दरवाजा उघडला आणि एका तरुण, लुकड्या मुलीनं खोलीत प्रवेश केला. मी माझं सर्व शरीर आणि माझ्या चेहऱ्याचा अर्धा भाग त्या करड्या चादरीनं झाकून घेतला.

तिनं माझ्याकडे पाहिलं, तेव्हा तिला माझ्या डोळ्यांच्या खाचा आणि माझ्या केसांवरचं पांढरं फडकं एवढंच दिसलं. मग हमालाकडे वळून तिनं विचारलं, ''ती कुठून आली आहे?''

''मध्य पूर्वेतून कुठूनतरी. अरेबिक आहे ती! तिने अरेबियापासून एक्स्टरपर्यंतचा

सर्व प्रवास उंटावरून केलाय आणि ह्या कचरापट्टीत ती आलीय.'' असं सांगून तो हसला.

''मी काही कुणा अरबिणीबरोबर राहणार नाही.'' ती तुच्छतेनं म्हणाली.

मी झोपले असल्याचं आणि मला एकही शब्द ऐकू न आल्याचं नाटक केलं.

''एक्स्टरमधील हे एवढंच बऱ्यापैकी हॉस्टेल आहे आणि ही एकच कॉट आमच्याकडे रिकामी आहे, मिस् पॅ-रा-फि-न.''

''पॅराफिन नाही, परवीन.'' ती किंचाळली.

''हो, मिस.'' तो म्हणाला.

''तिच्या अंगावर व्रण आहेत आणि ते संसर्गजन्यही असतील.''

''ते व्रण फारसे गंभीर स्वरूपाचे नाहीत आणि मिस् ही एवढीच कॉट आमच्याकडे आहे.''

''ठीक आहे! ठीक आहे!'' पाठीवरील, खांद्यांतून घातलेली पिशवी जमिनीवर ठेवून ती त्यावर बसली. तिनं भोवताली पाहिलं आणि ती म्हणाली, ''काय कचरापट्टी आहे ही!''

माझं लक्ष तिच्या सरळ केसांकडे आणि लांब बटेकडे जाताच माझ्या बिछान्यात मी कुशीवर वळले.

प्रकाशाने उजळलेली ती खोली आता दुखावलेल्या आणि मोडलेल्या वचनांच्या दर्पाने भरून गेली होती.

ती पाचू होती. ती चांदीच्या गुंफणीतील नीलमणी होती. ती गुंडाळीतून धबधब्या-सारखं खाली येणारं भारतीय रेशीम होती. डाळिंब आणि कॉफीच्या बिया अलंकृत अशा चंदनाच्या खलबत्त्यात दळाव्यात, तशी ती होती. शुद्ध अत्तर निळ्या कुपीत ठेवावं तशी ती होती. पैलू न पाडलेल्या हिऱ्यासारखी, दवानं झाकलेल्या उघड्या दरीतल्या सपाट जागेसारखी ती होती. समुद्राच्या किनाऱ्यावर असणाऱ्या पाणकोंबडी-सारखी; पण मध्यभागी अस्मानी होती. माझ्या आजीनं ओटामन सोन्याची नाणी काळ्या धाग्यात ओवली होती, तशी ती होती. माझ्या आईच्या लग्नातल्या चांदीचे शिक्के जोडलेल्या टोपीसारखी ती होती. लपलेला पूर्ण चंद्र ज्यामधून बाहेर दिसतोय, अशा प्रकाशभेद्य ढगासारखी ती होती.

त्या संध्याकाळी मी अंघोळ केली. माझ्या जखमांच्या खपल्यांवर मलम लावलं. माझे मळलेले कपडे धुतले आणि खोली स्वच्छ केली. हा सर्व वेळ परवीन आपल्या पलंगावर पडून मी काय करतेय ते पाहत होती. मी ती खोली नीटनेटकी दिसावी असा प्रयत्न करत होते; पण खोलीत असलेले ते जुने सैनिकी पलंग, खण असलेली टेबलं, जुने कपड्यांचं कपाट आणि करड्या रंगाचा खराब गालिचा ह्यांमुळे ते काही शक्य नव्हतं. मी खिडकी उघडली, तेव्हा परवीन वळली आणि झोपी गेली.

मी कॉटजवळचा दिवा लावला आणि स्थानिक वर्तमानपत्रांत नोकरीबद्दलच्या जाहिराती चाळू लागले. 'ए सेल्स गर्ल रिक्वायर्ड – प्रेझेंटेबल विथ गुड कमांड ओव्हर इंग्लिश' – मी डिक्शनरीत प्रेझेंटेबल आणि कमांड ह्या दोन्ही शब्दांचे अर्थ पाहिले. मी प्रेझेंटेबलही नव्हते की मला इंग्लिशही चांगलं बोलता येत नव्हतं. माझ्यासारख्या रूपानं साधारण असलेल्या, शिक्षण नसलेल्या, अनुभव नसलेल्या आणि कुणाचं शिफारसपत्र नसलेल्या स्त्रीला योग्य असं काही काम नव्हतं. मी खूपच आजारी होते, फार आजारी होते. मी माझी कळकाची बासरी बाहेर काढली आणि ती वाजवू लागले. तो हलका, काहीसा घोगरा स्वर त्या खोलीत पसरला; मग तो स्वर त्या शहरात आणि मग समुद्र पार करून माझ्या आईच्या कानापर्यंत गेला. परवीननं वर पाहिलं आणि ती पुन्हा झोपी गेली.

लहान मुलांचे कपडे विकणाऱ्या दुकानापुढे मी उभी असल्याचं मला आढळलं. कोणत्याही परिस्थितीत हे करायची मला परवानगी नाही. डॉक्टर म्हणाले, "तुला भूतकाळ विसरायला हवा. आता तू इथं आहेस त्यातच तुला समरस व्हायला हवं."

मी माझा पाय मागे घेतला आणि त्यानंतर दुसरा पाय त्याच्यामागे घेतला आणि स्वत:ला तिथून बळंच दूर नेलं; पण तरीही मला पांढरा सॅटीन आणि शिफॉनचा तो ड्रेस दिसलाच होता. त्या फ्रॉकच्या प्रत्येक झालरीवर शिवलेली मोत्यांची माळ चमकणाऱ्या दशांसारखी दिसत होती. ते मोती आनंदाश्रूंसारखे वाटत होते. त्यांच्यात पुनर्भेटीचे आश्वासन होते. तो पांढरा पोशाख जणू घर होते.

मी लिझकडे खोली भाड्यानं घेऊन राहायला आले तेव्हा ती जरा गोंधळलीच होती. मी एक भाडेकरू होते की विश्वासू जिवलग मैत्रीण होते की नोकर होते? तिच्या मनाची स्थिती तिच्या पोटात जेवढी दारू जाईल तशी बदलायची. माझ्या स्वयंपाकघरात वावरण्यावर सकाळी अर्धा तास आणि संध्याकाळी एक तास असे निर्बंध तिनं घातले होते आणि जर मी तिची लाकडी मूठ असलेली कटलरी आणि क्रॉकरी धुतली, तर ती वैतागायची. "मी त्यांच्या मुठीवर ऑलिव्ह तेल लावलंय आणि ते तसंच राहिलं, तर ते लाकूड ठीक राहील. तू सर्व धुतल्याबद्दल आभारी आहे; पण तरीही तू काय केलंस ते बघ."

त्या घाणेरड्या घरात पाऊल टाकताक्षणीच उकळत्या पाण्यानं भरलेल्या एखाद्या बादलीत धुण्याचा सोडा, साबण घालून आणि सर्वत्र फिरून तिथला प्रत्येक ग्लास, चिनी मातीची प्रत्येक वस्तू आणि भांडी घासून धुवावी अशी इच्छा मला झाली होती, हे तिला माहीत नव्हतं. मला खालची फरशी आणि भिंतीही धुवाव्याशा वाटल्या होत्या. इतकंच नव्हे. तर वरचं छतही धुवावंसं वाटलं होतं आणि सगळ्यांत महत्त्वाचं म्हणजे कमोडवरची पट्टी. त्या पट्टीला वरच्या बाजूला वाळलेल्या विष्ठेची घाण चिकटलेली होती. मी मुसलमान होते आणि मला पवित्र आणि स्वच्छ राहणं

भाग होतं. माझ्या पार्श्वभागाला मुताचा स्पर्श होणं योग्य नव्हतं. असं झालं, तर ते नाजास – म्हणजे अशुद्ध होतं. म्हणून मग मी कधी लाकडी पट्टी वर करून बसायचे आणि असं करताना त्या कमोडला स्पर्श होणार नाही हेही पाहायचे; पण असं करायचं म्हणजे एक कसरतच होती. मग मी खालचा भाग गोठलेल्या थंडगार पाण्यानं धुवायचे, कारण आठवड्याच्या इतर दिवसांत सकाळी फक्त सात ते आठच्या या दरम्यानच गरम पाणी मिळत असे. त्यामुळे बहुतेक दिवस माझी गुह्य इंद्रियं गोठलेल्या अवस्थेत असताना मी कामावर जायचे आणि माणसाच्या श्वासोच्छ्वासाची ऊब शोधत असायचे.

रस्त्यापलीकडे असलेल्या उमर खय्याम ह्या बेकायदा दुकानाचा मालक हा काळा, लुकडा आणि उंच होता. त्याची बोटं लवचीक होती. काहीही बोलायला सुरुवात करण्याआधी तो आपल्या हनुवटीला बाजूला झटका द्यायचा. जणू काही काय शब्द बोलावे ह्याचा तो विचार करून मग म्हणायचा, "अत्त्युत्तम आहे." तो पाच वेळा नमाज पढायचा. जेव्हाजेव्हा मी त्याच्या दुकानात जायचे, तेव्हातेव्हा त्याची चटई जमिनीवर अंथरलेली असायची आणि तो उभा राहून, पोटावर हात ठेवून, डोळे बंद करून कुराणामधील सुरा पुटपुटत असायचा. माझे वडील हाज इब्राहिम रोज प्रार्थना करत नसत. जेव्हा एखादं वेळी बकरं चोरीला जायचं तेव्हा किंवा बराच काळ दुष्काळी जायचा, तेव्हा ते प्रार्थना करत असत.

एका संध्याकाळी मी जेव्हा त्यांच्या मांडीवर बसून त्यांची दाढी कुरवाळत होते, तेव्हा त्यांनी मला सांगितलं, की गेल्या हिवाळ्यात तिथे पावसाचा एक थेंबही पडला नव्हता, तेव्हा त्यांनी खेड्यातील सर्व लोकांना शेतात एकत्र आणून पावसाची प्रार्थना करायला सांगितलं. ते सर्व एकदमच त्या सृष्टिकर्त्यापुढे वाकले आणि पाऊस पाठवण्यासाठी त्या सर्वांनी त्या सृष्टिनियंत्याची मनधरणी केली. त्यांची प्रार्थना पुरी होण्याआधीच आकाश उघडल्यागत तिथून पावसाचे जाडजाड थेंब पडू लागले.

त्या दुपारी गारठलेल्या आणि भिजलेल्या कपड्यांनी त्यांनी खेडेगावातून फेरी काढली. ते सर्व पुन्हापुन्हा म्हणत होते, "अल्लाशिवाय दुसरा देव नाही आणि महमदाशिवाय दुसरा प्रेषित नाही." जेव्हा माझ्या वडिलांचं बोलणं थांबलं, तेव्हा त्यांचे काळेभोर डोळे माझ्यावर रोखलेले होते. माझ्या वडिलांनी आपले खडबडीत हात माझ्या डोक्यावर ठेवून माझ्या कपाळाचं चुंबन घेतलं आणि ते म्हणाले, "तू नशीबवान आहेस, कारण तू मुस्लीम म्हणून जन्माला आलीस. तुझी शेवटची जागा हा स्वर्ग असेल. तू तिथे सुगंधाच्या ढगात बसून दूध आणि मध पीत असशील."

माझ्या वडिलांना गंध यायचा तो कस्तुरीचा. ती कस्तुरी ते केसाळ चामडी पिशवीत ठेवायचे. "अल्लाचा जयजयकार असो." असं म्हणून मी वडिलांच्या

मांडीवर आरामात तिची ऊब घेत बसले. त्यांच्या खालीवर होणाऱ्या बरगड्यांचा स्पर्श मला जाणवत होता.

सुगंधाचा एक ढग. औषधविक्रेत्यानं खात्री दिली होती, की त्यांच्या ह्या रंगानं करडे केस कायमचे काळे होतील; अंगाला लावायचे मलम कातडी रेशमासारखी गुळगुळीत करेल आणि चेहऱ्याला लावायची औषधे सुरकुत्या नाहीशा करतील. इंग्लिश स्त्रियांना तर त्या दहा वर्षांनी तरुण दिसतील असंच आश्वासन दिलं गेलं होतं. नेहमीच महागड्या वस्तू विकल्या जायच्या त्या भागाकडे मी जायचे आणि मग डोळ्यांसाठी आयशॅडोज्, आयलायनर, क्रीम्स आणि सुगंधी द्रव माझ्या चेहऱ्यावर आणि हातावर लावून घ्यायचे. ''तुमच्याकडे ह्या सुगंधी द्रवाच्या नमुन्याची बाटली आहे का?'' मी एका महागड्या ब्युटिफूल नावाच्या सुगंधाकडे बोट दाखवून विचारले. भरपूर मेकअप केलेल्या त्या विक्रेतीने आपल्या पापण्या फडफडवल्या. त्या पापण्यांवर मस्काराचा थर लावलेला होता. तिनं काहीसं संशयानं माझ्याकडे पाहिलं. खास उन्हाळ्यासाठी असलेल्या वस्तू घेणाऱ्यांपैकी मी नसल्याची तिला आता खात्री झालेली होती. ''ह्या सुगंधासाठी नमुन्याची बाटली नाही.'' तिनं मला हाकलवण्याच्या सुरात सांगितलं. त्या नमुन्याच्या बाटल्या खालच्या काचेच्या रॅकवर दिव्याच्या प्रकाशात स्फटिकासारख्या चमचमत होत्या. माझ्या कामानं वापरून-वापरून झिजलेल्या बुटांकडे मी पाहिलं आणि जीभ चावली. तुम्हाला माहीत आहे का, की जर मी तिच्या जागी असते, तर मी मला, माझ्यासारख्या कस्पटासमान स्त्रीला दुकानातून बाहेर फेकून दिलं असतं. माझ्या जमातीनं तिच्या देशावर दरोडा घातला होता आणि ते स्वस्त माल शोधत असायचे. मी तिच्या जागी असते, तर मला पकडायला लावलं असतं.

माझ्याबरोबर असलेल्या नौराच्या हातात हिरवा द्रव असलेली एक काळसर बाटली होती. थंड चंद्रप्रकाशात ते द्रव एखाद्या विषासारखं वाटत होतं. तिनं झाकण उघडून, बाटली वाकडी केली आणि त्यातील एक थेंब माझ्या तळहाताच्या मागच्या भागावर लावला. तो थंड चिकट द्रव माझ्या हातावर पसरला आणि मग तिथे जिरला. त्याला एक उग्र दर्प होता; जणू काही मी तिथे संत्री, लिंबं, बदाम, सफरचंद आणि डाळिंब यांच्या झाडांना एकाच वेळी फळं आली होती अशा मोठ्या शेतात होते. मी माझ्या तळहाताच्या मागच्या बाजूचा वास घेतला. नौरा आपल्या तजेलदार काळ्या केसांची वेणी घालत होती. तिचे मोठे तेजस्वी बदामी डोळे त्या उंच खिडकीच्या लोखंडी गजांवर स्थिरावले होते. ''हे अत्तर आम्हाला त्या कुंटणखाना चालवणाऱ्या म्हाताऱ्यानं मोफत दिलं होतं. ह्या अत्तरानं आम्ही आमच्या गिऱ्हाइकांना मर्दन करायचो.

खुश झालेली गिऱ्हाइकं आमच्या त्या कोठीला 'सुगंधाचं घर' म्हणून संबोधायची आणि नाखुश झालेली गिऱ्हाइकं त्या जागेला 'विषगृह' म्हणायची.'' तिनं आपला बाहेर आलेला खालचा मोठा ओठ चावून आपलं धारदार नाक घासलं आणि आपली बोटं कमानदार भिवयांवर फिरवून ती म्हणाली, ''मला ह्या अत्तराचा दाटपणा आवडायचा. ते आपल्याला गुदमरवून टाकील ही सत्यता होती. ते कधीही तुम्हाला मारू शकेल असं वाटायचं.'' तिनं माझा हात धरला. त्या सुगंधाचा वास घेऊन ती म्हणाली, ''मला क्षमा करता येणं शक्य व्हावं, एवढंच मला आता हवंय.''

माझी प्रिय मैत्रीण नौरा,

तुला ही सर्व पत्रं पाठवतेय त्याबद्दल क्षमा कर. माझं पुढचं पत्र पाहून तू कदाचित रडशील, पण तुला माझी पत्रं पोहोचतात ना? पत्ता पुरेसा आहे का? ह्या नव्या देशात मी अगदी एकटी आहे आणि स्थलांतर करणाऱ्या पक्ष्यासारखी माझी मुक्कामाची अंतिम जागा कोणती असेल ह्याचा विचार करत आहे, आपल्याबद्दल आश्चर्य करत आहे. आपण इथं का आलोय? आणि हे सर्व कशासाठी चाललंय? हे काय आहे नौरा? फासळ्यांच्या पिंजऱ्यापेक्षा हे हृदय मोठं आहे, की जीवनाला सामोरं जाण्यासाठी अपुरं पडण्याइतकं ते छोटं आहे? तीच आई जी खेड्यातल्या लोकमताविरुद्ध जाऊन, चोरून का होईना त्या ओढ्यात तुम्हाला पोहायला देते. तीच आई खेड्यातल्या रीतीप्रमाणे लोकरीचा तुकडा हिरव्या रंगानं न रंगवता केशरी रंगानं रंगवून देते, अशी ती आई – तिच्यामुळे मी आत्तापर्यंत जिवंत राहिले आहे; पण का? आणि मी कशासाठी इथं आलेय?

प्रेमपूर्वक आणि कृतज्ञतापूर्वक,
सल्मा

मी ती नमुन्याची सुगंधाची बाटली शेवटी घेतलीच आणि माझ्या अंगावर तो सुगंध भरपूर शिंपडून घेतला. त्या विक्रेतीचे मस्कारा लावलेले डोळे काहीसे नापसंतीने माझ्याकडे पाहत होते. त्या सुगंधाच्या ढगात तरंगत मी सेंटपॉल ह्या ठिकाणी आले. ही जागा उच्चभ्रूंसाठी प्रसिद्ध होती. रस्त्यावरच्या फरशीवर असलेल्या कॅफेतल्या एका पांढऱ्या खुर्चीवर मी बसले. एक अॅल्जिरियन वेटर धावत आला आणि त्यानं मला विचारलं, ''तुमच्यासाठी कोणतं ड्रिंक आणू, मॅडम?'' हा वेटर अॅल्जिरियन होता; पण आपण फ्रेंच असल्याचा आव आणत होता.

''थोडं पाणी आण यायशॅक, तुला उदंड आयुष्य लाभो.''

तो हसला. माझे अरेबिक शब्द न समजल्याचं त्यानं भासवलं आणि तो तिथून निघून गेला. काही झालं तरी त्याचं नाव पिएरे होतं आणि त्याच्या आजोबांनी फ्रेंच

सैन्यात नोकरी केली होती. परवीननं मला सांगितलं होतं, की उत्तर आफ्रिकन्स युरोपच्या ह्या भक्कम तटबंदीत प्रवेश मिळवण्यासाठी सैन्यातल्या कागदपत्रांचे खोटे दस्तऐवज तयार करत असत.

मला आठवण झाली; मी इंग्लंडला आले तेव्हा बंदरावरच्या त्या इमिग्रेशन अधिकाऱ्यानं मला विचारलं होतं, ''तुझा पत्ता काय?''

मला त्याचं बोलणं काहीच न समजल्यामुळे मी डोक्यावर बांधलेल्या रुमालाची टोकं ओढत राहिले होते.

''तू राहशील कुठे?''

''इंग्लंड, वाटतं.'' मी म्हणाले.

''इंग्लंडमध्ये कुठे?'' त्यानं अगदी सावकाश विचारलं.

''जिथं नदी समुद्राला मिळते.'' सिस्टर ॲशरने ह्याच तऱ्हेने साऊदॅम्पटनचं वर्णन केलं होतं.

''अरे देवा!'' तो बडबडला.

''हो, अरे देवा!''

सध्या मी राहत असलेलं एक्स्टर हे क्रीमयुक्त चहाबद्दल प्रसिद्ध होतं. एखाद्या टेबलावर चहाचं भांडं, स्कोन्स, जॅम आणि घट्ट क्रीम दिसलं, की तिथे बसलेला माणूस हा स्थानिक असणार हे नक्की होतं. प्रवासी आणि परदेशातून आलेल्यांना हे असलं दाट क्रीम आवडत नसे; तेव्हा ते एक्स्प्रेसो किंवा कापुसिनो अशी कॉफी मागवत असत. दाट साय घातलेला चहा मलाही आवडत नसे आणि तो पिण्याची माझी लायकीही नव्हती. तुम्ही उत्तर शोधण्यासाठी समुद्र ओलांडून आला असाल, देव शोधत असाल, तर मग छोट्या कपातून कडवट कॉफी पिणं हेच तुमचं नशीब होतं.

तो माझा बाजारहाटीचा दिवस असल्याची आठवण मी स्वत:ला करून दिली. हा आठवड्यातील सर्वांत मौजमजेचा दिवस होता. त्या दिवशी पॅरिसमधल्या स्त्रीसारखा मेकअप करून, केसांची महागडी स्टाईल करून, आकर्षक ड्रेस करून मिनरल वॉटर पित आणि *मारी क्लेअर* वाचत समुद्र किनाऱ्यावरच्या कॅफेत बसलेली असल्याचं माझं चित्र मी कल्पनेत पाहायचे. *मारी क्लेअर* हा शब्द जीभ वळवून किंचित फ्रेंच पद्धतीनं उच्चारण्यासाठी मला कित्येक काळ घालवावा लागला होता. माझी बेदुइनी अरेबिक उच्चार पद्धती त्या क्षितिजाच्या टोकाशीच मला लपवून ठेवावी लागली होती.

मी हमदानला म्हणायचे, ''माझ्या हृदयातलं तुझ्याबद्दलचं प्रेम हे एखाद्या पकडलेल्या खेचरासारखं लाथा मारून पुढे येतंय.'' तो मला मिठी मारायचा आणि म्हणायचा, ''माझ्यावर प्रेम कर.''

मी ताठ बसल्यामुळे माझं पोट सपाट झालं होतं. मी साखर न घातलेली कॉफी अगदी शेवटच्या थेंबापर्यंत प्यायले. इथं सर्व गोष्टी वेगळ्या होत्या. छोट्या चमच्यातून प्रत्येक गोष्टीचं मोजमाप केलं जायचं. तुम्हाला चमत्कारिक वाटेल, मी हमदानच्या प्रेमाबद्दल खेचराच्या भाषेत बोलायचे तशी खेचराची भाषा इथे कधीही बोलली जात नसे. इथे कॉफी घेताना किंवा लिंबाचे गोल तुकडे लावलेलं मिनरल वॉटर पिताना हळूच विचारलं जात असे, ''तुम्हाला कॉफी प्यायला आवडेल?''

इमिग्रेशन अधिकारी, पोलीस, दूधवाला, पोस्टमन आणि विक्रेत्या मुलींनाही कॉफी देण्याची तयारी मी नेहमीच दर्शवायचे. माझा तंबू उघडा होता आणि तिथे वेलची घातलेली कॉफी नेहमी उकळत असायची. त्याचा वास मित्रमैत्रिणींना आणि शेजाऱ्यांना बोलवत असायचा. एका सकाळी मी लिझसाठी आलेलं पार्सल घेण्यासाठी दरवाजा उघडला. तो पोस्टमन तसा तरुण होता. त्याचे केस काळे होते. त्याचे डोळे निळे असून कान जरा पुढे आलेले होते. ती सकाळ धुक्याची होती. त्या वेळी मी तिथे 'सॅली अॅशर' ह्या नावानं सही करून त्याला विचारलं, ''तुला गरम कॉफी हवी आहे का?''

''तुला असं वाटतं का?''

''हो, बाहेर हिंडताना तू गारठला असशील.''

तो म्हणाला, की त्यासाठी तो संध्याकाळी सहा वाजता येईल. मग मी कॉफीटेबल नीट साफ केलं आणि चहासाठी काही इंग्लिश बिस्किटं प्लेटमध्ये घालून ठेवली. तो बरोबर सहा वाजता आला; पण मी त्याला ओळखू शकले नाही. त्याने आपले काळे केस उलटे वळवून चापूनचोपून बसवले होते. त्याचा शर्ट भडक रंगाचा आणि स्वच्छ होता. त्याच्या चेहऱ्यावर हास्य होतं आणि त्यानं माझा हात जरा जास्तच वेळ आपल्या हातात ठेवला होता. मी त्याला आत यायला सांगितलं आणि त्याला बैठकीच्या खोलीकडे नेलं आणि मी बिस्किटं ट्रेमध्ये मांडून आणली. कॉफीचा घोट घेऊन तो म्हणाला, ''तू तिथे का बसलीयस? ये आणि माझ्या शेजारी सोफ्यावर बस.''

''मी ठीक आहे.'' मी हसून म्हणाले. तो माझा पहिला पाहुणा होता.

तो उठून माझ्यासमोर येऊन उभा राहिला. त्यानं आपली बोटं माझ्या हनुवटीखाली ठेवून माझा चेहरा त्याच्याकडे वळवला.

मी उडी मारली आणि म्हणाले, ''नको.''

''नको म्हणजे काय? तूच तर मला बोलावलंस.''

''नको, क्षमा कर.'' स्वत:भोवती मिठी घालीत मी म्हणाले.

''क्षमा कर. ह्याचा अर्थ काय?''

''आणखी बिस्किटं हवीत का?'' हे विचारताना माझे ओठ थरथरत होते.

त्यानं आपला शर्ट खाली ओढला. आपले केस मागे ढकलले. नाक चोळलं आणि तो खोलीतून बाहेर पडला. त्यानं पुढचा मुख्य दरवाजा उघडला. तो मोठ्या-मोठ्यानं ओरडत होता. ते शब्द मला 'कोक चहा माणूस' असे काहीसे वाटले. त्यानं दरवाजा धाडकन बंद केला. कदाचित, मी त्याला कॉफीऐवजी कोक द्यायला हवा होता. लिझ घरी परतायची वेळ झाली होती. मी उठले आणि थरथरत्या हातांनी बिस्किटांचा पडलेला चुरा आणि तुरळक पडलेले काळे केस गोळा करू लागले.

हमदानचा आणि माझा लपाछपीचा खेळ आता कित्येक आठवडे चालू होता. सकाळची कॉफी घेत असताना त्याच्या आईनं माझ्या आईपाशी तक्रारही केली होती. विहिरीला लावलेल्या घाण्याच्या खेचरासारखा हमदान स्वत:भोवती गरगरतोय अशी काहीशी ती तक्रार होती. कॉफीचा घुटका घेताना माझ्या आईनं तिला सांगितलं, ''कॅमोमाईलचा काढा करून दे त्याला.''

मी अंजिराच्या झाडाखाली असलेल्या गवतावर पडले होते. माझे केस माझ्या डोक्याभोवती एखाद्या वलयासारखे पसरलेले होते आणि मी कळकाच्या बासरीतून माझ्या मनातल्या इच्छा व्यक्त करत होते. ह्या अशा वेळी हमदान माझ्या दृष्टीच्या टप्प्यात आला होता. मी थांबले आणि त्याच्या डोळ्यांतील विनवणीकडे पाहू लागले. सूर्यप्रकाश पानांतून खाली ओसंडत होता. संध्याकाळच्या त्या वेळी चमेलीचा वास आसमंतात दरवळला होता. घरी परतणाऱ्या मेंढपाळांच्या कुत्र्यांचं भुंकणं माझ्या कानावर येत होतं. मी डोळे बंद करून माझा खालचा ओठ चावला आणि माझा श्वास रोखून धरला. हमदाननं माझ्या केसांतून बोटं फिरवली. त्यानं आपली मूठ घट्ट केली आणि निघून गेला. जे त्याचं आधीच झालेलं होतं ते पुन्हा घेण्यासाठी तो परत आला. त्यानं या घडीला मला सोडलं असलं तरी उर्वरित आयुष्यासाठी मात्र मला बंदिस्त केलं होतं.

'अमेरिकन आईनं गुंडाना आपली मुलगी पळवण्यासाठी पैसे दिले.' मी वर्तमानपत्र खाली ठेवलं आणि तिथे एक्स्प्रेसो कॉफी पीत असलेल्या त्या काळ्यासावळ्या इटालियन माणसाकडे पुन्हा एकदा कटाक्ष टाकला. तो हमदानसारखाच होता. हमदानच्या पांढऱ्या झग्याऐवजी त्या माणसानं पांढरा अद्ययावत वेलबुट्टी काढलेला टी-शर्ट आणि निळी जीन्स घातली होती. तो माझ्याकडे पाहून हसला आणि प्रत्युत्तरादाखल मीही हसले. नुकत्याच झालेल्या निवडणुकींचा वृत्तपत्रामध्ये आलेल्या अहवालाचा उलगडा करण्याच्या प्रयत्नात असताना इटली छान आहे, असा मी स्वत:शी विचार केला. कॉन्झर्वेटिव्ह मागे पडलं होतं. लेबरपार्टी पाच टक्क्यांनी पुढे होती. ह्या देशाचं राजकारण समजून घेण्याचा मी प्रयत्न केला.

"तुला एखाद्या अडाणी बेदुइनी व्यक्तीसारखं राहून चालणार नाही." परवीन म्हणाली, "ह्या खेळाचे नियम तुला काही झालं तरी शिकलेच पाहिजेत."

परंतु मी माझं डोकं नम्रपणे खाली घातलं होतं, आकांक्षा उंचावल्या आणि विजयी लोकांना पाठिंबा दिला होता आणि हेच मला माझ्या *ए-झेड गाइड*ने सांगितलं होतं. माझ्या ब्रिटिश राजकारणाच्या ज्ञानाची सुरुवात आणि शेवट स्पिटिंग इमेजपुरतीच मर्यादित होती. कोणता डमी खऱ्या आयुष्यातील कोण हे मी सांगू शकत नव्हते. लिझबरोबर टी. व्ही पाहण्याचा प्रसंग तसा क्वचितच यायचा.

"ते शॅडो चान्सलर आहेत का?" मी विचारलं.

"नाही, ते प्राइम मिनिस्टर आहेत. ते शॅडो चान्सलर नाहीत." ती म्हणाली आणि टी.व्ही.च्या पडद्याकडे पाहू लागली. तिला मध्येच असला अडथळा नको होता.

"ह्या बाहुल्या कोण आहेत?"

"परदेशी, तुझ्यासारखे विदेशी."

"माझ्यासारखे?" मी विचारले.

"हो, बेकायदा घुसलेले, देशांतर केलेले लोक." ती म्हणाली.

"बेकायदा मी नाही." मी म्हणाले; पण हे सर्व अचानक चुकीचं इंग्लिश बोलले होते.

"हो, तू आहेस. असलीच पाहिजेस." ती म्हणाली.

"तुला कप्पा हवाय का?" मी माझी मैत्रीण ग्वेनच्या बोलण्याची नक्कल करत विषय बदलण्यासाठी विचारलं.

"नको, थँक्स." ती म्हणाली. ती आता आणखीच वैतागलेली वाटली. तिला ग्वेन आवडत नसे आणि तिची माझ्यावर पडणारी वेल्सची छापही तिला पसंत नव्हती.

"एक कप्पा. काय हे बोलणं!" आपली मान नापसंतिदर्शक हलवत ती म्हणाली.

लिझ बरोबर होती. मी खरंच खालच्या दर्जाची कुचकामी होते.

रिम ही हिमातील उंच टेकडी. मी माझ्या बकऱ्या-मेंढ्यांना घेऊन ती चढायचे, तेव्हा हमदान माझ्यामागून, खडकांमागून आणि झुडपांमागून लपतछपत यायचा. त्याचे ते रुंद खांदे आणि त्याचा तो तपकिरी झगा वाऱ्यावर फडफडत असायचा. त्याच्या डोक्यावरच्या पांढऱ्या-लाल चौकडीच्या रुमालामागे त्याचे काळे दाट केस दडलेले असायचे. तो मला पकडण्याच्या प्रयत्नात धावायचा. एक दिवस हवा इतकी गरम होती, की त्या उष्णतेची लाट आमच्या दरीत उतरली होती. माझ्या बासरीवर सुरावट काढत मी माझ्या बकऱ्या-मेंढ्यांना लाँगवेलकडे नेत होते. मी कुंडीत थंड पाणी भरताच माझ्या बकऱ्या-मेंढ्या ते पाणी पिऊ लागल्या. महमूदच्या घोड्याच्या खिंकाळण्याचा आवाज ऐकू येतोय का हे ऐकण्यासाठी मी कान टवकारले; जराही आवाज नव्हता.

मी ती रबराची बादली विहिरीत सोडली. ती क्षणभर उघडली आणि खोलवर बुडली. मी उत्तेजित होऊन किंचाळले. मला खात्री होती, की हमदानचे बदामी डोळे मला पाहत होते. माझ्या ओरडण्याकडे त्याचे कान लागलेले होते. मी माझ्या डोक्यावर थंड पाण्याची बादली ओतली तेव्हा झुडपांमागे हमदान गुपचूप बसून होता. माझं अंग धुत असताना मी माझ्या आजीचं जुनं गाणं गात होते, *'हाला हाला बीक या वाल्ला, है या हालीली या वाला'* (हे मुला, तुझं स्वागत असो! हे माझ्या प्रेमा! ए मुला! माझ्या प्राणप्रिया, तुझं स्वागत असो! माझ्या होणाऱ्या नवऱ्या तुझं स्वागत असो.) शाहलाच्या, माझ्या आजीच्या नवऱ्यानं दुसरी बायको केली, तेव्हा माझी आजी त्या शोकामुळे गेली. काही महिन्यांनंतर माझे आजोबाही गेले.

आता अंधार पडू लागला होता आणि रस्त्यावरचं ते कॅफे बंद होण्याची वेळ आली होती. पाच नंतर भेटीगाठी सर्व बंद. पाच वाजता इंग्लिश लोक आपल्या घराकडे, आपल्या कुत्र्यामांजरांकडे आणि रिकाम्या गढींकडे परततात. गोठवलेल्या कोंबडीच्या मांसाचे गोळे घरातील ओव्हनमध्ये ठेवणारी आणि गोठवलेले बटाट्याचे काप तळणारी ही मंडळी माझ्या डोळ्यांसमोर उभी राहिली. मग संध्याकाळच्या सुरुवातीला हे शहर आमचं म्हणजे बेघर, जंकीज, दारुडे आणि देशांतर केलेल्या लोकांचं किंवा ज्यांना कुटुंबीय नाहीत किंवा ज्यांना आपला भूतकाळ पुसून टाकायचा अशा लोकांसाठी असायचं. ह्या पाच ते सातच्या दरम्यानच्या काळात वाढलेल्या शेवाळाप्रमाणे आम्ही फरशीवरील खाचाखोचीत सर्वत्र इतस्ततः पसरायचो. उरलेला घोट घेऊन मी तो छोटा एक्स्प्रेसो कप बशीत ठेवला.

"तुला माहीत आहे का सल्मा, आपण त्या नागीण रोगासारखे आहोत, न दिसणाऱ्या सापासारखे. तो साप आपल्या अंगावरून हळूच सरकतो आणि अचानक तुमच्या कातडीवर पुरळ उमटतं आणि मग तो चावत सुटतो." परवीन म्हणाली आणि हसली.

हमदान त्या वेलींतून चालत आला, तेव्हा मी जमिनीवर पडले होते. तो गुपचूप माझ्या तिथे येऊन उभा राहिला. मला भूक लागली नव्हती; पण तरीही मी काही द्राक्षं खाऊ लागले. मी वर पाहिलं तर त्याची आकृती माझ्यापुढे बसलेली होती. मी माझ्या दोन्ही हातांत माझे उरोज धरले. मी श्वास आत ओढून घेतला आणि माझ्या ओठांचं पटकन चुंबन घेतलं गेलं. माझ्या रुंद, घोळदार सलवारीत शिरलेल्या संध्याकाळच्या थंड हवेने मला आमच्या गावच्या नीतिमत्तेची आठवण करून दिली. "तुला वेड तर लागलं नाही ना! उगाच अविचार करू नको!" माझ्या कानात माझ्या आईचा ओरडा ऐकू येत होता. नाही. "ते तुला दोन डोळ्यांमध्ये गोळ्या घालतील." होय. नाही,

नाही, नाही. मी त्याला दूर ढकललं. "हे सुंदरी तुला नंतर पश्चाताप होईल." तो म्हणाला. आपल्या मिशीतून एक केस उपटून तो निघून गेला. त्याची पाठ त्या वेलीतून दिसेनाशी झाली, त्या वेळी माझं शरीर थडथडू लागलं. सूर्य मावळला होता. आता हवेत गारवा आला होता. आईची शाल माझ्याभोवती गुंडाळून मी घराकडे परतले.

एक्स्टरमधल्या त्या लाल विटांच्या इमारतींची छपरं आणि काचेच्या खिडक्या ह्यावर मावळत्या सूर्याचा प्रकाश पडला होता आणि तो पिवळसर आणि फिक्कट होऊन परावर्तित होत होता. मी त्या मोठ्या चर्चजवळ आले. त्या सावळ्या माणसाला तिथल्या कबुतरांच्या आणि प्रार्थनांच्या आवाजात मला भेटायला सोयीस्कर वाटेल असं मला वाटलं. तो कदाचित अरब असेल. पाद्र्यांचा एक घोळका त्या हिरवळी-वरून पलीकडे गेला आणि चर्चमध्ये शिरला. ते त्यांच्या पांढऱ्या कॉलर असलेल्या काळ्या, लांब झग्यात विक्षिप्त वाटत होते. तिथल्या झोपायच्या खोल्यांचे दरवाजे बंद झाल्याचं ऐकू आलं. मला सिस्टर फ्रांकॉइसनं दिलेली नीलमण्यांची रुपेरी माळ आठवली. ती मी चिनी सॅटीनच्या बॉक्समध्ये ठेवली होती.

माझ्याकडे बोट दाखवत तो काळा माणूस म्हणाला, "हाय".

माझ्यावर कोणी पाळत ठेवून नाही ना हे पाहण्यासाठी मी मागे वळून पाहिलं. जर माझ्या भावानं– महमूदनं मला तिऱ्हाईत पुरुषाशी बोलताना पाहिलं, तर तो माझा एक पाय एका घोड्याला आणि दुसरा दुसऱ्या घोड्याला बांधून त्यांना वेग-वेगळ्या दिशांना पळवेल. महमूद कुठंच दिसत नव्हता. मी तिथून निघून जाऊ नये म्हणून मी माझे पाय जमिनीवर घट्ट दाबून धरले आणि हसले. ह्या नव्या देशात पुरुषवर्गच काय तो माझ्याशी बोलायचा.

कॉन्व्हेंटचा जडशीळ दरवाजा सिस्टर्स आता लावून घेत असतील आणि त्या पोकळीत आता त्याचा प्रतिध्वनी उमटेल. मी अनवाणी पायांनी त्या थंड फरशीवर तिला धुंडत धावत असेन.

"मी डेव्हिड. मला डेव्ह म्हण."

"सॅली." मी माझं इंग्लिश नाव वापरत म्हणाले. कोणीही का असेना, माणसाच्या आवाजामुळे मला आनंद झाला होता.

"तू माझ्याबरोबर कॉफी घेशील का?" त्यानं डेव्हॉन पद्धतीत हेल काढत मला विचारलं.

"हो." मी म्हणाले. मी माझ्या हातातलं वर्तमानपत्रही दुमडलं आणि त्याच-बरोबर, इथे कुणी अरब भेटेल ही आशा आणि तो पोलिसांकडे तक्रार करेल किंवा मला ताबडतोब ठार मारील ही भीतीही संपली.

आम्ही त्या रस्त्यानं खाली जात एका दुकानाशी थांबलो. इथं निरनिराळ्या

देशांतल्या कलाकुसरीच्या वस्तू विकायला ठेवलेल्या होत्या आणि तिथेच कॅफेही होतं. एक माणूस 'मी पैसे देऊ शकत नाही, देणार नाही.' अशा तऱ्हेचा फलक घेऊन जाणाऱ्या-येणाऱ्यांकडे पाहून ओरडत होता. डेव्हिडनं त्याच्या डाव्या हातानं माझं रक्षण करत मला दरवाज्यातून आत नेलं. त्यानं पैसे देण्याचा आग्रह धरला म्हणून मग मी एक ग्लास ताजा संत्र्यांचा रस आणि पाण्याची बाटली घेतली. त्या कॅफेत डेव्हिडनं क्रीम घातलेला चहा मागवला. ते कॅफे आधुनिक क्लब असल्यागत दाखवत होते.

"तू एक्स्टरमध्ये राहतेस का?" त्यानं विचारलं.

"हो." त्या तरुण देखण्या वेटरकडे पाहत मी म्हणाले.

"मी हेल्थ क्लबमध्ये काम करतो." तो म्हणाला.

"अस्सं, किती छान!" इथल्या राणीच्या भाषेच्या उच्चारपद्धतीची नक्कल करत मी म्हणाले. लिझ, माझ्या घरमालकिणीला माझा अभिमान वाटला असता.

"तू कुठून आलीस?" त्यानं विचारलं.

मी वाळवंटातून आलेली, पाठलाग होत असलेली बेदुइनी अरब स्त्री आहे असं त्याला सांगितलं असतं... तर त्याने तो चहाच थुंकला असता.

"मी मूळची स्पॅनिश आहे." मी खोटं सांगितलं.

"मी स्पेनला कित्येक वेळा भेट दिली आहे. स्पेनमधून कुठून आलीस?"

"ग्रानाडा" मी म्हणाले. शाळेत स्पेनच्या मुस्लीम वैभवाबद्दल आणि तिथल्या मूर लोकांबद्दल आम्हाला बरंच शिकवलं होतं.

त्या फ्रेंच खिडक्यांतून हळूहळू अंधार होत असलेला पाहून अचानक मला थकल्यासारखं वाटलं. हे मी तडीस नेऊ शकणार नव्हते. डेव्हिडच्या चेहऱ्यावर आशा आणि त्याला पडलेली भुरळ स्पष्ट दिसत होती. सल्माने द्राक्षं खाल्ली, जमातीचा रोष पत्करला आणि तिला त्याची फार मोठी किंमत मोजावी लागली. अशी काही जवळीक साधण्यासाठी मी फारच नाजूक होते. माझी कातडी अजूनही हळुवार आणि ओरखड्यांनी भरलेली होती. जर का मी तो असते, तर मी माझ्याकडे पुन्हा दुसरा एक कटाक्षही टाकला नसता. तिथे असलेल्या खुळ्या झाडांनी हळूहळू वाढत कॅफेचं हरितगृहच बनवलं होतं. खालून सुऱ्याकाट्यांचे किणकिणाट कानावर येत होते आणि खुर्च्या टेबलवर ठेवल्याचेही आवाज कानावर येत होते. तिथे काम करणाऱ्या वेट्रेसीस आता अगदी घायकुतीला आलेल्या होत्या. हे काही मी शेवटपर्यंत तडीला नेऊ शकत नव्हते. माझी आजी शाहलाची मी काही नात नव्हते. माझी आजी शाहला ही वेगळ्याच मातीची बनलेली होती. तिला लाजलज्जा आणि भीतीही नव्हती.

शाहला– माझी आजी आपल्या पातळ झालेल्या पांढऱ्या केसांच्या वेण्या

घालायची आणि सांगायची, "माझ्या मुली, नेहमी आपल्या हृदयाचा कल बघ." तिचं लग्न हा प्रेमविवाह होता. ती क्रुद्ध अशा उदाय्य जमातीची होती आणि माझे आजोबा हे फर्सन जमातीचे होते. ह्या दोन्ही जमातींत सदैव तेढ होती. त्यांनी तिला एकदा सकाळी ओढ्याजवळ आपल्या मडक्यात पाणी भरताना पाहिलं होतं आणि एक धडकन त्यांच्या कण्यातून निघून त्यांच्या पाठीत शिरली होती. "गुड मॉर्निंग, तरुण हरिणी." ते दुरूनच ओरडले. शाहलाच्या जमातीच्या मुलखात जायची त्यांना धास्ती वाटत होती. ज्या तऱ्हेनं त्यांनी आपला डोक्यावरचा रुमाल उजवीकडे वाकडा करून आपला उजवा डोळा झाकला होता, त्यावरून ते फर्सन जमातीचे असल्याचं तिच्या लक्षात आलं होतं.

भल्या सकाळी गव्हाच्या पेंढ्या दवात भिजून सकाळच्या किरणांत चमकत असायच्या, त्या वेळी ते शाहलाची वाट पाहत थांबायचे. शाहलाचं लक्ष त्यांच्या रुंद खांद्यांकडे, त्यांच्या जाड काळ्या मिशांकडे आणि त्यांच्या मजबूत काळ्या केसांच्या दोन लांब वेण्यांकडे गेलं. आपले उंट आणि घोडे यानंतर कधीही तहानलेले ठेवायचे नाहीत आणि त्यामुळे आपण विहिरीकडे जायलाच हवं, हे त्याला पाहिल्यावर तिच्या मनाने पक्क ठरवलं. एका भल्या सकाळी त्यांची दुरून दिसणारी आकृती तिच्याकडे पाहून ओरडली, "आज रात्री मी तुला पळवून न्यायला येईन; तयार राहा." डोळ्यांवर हात धरून तिनं दूरवरच्या त्या आकृतीकडे पाहिलं. ती उंच, सावळी आकृती सूर्यप्रकाश अडवून दिमाखात उभी होती.

शाहलाच्या वडिलांची राहण्याची जागा बेट अल-शार ही बकऱ्यांच्या केसां-पासून बनवलेली चार तंबूंची जागा होती. जेव्हा तो येईल, तेव्हा तिच्या आईला जाग यायला नको म्हणून मग तिनं पाहुण्यांसाठी असलेल्या तंबूत झोपायचं ठरवलं. तिच्या आईची गादी तंबूच्या मुख्य दरवाज्यापाशी ती जणू रखवालदार असल्यागत घातलेली होती. त्यामुळे मग शाहलानं पाहुण्यांच्या खोलीतली कोळशाची शेगडी साफ करण्याचं नाटक केलं. आईचं घोरणं कानावर आल्यावर मग तिनं हे काम थांबवलं.

कपडे करून ती त्याची वाट पाहत थांबली आणि थकल्याने डोळे मिटू लागल्यावर तिच्या कानावर घोड्याच्या टापांचा आणि खिंकाळण्याचा आवाज आला. मग ती धावत त्याच्या भेटीला गेली. तोंडावर मुखवटा चढवलेल्या आणि खांद्यावर रायफल असलेल्या त्या माणसानं आपला हात तिच्यासाठी पुढे केला. तिनं तो धरला. क्षणभर तिनं एक झोका घेतला आणि मग ती त्याच्या पुढ्यात असलेल्या खोगिरावर स्थिरस्थावर झाली. तिनं मागे वळून त्यांच्या तंबूकडे, बेट अल-शारकडे पाहिलं. त्या तंबूचे पडदे त्याभोवती घट्ट बांधलेले होते. त्यांचे घोडे खांबांना बांधलेले होते. त्यांच्या उंटांचे पुढचे पाय एकत्र बांधलेले होते आणि त्यांच्या बकऱ्या राहत्या

जागेच्या मागे झोपलेल्या होत्या. शाहलानं आपल्या शेवटच्या दाताकडे थुंकी ओढून घेतली. ती म्हणाली, ''तसं, हे माझ्या राहत्या जागेचं आणि आमच्या जमातीचं शेवटचं दर्शन होतं.''

ह्या ठिकाणी शाहलानं काय केलं असतं? तिनं डेव्हिडबरोबर जेवण घेतलं असतं आणि तिच्या हातातल्या बांगड्या आणि पायातल्या तोरड्या गुंतेपर्यंत त्याला स्वत:वर 'स्वार' होऊन दिलं असतं? एखाद्या अनोळखी माणसाचा हात पकडून ती अंधारात पळून गेली असती काय? धर्माचं पारडं संशयापेक्षा भारी ठरेल का? आणि भूतकाळाचं काय? ती हल्ला करण्यासाठी पाठलाग करणारी काळोखी छाया.

माझी सामानाची पिशवी घट्ट धरून मी मुख्य दरवाज्याकडे वळले. तो माझ्या मागोमाग आला आणि म्हणाला, ''तू माझ्याबरोबर रात्रीचं जेवण घेशील का?''

''आभारी आहे; पण मला नाही वाटत मी असं काही करू शकेन.''

''का नाही?''

''मी कामात आहे. मला गेलंच पाहिजे, डेव्ह.''

मी मान खाली घातली आणि त्या दुकानापासून चालत बाहेर पडून त्या सुकलेल्या पामच्या झाडाखाली आले. तिथे भारतीय मोर होते, बुद्धमूर्ती होत्या, मेक्सिकन पोपट होते, रजया होत्या, चिनी टेबलं होती. एक नवीन आवाज माझ्या डोक्यात तयार झाला होता. 'नाही,' माझ्याकडे असलेल्या देशांतरासंबंधीच्या *ए-झेड गाईड*मध्ये ह्यासंबंधी नेहमीच दक्षता घ्यायला सांगितलेली होती. हवेत उडी मारून आकाशाला भिडण्याच्या प्रयत्नात असलेल्या त्या दुकानातल्या एका पितळी शृंगाने माझं लक्ष वेधलं.

मी चटकन डेव्हिडला म्हणाले, ''नको, मी दिलगीर आहे.'' आणि तो काही उत्तर देणार त्याआधीच मी त्या आफ्रिकन दरवाज्यातून रस्त्यावर धावत बाहेर आले. बाहेर थंड होतं आणि मी घराच्या, गंधाच्या ओढीनं निघाले होते. त्या गंधानं मला साद घातली होती आणि एखाद्या तंद्रीत असल्यागत मी त्याचा हुकूम पाळला होता. तळलेल्या जडान्नाचा चिरपरिचित वास, मुक्तपणा आणि घर हे सर्व गंध मी आत ओढून घेतले आणि मी ऐकू लागले.

''*बलाक,* ती मुलगी एम१५ तर नाही ना?'' त्या म्हाताऱ्यानं विचारलं.

''तुला काय झालय काय? एजंट हे एखाद्या अरब भिकाऱ्यासारखे कपडे करून पायी हिंडत नाहीत. ते मोठ्या फिल्मी हॅट घालतात नाही का? ते चांगले गोरे-भुरके असतात आणि तोंडात चिरूट धरून फिरतात.'' तो तरुण मुलगा म्हणाला.

''मूर्ख मुला, फिल्सी नव्हे फिल्बी आणि हल्ली ते एजंट कसेही असतात, अगदी येशू ख्रिस्तासारखेदेखील वेषांतर ते करतात. मला ते कसं कळणार?'' तो म्हातारा म्हणाला. त्याच्या उच्चारात उत्तर आफ्रिकेची झाक होती.

''तू विकृत आहेस झालं! रात्री जेव्हा पाने सळसळतात तेव्हा तुला वाटतं, की अमेरिकन उपग्रह तुझे फोटो काढतायंत.'' तो तरुण मुलगा चेष्टेनं म्हणाला.

''ती कोणीही असली तरी तिचे असं इथं घोटाळत राहणं मला पसंत नाही.'' असं म्हणत म्हाताऱ्या माणसानं काही कबाब उकळत्या तेलात सोडले. त्या थंड हवेत त्या तळलेल्या जडान्नाचा वास माझ्या हृदयापर्यंत पोहोचला. तळणीचा तो सळसळ आवाज, झाऱ्यानं ते कबाब बाहेर काढलं जाणं, मांसाचे तुकडे कुस्करून त्या ताज्या पावात घातलं जाणं, चण्यांचा तिखट वास, पार्स्ली आणि कोथिंबीरीचाही वास हे सर्व मला उत्तेजित करत होतं. मी आईची बेदुइनी शाल घट्ट लपेटून घेतली होती. मी एक्स्टरमध्ये होते; पण मी नद्या, प्रदेश आणि समुद्र पार करून उडत त्या उघड्यावाघड्या शुष्क पर्वतावर मनानं पोहोचले होते. त्या झाडाची रुपेरी फांदी ऑलिव्हच्या पिकलेल्या फळांनी भरलेली आणि बकऱ्यांनी ओढल्यामुळे ओथंबली होती. मी माझ्या गावावरून कल्पनेत एक उंच भरारी मारली.

''ती तशी निरुपद्रवी आहे, डॅड. ती थंड हवेचा वास घेत गप्प बसून असते.'' तो तरुण मुलगा म्हणाला.

मला त्या कबाब व्हॅनची पुढची बाजू दिसत नव्हती; पण काहीतरी आरडाओरडीचे आवाज कानावर आले. मग दरवाजा खाली ओढला जाऊन पावलांचा आवाज आला. मला काही कळण्याआधी तो म्हातारा माझ्यापुढे, निळ्या आकाशातून पहाटेचं धुकं यावं, तसा उभा होता. तो उंच होता, त्याला पोक होते, त्याचे डोळे वयामुळे निस्तेज झालेले होते, दाढीचे खुंट करडे दिसत होते आणि डोक्यावरचे विरळ केस माथ्यावरच्या विणलेल्या पांढऱ्या टोपीनं झाकलेले होते. त्याचा काळा भरतकाम केलेला पायजमा घोट्याजवळ काहीसा घट्ट होता. त्यानं तपकिरी रंगाचे टोकदार बूट घातलेले होते आणि 'बॉन जोव्ह नो पेन नो गेन' असं मोठ्या लाल अक्षरांत त्याच्या काळ्या टी-शर्टवर पुढच्या बाजूला छापलेलं होतं.

मी जणू काही माझ्या भूतकाळाला आणि वर्तमानकाळाला सामोरी गेले होते.

''मी अल्लाला शरण जातो.'' तो म्हणाला.

मी माझ्या आईची काळी शाल डोक्याभोवती घट्ट धरली आणि काहीच बोलले नाही.

''तू चोरून ऐकण्यासाठी तर इथं येत नाहीस ना? तू हेरबिर तर नाहीस ना?''

मी जर लेव्हांटच्या (Levant) जुन्या प्रदेशात असते, तर उभी राहून आणि त्याचा उजवा हात धरून त्याचं चुंबन घेतलं असतं, त्याला 'जिद्दू' म्हटलं असतं आणि माझी ओळख करून दिली असती. ''स्वागत असो! स्वागत असो! मी सल्मा इब्राहिम एल-मुसा.'' पण आता मी नव्या प्रदेशात होते. नोंद झालेली एक निर्वासित स्त्री होते; म्हणून मग काही समजलं नाही असं नाटक करत मी त्या लाकडी बाकावर

बसून राहिले.

तो म्हातारा जरा घुटमळला. ''तू इथं घोटाळत उभी राहत जाऊ नको. शू, शू'' करत त्यानं मला घालवण्याचा प्रयत्न केला. त्याचे ते सुरकुत्या पडलेले म्हातारे हात, त्याच्यावरच्या त्या हिरव्या बाहेर आलेल्या नसा, त्याचं कपाळ आणि त्याच्या टोकदार दाढीची चुंबनं घ्यावी अशी मला इच्छा झाली, पण त्या ऐवजी मी उठले आणि त्या संध्याकाळच्या धुक्यातून स्वत:ला लोटत, पाळंमुळं नसलेल्या, वाऱ्यावर वाहत आलेल्या वाळवंटातल्या बियाण्यासारखी नाहीशी झाले.

वेली आणि अंजिरांची झाडे

अंधारात किंवा अगदी सकाळी तुमच्या योनिपुष्पाच्या पाकळ्या अगदी घट्ट बंद ठेवाव्या आणि पायही न पसरता जवळ घ्यावे! पण एखादं अविचारी फूल सूर्य पाहताच उमलतं. अगदी तशीच मी हमदानशी शारीरिक एकरूपता साधली. "सल्मा, तू आता स्त्री झालीस... तू माझी आहेस, माझी गुलाम आहेस."

"हो, हो, हो." मी म्हणायचे. त्या वेळी तिथे संततिनियमनाची साधनं नव्हती, टिश्युज नव्हते, निरोध नव्हते की शुक्रजंतुनाशक औषधं नव्हती. होता काय तो नांगरलेल्या सुपीक जमिनीचा वास. मी माझी सलवार जवळच्या ओढ्यात धुतली आणि गोंधळून भारल्यागत घरी चालत आले. मग त्यानंतर बहुतेक रात्री मी त्याची वाट पाहत त्या अंजिराच्या झाडाखाली पडून असायचे.

"माझी बाजारबसवी अजून इथंच आहे." असं म्हणत तो पटकन माझ्याशी समागम साधायचा.

"अजून." मी कुजबुजायचे.

जेव्हा हमदानच्या चकरा थांबल्या आणि मी घोडे, बकऱ्या आणि झाडांची चुंबनं घेणं थांबवलं, तेव्हा माझ्या आणि हमदानच्या आईला संशय येऊ लागला. "ए रांडे, तू काय केलयंस?" माझ्या आईनं माझे केस धरून मला बुचडलंच.

"आई, नाही."

"तू आमच्या तोंडाला डांबर फासलंस. तुझ्या दोन डोळ्यांच्या मध्ये नेम धरून तुझा भाऊ तुला गोळी घालेल."

"आई!"

माझ्या त्या फुलाच्या पाकळ्या एकएक करत तोडल्या गेल्या. तिनं माझे केस उपटले, ती चावली आणि तिनं मला काळीनिळी पडेपर्यंत पट्ट्यानं ठोकली. शेवटी मी बेशुद्ध झाले.

त्या विजेच्या खांबांखालून मी एकटीच चालले होते. त्या खांबांच्या सावल्या लांबलांब होत होत्या. मी माझी सामानाची पिशवी घट्ट धरली होती. नाही, इंग्लंडमध्ये विदेशी म्हणून राहणं तसं सोपं नव्हतं त्या इमिग्रेशन अधिकाऱ्यानं माझं वर्णन असंच 'एलियन' म्हणजे विदेशी असंच केलं होतं. मी एकदा सार्वजनिक मुतारीच्या भिंतीवर लिहिलं, 'एक काळी, विदेशी एक्स्टरच्या आकाशातून गेली.' रोज सकाळी मला माझ्या परकीयत्वाची आठवण करून दिली जायची. प्रत्येक सकाळी अजूनही आम्ही धुक्यात गुरफटलेले असताना जॅक नामक पोस्टमन माझ्याकडे पाहून हात हलवून म्हणायचा, ''हॅलो मुली.'' मग मी वैतागायचे. पुढच्या घरात राहणाऱ्या ब्रेव्हसारखं मला 'शायनी' व्हायचं होतं. जॅकला अनेक वेळा मी त्याला सुधरवण्याचा प्रयत्न केला. ''सल्मा, जॅक, सल्मा म्हण.'' पण ते तो दुसऱ्या दिवशी विसरायचा आणि पुन्हा मला ''मुली'' म्हणायचा. जॅकला माझं नाव आठवावं असं काही घडलं नाही. मला कधी माझे सल्मा इब्राहिम एल-मुसा हे अरबी नाव लिहून कधीही पत्र आलं नव्हतं.

'सल्मा नाजूक मऊसर हात-पाय असलेली. सल्मा चमेलीच्या पांढऱ्या फुलासारखी सुगंधित आणि काचेच्या बरणीतील मधासारखी शुद्ध.'

कधीकधी वाटायचं, की जॅक पोस्टमनने मला व्हाइट हेअर मध्ये येणारे ते स्कीनहेड करतात तशी शिवीगाळ करावी– 'हे विदेशी! हे विचित्र पोरी! तू जंगलात परत का जात नाहीस? जा आणि एखाद्या नारळाच्या झाडावर चढ. जा चुते, घरी जा.'

मी इथं राहायला योग्य नव्हते. मी जिवंत राहायलाही लायक नव्हते. मी तिला फसवलं होतं.

मी साऊथ स्ट्रीटवर चालत होते. इथं इस्टेट एजंट होते. त्यांना तुमच्याकडून पैसे उकळण्यासाठी वाट पाहायलाही वेळ नसायचा. मी घराचा व्यवहार करण्यासाठी अजून किती दूर होते? दोन हजार मैल? तीस वर्षं? की आयुष्यभर? ब्रान्सकुंबमध्ये जिथे महोनेय नावाचे आयरिश क्वेकर पंथाचे पाद्री राहत होते, तिथे राहायला घर मिळावं म्हणून मी काय केलं नसतं! एखादं घर, ज्यात गरम हवा खेळवली जात आहे, ज्यात गॅस आहे असं छोटं घर. त्याला तीन बेडरूम्स आहेत, बाग आहे, छोटं तळं आहे, त्या घरात मायक्रोओव्हन आहे. इतकंच नव्हे, तर तिथे थोडी मेंढरं आणि बकऱ्या आणि दुधासाठी एखादी गायही असावी. तिथे चाऱ्याला तोटा नव्हता. त्यामुळे कुरणात मेंढरं चरायला नेणं सोपं होतं. मी माझा वेळ शेती करण्यात, मेंढरं वाढवण्यात आणि बासरी वाजवण्यात घालवला असता. एखादा चांगला सभ्य इंग्लिश डॉक्टर माझी सर्व दुखणी बरी करू शकला असता. अशी मी धडधाकट सुखी स्त्री

आपल्या मुलाबाळांसह तिथे राहिली असती. मी मेले असं समजून माझा भाऊ माझा शोध घ्यायचा थांबवेल. माझा नवरा आमच्यासाठी परकीय देशात काम करत असेल. आम्ही म्हणजे मी, मध्यमवयीन आई आणि तिची सुंदर मुलं एकमेकांना गोष्टी सांगून हसू.

सूर्याचा उजेड ब्रान्सकुंबमधल्या महोनेय पाद्रींच्या घरावर पडलेला होता. जुन्या पुस्तकांनी शेल्फ भरलेलं होतं. एक मोडका, जुना सोफा तिथे होता. कोपऱ्यात रेडिओ होता आणि चामड्याचं कव्हर असलेल्या बायबलवर त्यांचा वाचायचा चष्मा ठेवलेला होता. मिस ॲशरनं त्यांना माझी काळजी घ्यायला सांगितलं होतं, कारण ती पुन्हा आमच्याच प्रदेशात काही निष्पाप मुलींची सुटका करायला जाणार होती.

"सल्माचं काही महिन्यांसाठी इथे स्वागतच आहे." ते सावकाश बोलले, म्हणून त्यांचं बोलणं मला समजलं होतं. "मी स्वत: पुन्हा पुढल्या वर्षी मध्य पूर्वेत जाईन." ते म्हणाले.

नाश्ता झाल्यावर माझी सर्व साफसफाई आटपली, की पाद्री महोनेय मला जेवणाच्या खोलीत बसायला सांगत आणि मग माझं 'अनौपचारिक शिक्षण' सुरू व्हायचं. दोन तास इंग्लिश, गणित आणि सायन्स शिकवलं जायचं. मग ते स्वयंपाक करायचे आणि मी साफसफाई करायचे. ते दुपारी दूरवर फिरायला जायचे आणि त्यांच्या स्वर्गवासी आईनं जमवून काचेच्या कपाटात ठेवलेल्या वस्तू पाहण्यात त्यांची लायब्ररी आणि तिथे फळीवर मांडलेले फोटो पाहण्यात जायचा. मी महोनेय पाद्रींचा तरुणपणचा कुठे फोटो आहे का ते पाहिलं. मी त्यांच्या आईनं जमवलेल्या सोनेरी काडी असलेल्या आणि हाताने रंगवलेल्या चिनी मातीच्या सेटवरची धूळ पुसली. त्या वेळी मी डिनर सेट, डेझर्ट सेट, सूप प्लेट, डेझर्ट बाऊल, केक प्लेट, क्रीम आणि शुगर सेट, टी पॉट, टी कप, कॉफी कप, सॉसर अशी त्यांनी शिकवलेली नावं घेत होते.

"तिला तो हॅविलँड सेट फार आवडायचा" ते डायनिंग रूमच्या दरवाज्यातून आत येतायेताच म्हणाले.

ते एवढ्या लवकर परत येतील अशी माझी अपेक्षा नव्हती. त्यामुळे मी पटकन खाली बसले आणि अचानक मी कुठे आहे, काय आहे हे मला आठवेचना. "आईला तिची पैसे लावलेली टोपी फार आवडते" मी म्हणाले.

"अस्सं?" ते म्हणाले. त्यांनी आपल्या अंगावरचा रेनकोट काढला आणि शर्ट पँटमध्ये खोचला.

मी त्यांच्या हडकुळ्या, गोऱ्या हातांकडे, त्यांच्या रुंद पाठीकडे, त्यांच्या बाक असलेल्या पायांकडे पाहून म्हणाले, "मी प्रेमाला लायक नाही."

"अर्थात, तू आहेस." असं म्हणून ते माझ्यासमोर तोंड करून बसले.

''मी खूप लाजिरवाणी कृत्यं केली आहेत'' मी म्हणाले.

''आपल्यापैकी प्रत्येकाने, प्रत्येक जणाने पश्चाताप होईल अशी कृत्यं केली आहेत.'' ते म्हणाले.

''हा माणूस असण्याचा एक भाग आहे.''

''मी तिला मागे सोडून आले. मी मरावं हेच योग्य. जगू नये मी.'' असं म्हणत मी रडू लागले. ''मी वयानं वाढलेय; घर नाही, पैसे नाहीत, काम नाही.''

आपले थकलेले निळे डोळे चोळत ते म्हणाले, ''सर्व काही तसंच राहत नाही मुली. मानसन्मान, प्रेम, दुःख आजार तसंच राहात नाहीत. ते सर्व येतं आणि जातंही. तू पुन्हा मानसन्मान मिळवू शकशील. तुझ्या कुटुंबीयांबद्दल म्हणशील, तर एखाद्या दिवशी तू परत जायचं ठरवशील, परिस्थिती कदाचित बदलेल.''

''परिस्थिती बदलेल? मी परत जाऊ शकेन?'' माझ्या डोक्यावरच्या पांढऱ्या पडद्याआडून झुकलेल्या केसांच्या बटा मागे सारीत मी विचारलं.

''हो, एक दिवस तू जाशील.'' ते उत्तरले.

''परिस्थिती कदाचित बदलेल.'' असं म्हणताच मी थरथर कापू लागले. ते क्षणभर गांगरले. त्यांनी आपल्या करड्या केसांतून बोटं फिरवली आणि मग माझ्या थरथरणाऱ्या देहाला घेऊन आणि लहान मुलाला डोलवावं तसं डोलवलं. त्या वेळी ते पुन्हापुन्हा म्हणत होते, ''श्श, याकफी: पुरे, श्श.'' माझं रडं असं थांबेपर्यंत ते मला डोलवत होते.

रस्ता ओलांडून मी बाजूच्या गल्लीतून चालू लागले. त्यामागे माझा हेतू एवढाच होता, की माझ्या साहेबाला, मॅक्सला मी दिसू नये. तो कदाचित ह्या शनिवारीही काम करत असेल. ''तू इथं बडबड आणि चिवचिवाट करत नसतेस, तेव्हा मी जास्त काम करू शकतो.'' तो नेहमी रस्त्यावरून जाणाऱ्या येणाऱ्या व्यक्तींकडे कुत्सित नजरेनं पाहत असायचा. ''बघ, बघ, तिचे केस बघ. तिच्या स्वयंपाकघरात एखादा छोटासा स्फोट झाला असावा.'' तो असं बोलायचा आणि हसायचा. ते हसू इतकं भेडसावणारं असायचं, की जणू तुमचे डोळे आपोआप खाली जाऊन त्या कडेवर दोनदा शिवणाचं मशिन फिरवलं जायचं. ''तू तुझं नाव काय आहे म्हणालीस, सल्मा? अरे देवा! अरे देवा!'' परवीननं सांगितलं होतं, की मॅक्स हा ब्रिटिश नॅशनल पार्टीचा सदस्य होता. त्या पार्टीला ज्यू, अरब आणि मुसलमान यांना ठार करायचे होते. जेव्हाजेव्हा तो त्याच्या भेदक नजरेनं पाहायचा, तेव्हा भीतीची एक लहर माझ्या शरीरातून जायची. त्याला त्याच्या एका गिऱ्हाइकाशी बोलताना मी ऐकलं होतं, ''सॅलीची मन:स्थिती आज ठीक नाही. अरबांना दुःख कुरवाळायला आवडतं.''

कुणीतरी मला कोपऱ्यावरचा पब चांगला असल्याचं सांगितलं होतं. तिथे गायला येणारे फार चांगले होते. मला व्हाइट हेअर पसंत होते. तिथे एका स्कीन-हेडकडून मला मार मिळण्याची शक्यता होती. त्याला माझ्याबरोबर नाचायचं होतं आणि मी नाही म्हणू शकत नव्हते. तो त्याच्या त्या चामड्याच्या बंडीत आणि पँटमध्ये लुकडा आणि उंच वाटत होता. त्याच्या डोक्यावरचे ते थोडे अणकुचीदार केस एखाद्या कोंबड्याच्या तुऱ्यासारखे लाल रंगात रंगविलेले होते. ''त्याला स्पर्श करा! तो हलवा! तो तोडा!'' ती तरुणाई त्या बँडबरोबर बडबडत होती आणि मग त्या तरुणाईनं उजवा हात वर करून सलाम ठोकला. जेव्हा त्यानं माझा हात धरला, तेव्हा त्याच्या श्वासाला स्वस्त बीअरचा वास येत होता. त्याची थंडगार धातूची बटणं माझ्या शरीराला जाणवण्याइतकं त्यानं मला जवळ ओढलं. मग त्यानं मला आपल्यापासून दूर सारलं आणि मी बरीच दूर गेल्यावर त्यानं मला गोल फिरवलं. मी लिझच्या कापडी बाहुल्यांसारखी त्याला जे हवं ते करत होते. ती गाणी आता जास्त उन्मादक झाली होती आणि बीअरचा आणि शिळकट श्वासोच्छ्वासांचा वास हवेत भरून राहिला होता. त्यानं मला सोडताच, मी अजूनही जिवंत असल्याचं दु:ख मला झालं. मला वेडावून, मारून, ठार करणंच योग्य होतं. मी तिचा त्याग केला होता आणि त्यांना तिला नेऊन दिलं होतं.

मी हातातली सामानाची पिशवी घट्ट पकडली आणि चालत राहिले. कॉलेज-मधून मुलं घोळक्यानं बाहेर पडत होती. विद्यार्थी असणं हे इथे कसं असेल? इथे इंग्लडमध्ये ते त्यांना काय शिकवतात? माझी कातडी, माझा भूतकाळ, माझं नाव बदलणं शक्य होतं का? तसं झालं तर मी त्यांच्या मागे बसून ते हुशार प्राध्यापक काय शिकवतात ते ऐकेन. मग सुटीत मी साखर घातलेलं सँडविच खाईन आणि कडवट काळा चहा पिईन. मी माझ्या सँडविचमध्ये थुंकी टाकीन, जेणेकरून माझे सहाध्यायी माझ्या हातातून ओढून घेणार नाहीत आणि माझं जेवण खाणार नाहीत. मग मी पंधरा वर्षांची झाल्यावर तुरुंगात जाण्याऐवजी मी आर्ट सेंटरला एखाद्या लाजाळू, चांगल्या मुलाचा हात धरून फ्रेंच फिल्म पाहायला जाईन. माझ्या डोळ्यांसमोर पातळ असा काळा स्कर्ट, 'डेथ' असं लाल अक्षरांत लिहिलेला काळा टी-शर्ट घातलेली, शोभेलसा मेकअप केलेली आणि पायात डॉ. मार्टिन्स शूज घातलेली अशी मी उभी राहिले. मी माझे केस जांभळेही रंगवू शकले असते.

आमच्या हिमा खेड्यात जेव्हा मी पहिल्यांदा शाळेत गेले, तेव्हा फार थंडी होती. कापणीचा हंगाम संपला होता आणि आकाशात पावसाच्या ढगांची दाटी होती. कोळशाच्या शेगडीत जळणारा लाकडांचा आणि गव्हाच्या काड्यांचा वास येत होता.

माझ्या आईनं माझे केस विंचरून त्यांच्या दोन वेण्या घातल्या. मग मी माझ्या डोक्यावरून काळा, भरतकाम केलेला पेहराव ओढला. तो माझ्या आईचा होता. मी खमंग तूप, लोणी आणि साखर लावलेलं सँडविच माझ्या कापडी बॅगेत ठेवलं. त्या बॅगेत माझ्या वह्या आणि पेन्सिली होत्या आणि मी घाईनं शाळेत गेले. अनवाणी पायांनी मी ऑलिव्हच्या राईतून, त्या शुष्क डोंगरावरून चढत-उतरत चालत राहिले. मातीच्या त्या दोन खोल्या सरतेशेवटी दिसल्या. त्या खोल्या गावातल्या स्त्री-पुरुषांनी मिळून बांधलेल्या होत्या. त्यांच्या भिंती सरळ नव्हत्या. खिडक्या त्रिकोणी किंवा आयताकृती नव्हत्या. दरवाज्यांना हातानंच आकार दिलेला होता. मिस निलाह – 'घट्ट बंद ओठांची स्त्री' आमची दरवाज्याशी वाट पाहत उभी होती. 'याला! पाय उचल. तुला उशीर झालाय.' ती म्हणायची.

माझी वही आणि पेन्सिल धरून मी आत शिरले. त्या मोठ्या खुर्चीवर बसून त्या फळ्यावर काय लिहिलंय त्यावर एकाग्र होण्याचा मी प्रयत्न केला. मिस निलाह म्हणाली, "एच, हेड साठी; एस कशासाठी?"

"सल्मा." मी हळूच म्हणाले.

"काय?" हातातील काठी हलवत तिनं विचारलं.

मी घसा साफ केला आणि म्हणाले, "सल्मा मिस."

तिच्या खणखणीत आवाजात ती म्हणाली, "छान! तुला तुझं नाव कसं लिहायचं ते माहीत आहे काय?"

"नाही म्द्विास."

"फळ्याशी ये."

मी फळ्याशी थरथरत उभी राहिले. मला लघवीला लागली होती आणि माझी सलवारही खाली घसरण्याच्या बेतात होती.

तिनं खडू हातात घेतला आणि लिहिलं – 'S-A-L-M-A' मी खडु हातात धरला. दहा मुलांचे डोळे माझ्यावर लागलेले आहेत हे मला समजत होतं आणि मग मी 'S A L M A' ही अक्षरं लिहू लागले.

"तुझं वय काय?"

"मी सहा वर्षांची आहे."

मिस निलाह म्हणाली, "छान लिहिलंयस."

मी जे काय लिहिलं ते वडिलांना दाखवण्यासाठी मी घरी पळत गेले. 'Salma', 'head', 'donkey' आणि 'man' ते पाहून ते एवढे खुश झाले, की त्यांनी माझ्या आईला माझ्यासाठी जास्त साखर घालून चहा करायला सांगितला, "ह्या हुशार मुलीसाठी" ते म्हणाले.

कुठेही गेलं की मला दूरवर चर्चेस, जुनी, मोडकळीला आलेली देवाची अंधशार घरं दिसायची. जेव्हाजेव्हा मी मोठ्या चर्चमध्ये किंवा साध्या चर्चमध्ये शिरायचे, मला थंडी वाजायची, जणू काही हवा थंड करण्याची त्यांची स्वत:ची लपवून ठेवलेली पद्धती होती. जुन्या दगडांना त्यामुळे येणारा बुरशीचा वास पसरलेला असायचा. ही चर्चेस काहीशी अंधारी, स्तब्ध आणि एकाकी ठिकाणी होती. जर तुम्ही अशा एखाद्या ठिकाणी लोकांना चर्चमध्ये जाण्याचा आग्रह केला नाहीत, तर ते का जातील? एखादा कडक इमाम किंवा पाद्री हातातली काठी हलवत, देवाला आवाहन करत, तुम्ही त्या देवाची पूजा केली नाहीत, तर त्या प्रमाणात शिंप्यासारखं तोलून-मापून घातलेलं दु:ख तुमच्या वाटणीला येईल, असं सांगत असत.

त्या मोठ्या चर्चमध्ये पाद्रीशिवाय कुणीच नव्हतं. पांढऱ्या कॉलरचे काळे झगे घातलेले ते पाद्री घाईनं इकडे तिकडे फिरत होते. व्यवस्थित विंचरलेल्या करड्या केसांच्या म्हाताऱ्या स्त्रिया तिथे होत्या आणि दोन अर्धवट वेडे पुरुष देणगीच्या काचेच्या पेटीजवळ उभे होते. लांब लाकडी बाकावर, पसरलेल्या प्रार्थनेच्या उशांवर काही दारुडे आणि बेघर माणसे झोपलेली तुम्हाला आढळतील. ह्या देशात धर्म हा त्यांच्या चहासारखाच पातळ होता. आता ते नावालाच फक्त त्या धर्माचे उरले होते एवढंच, ‘‘हे तुझं पहिलं, म्हणजे ख्रिश्चन नाव आहे काय?’’ त्या इमिग्रेशन अधिकाऱ्याने मला हेच विचारलं होतं आणि त्याला काय उत्तर द्यावं ते मला समजलं नव्हतं.

‘‘मुस्लीम नाही ख्रिश्चन.’’

‘‘नाव? नेम? इस्माक?’’

‘‘इस्मी? इस्मी? सॅली ॲशर’’

‘‘ख्राईस्ट!’’ तो म्हणाला.

जिथे इमाम उभं राहून प्रार्थनेसाठी बोलवायचा, त्या शुष्क टेकडीच्या टोकाला हिमामधल्या मशिदीचा तो निळा घुमट आणि मनोरे दिसायचे. देवाच्या प्रार्थनेसाठी आणि आज्ञेसाठी पाचवेळा बोलावणं यायचं, ‘अल्ला हो अकबर! अल्ला फार मोठा आहे. उठून उभं राहा आणि त्याची प्रार्थना करा.’ म्हातारी पुरुष मंडळी सूर्योदयाला उठायची. त्यांची अंघोळ वगैरे आटपायची आणि मग नाखुश व अर्धवट झोपेत असलेल्या तरुण मंडळींना बरोबर घेऊन मशिदीत जायची. इमाम त्या उंच व्यासपीठावर उभा राहून त्यांना आत जायला सांगून अल्लाकडे क्षमायाचना करायला सांगायचा.

‘‘आपण आपली ऑलिव्हची फळं इमामकडून फतवा आल्याशिवाय विकू शकणार नाही.’’ माझे वडील नेहमी सांगायचे. मी माझ्या दहा वर्षांच्या कोवळ्या

नजरेनं त्यांच्याकडे पाहिलं, तेव्हा माझ्या लक्षात आलं, की ते इमामपुढे दुर्बल आहेत. त्यांचं काळंसावळं, उंच, बारीक शरीर त्यांनी अनेक वर्षं घोडदौड केल्याची आणि शेतं नांगरण्याची आणि कापणी केल्याची साक्ष देत होतं. आकाशाकडे पावसाचे ढग कधी येतील म्हणून त्यांची अनेक वर्षं वाट पहाणारे त्यांचे गरगरणारे डोळे ढग पाऊस कधी आणतील आणि कधी त्यांची पिकं वाचवतील ह्याची वाट बघत राहायचे. मग असा हा उंच मजबूत माणूस इमामपेक्षा का दुर्बळ होता? मग साठवणीच्या खोलीत ठेवलेली, खोक्यामधली, कुजण्याच्या अवस्थेत असलेली ऑलिव्हची फळं विकण्याआधी त्याला त्या इमामला का विचारावं लागायचं?

इक्स नदीच्या पाण्यात इंद्रधनुष्याचं प्रतिबिंब तरंगत होतं; पावसाची ग्वाही देत होतं. माझ्या वडिलांना, हाज इब्राहिमना ते बघून स्फुरण आलं असतं. ते इंद्रधनुष्याचे पट्टे साठवणीच्या खोलीत गव्हाची पोती असण्याची ग्वाही द्यायचे. हे धान्य विकण्यासाठी शहरात जायचं आणि मग मेंढरांच्या लोकरीच्या नव्या अंगरख्याचीही शक्यता असायची. हिमातील काही लोकांना हे इंद्रधनुष्य बघून भरपूर पैसा मिळून दुसरी बायको करण्याचीही आशा वाटायची. "मी तुझी स्तुती करतो आणि तुझे आभार मानतो अल्ला." ते सर्व म्हणाले असते. रेल्वेच्या केरकचऱ्याच्या ढिगाभोवती ते इंद्रधनुष्य जसं होतं तसं दिसलं. पाण्यावरचं एक फसवं प्रतिबिंब. मी माझ्या कपाळावर आलेला घाम पुसला आणि रबरबँड घेऊन माझे मोकळे केस घट्ट बांधले. आपण धर्मशील नन असल्याचा बहाणा करून कॉन्व्हेंटमध्ये लपलेल्या दोन सराईत गुंडांची व्हिडीओ फिल्म मी पहावी, कारण मी सुद्धा अशीच एक पापिणी होते आणि मुसलमान असल्याचा बहाणा करत होते, पण खरं तर मी एक नास्तिक होते आणि माझ्यासारखीला मशिदीत जायला कधीही मिळालं नसतं. मग मला आठवलं, की लिझनं मला बैठकीच्या खोलीत व्हिडीओ लावायला मनाई केली होती, कारण तिच्या मते, मी तिच्या घड्याळातल्या गजरामध्ये फेरबदल करायचे आणि दुसरं कारण म्हणजे माझे काळे केस सर्वत्र पडायचे.

माझी घरमालकीण स्वस्त दारू चाखत मी घरी येण्याची वाट पाहत असायची. अशा वेळी ती मला कशा ना कशावरून तरी उपदेश करायची. दाराबाहेरच्या फरशीवर सामानाची पिशवी ठेवून मी दरवाजा उघडला. वाऱ्यावर त्या स्वस्त दारूचा वास माझ्या नाकात भरला. ती पुन्हा ढोसत बसली होती. "हॅलो" मी म्हणाले.

"अरे, सल्मा तू आलीस?"

"दुसरं कोण असणार लिझ?"

आणि मग पुढचा प्रश्न काय असेल हे मी ओळखलं. पुढचा प्रश्न हवेसंबंधी असणार होता. "आज दिवस तसा कोरडाच होता का?"

"जरा पाऊस पडला पण आता कोरडं आहे." मी तिच्या करड्या सरळ केसांकडे, तिच्या धुंद डोळ्यांकडे आणि तिच्या गालावर आणि नाकावर असलेल्या लाल नसांकडे पाहिलं. ती सोफ्यावर धुंद अवस्थेत रेलून बसलेली होती. तिला जरा उत्साही करण्यासाठी मी म्हणाले, "एका भल्यामोठ्या इंद्रधनुष्याची कमान शेतावरून, टेकड्यांवरून पसरली आहे आणि नदीत तिचं प्रतिबिंब पडलंय."

त्या घाणेरड्या पेल्यातून दारूचा एक घोट पुन्हा घेऊन ती चाचरत म्हणाली, "मी जाऊन ते पाहू का?"

"हो जरूर. तुला कुंपनी हवी का?"

"कंपनी"; मी कुंपनी म्हटलं होतं, त्याचा अगदी स्पष्ट, दुरुस्त इंग्लिश उच्चार करत ती म्हणाली. मग मी पुन्हा तिच्या पाठोपाठ "कंपनी" म्हटलं. त्या वेळी मला माझ्या जबड्याचे स्नायू घट्ट आवळावे लागले होते.

"आई." मी किंचाळले. तोंडात धरलेलं आंबट लिंबू मी थुंकलं. ती सुईण लोखंडाच्या अणकुचीदार सळ्या माझ्या आतल्या भागात टोचत होती. आत वाढलेल्या त्या मांसाचा गोळा खरवडून काढण्याचा तिचा प्रयत्न चालला होता. माझ्या अश्रूंच्या धारांनीही ती होणारी आग विझत नव्हती.

"कृपया." मी ओरडले.

"कृपया." ती ओरडली.

"मी– मी—" आणि ते वाक्य पुरं होण्याआधीच आईचा मोठामोठा होत जाणारा चेहरा लुप्त झाला. मी बेशुद्ध पडले होते.

मी शुद्धीवर आले, तेव्हा माझी आई म्हणाली, "काही उपयोग नाही. ते खऱ्या हरामीसारखं तुझ्या गर्भाशयाला चिकटून बसलंय."

माझी वस्त्रं रक्तानं भरली होती. केस खराब होऊन डोक्याला चिकटले होते आणि माझं तोंड अश्रूंमुळे जळजळत होतं. माझ्या दोन्ही हातांनी मी माझं डोकं बडवत रडत होते, "आता मी काय करू?"

"जर का तुझ्या बापाला आणि भावाला कळलं, तर ते तुझा प्राण घेतील."

मी माझ्या डोक्यावरचा पांढरा पडदा डोक्याभोवती गुंडाळला; उभी राहिले आणि त्या खडबडीत टेकडीवर धावत सुटले आणि मग त्या खडबडीत टेकडीवरून खाली शाळेकडे गेले. मिस निलाह ह्या शाळेच्या खोल्यांपैकी एका खोलीत झोपायची. मी त्या लोखंडी दरवाज्यावर ठोठावत हाका मारल्या, "मिस निलाह! मिस निलाह!"

"अरे अल्ला आता कोण आलंय?"

"ते मला ठार मारतील, डोळ्यांच्या मध्ये गोळी घालतील"

"कोण? काय? का?" दरवाज्याची कडी काढताना तिनं विचारलं.

मग मी आत घुसून खोलीच्या मध्यभागी उभी राहिले. माझ्या उजव्या हाताने छाती बडवत मी ओरडले, ''मी अल्लाच्या आणि तुमच्या संरक्षणाखाली आता मला ठेवते, मिस निलाह.''

''काय झालं?''

''मी गरोदर आहे.''

ती पांढरीफट्ट पडली. ''तू बिचारी दुर्दैवी पोर.'' तिनं आपले लांब केस सरळ केले. डोक्यावर पडदा घातला. त्याचं टोक हनुवटीखाली बांधलं आणि आवंढा गिळून ती आपल्या बिछान्याच्या कडेला टेकली.

मी अजूनही खोलीच्या मध्यभागी होते. आता मात्र मी थरथरत होते.

ती मग सरतेशेवटी एवढंच म्हणाली, ''पहिली गोष्ट म्हणजे ही गोष्ट गुप्त ठेव. कुणाला सांगू नको.''

''तुला कंपनी हवीये का लिझ?''

''नको, मी आधी हे संपवते.'' तिने आपला डाग पडलेला दारूचा ग्लास उंचावला.

मी हळूच धुण्याचं द्रव असलेली बाटली वाकडी केली. मी ती बाटली कपाटात धान्याच्या खोक्यामागे दडवून ठेवली होती. हिरव्या द्रवाचा एक थेंब स्पाँजवर पडला. माझा पेला धुताना मला काळजी घेणं भाग होते. जर का लिझला त्या द्रवाचा लिंबाचा वास आला असता, तर नक्कीच कुरबूर झाली असती. अशा वेळी माझी जीभ टाळूला चिकटून मी गप्प राहायचं आणि लिझ तिचं रेडिओ ४ चं इंग्लिश माझ्या डोक्यावर फडाफडा सोडत असे. ''त्या सुऱ्या काटे आणि काचसामान जुनं झालंय ते तू केमिकल्सनं धुवू नको. तुम्हा लोकांचं हे काय आहे? तुम्ही सदैव धुवत आणि सफाई करत असता म्हणूनच तुझ्या सर्व अंगावर व्रण आहेत ते.'' पूर्वी ती भारतात राहत होती. भारतात तिच्याकडे असलेल्या नोकरांशी बोलावं त्या थाटात ती माझ्याशी बोलायची. मी तिची भाडेकरू आहे आणि मी तिला आठवड्याला चाळीस पौंड आणि बिलाचे पैसे देते हे ती विसरून जायची.

किटलीमध्ये पाणी उकळत होतं म्हणून मी ती बंद केली. मग पेल्यात गरम पाणी ओतून एक टी-बॅग आत टाकली. मग ती बॅग हलवली. काळपट रंगाच्या रेषा ताबडतोब पाण्यात उमटल्या. मी जे काही करत होते, तो चहा होता ह्याची मला खात्री नव्हती, कारण चहाची पत्ती मला कुठंच दिसत नव्हती आणि ते पाणीही ताबडतोब काळपट तपकिरी झालं होतं.

हिमा गावात असताना प्रत्येक दुपारी मी धातूच्या भांड्यात चहाची पत्ती आधी टाकून मग त्या भांड्यात पाणी घालायचे. त्यात चहा, कापूरकचरी, वेलची आणि सात

चमचे साखर टाकायचे आणि ते भांडं मी उघड्या चुलाण्यावर ठेवायचे. हा चुलाणा अंजिराच्या झाडाखाली होता. उकळवत असताना, मी ते भांडं वर उचलायचे आणि मग पुन्हा एक वेळ उकळण्यासाठी ठेवायचे; तोपर्यंत चहाचा आणि वेलचीचा वास माझ्या आईच्या नाकापर्यंत पोहोचायचा.

मी ती टी-बॅग बाहेर काढून कचऱ्याच्या डब्यात टाकली आणि दुधाचा खोका उघडू लागले. मी त्या खोक्यावरच्या पट्ट्या खेचल्या, ढकलल्या; पण तरीही तो खोका उघडेना. मी साधा, फालतू खोका उघडू शकत नव्हते! मला माझ्या परकीयपणाचा रागच आला. मग मी तो खोका सुरीनं भोसकला. त्यामुळे त्यातील दूध ओट्यावर सांडलं. हिमा गावात कधी दुधाची गरज पडली, की भांडं घ्यायचं आणि गाईखाली ठेवायचं. मग तिचं आचळ जोपर्यंत तुमच्या हातावर ताजे, कोमट दूध उडवत नाही तोपर्यंत ओढायचे. मी ओट्यावर सांडलेलं दूध हरकामी येणाऱ्या फडक्याला पुसलं. लिझ हा कपडा बाहेरचे सर्व भाग, अगदी जमीन पुसायलाही वापरायची. तो कपडा घाणेरडा होता, म्हणून मी माझे हात साबण आणि पाण्यानं धुतले. थंड झालेल्या चहाचा घुटका घेतला आणि जिना चढून माझ्या खोलीकडे गेले.

मला माझा पेला त्या दोन पुरातन पेट्यांवर ठेवायची परवानगी नव्हती. त्या दोन्ही पेट्या कोपऱ्यांत धनगराच्या कुत्र्यासारख्या बसलेल्या होत्या. मग मी तो पेला माझ्या पलंगाच्या बाजूला असलेल्या टेबलावर ठेवला. तो पलंग मी बसायचे किंवा झोपायचे तेव्हा कुरकुरायचा. जुन्यापुराण्या वस्तूंच्या दुकानातून वीस पौंडाला खरेदी केलेला टी. व्ही मी लावला. तो मी लिझनं दिलेल्या एका पुरातन टेबलावर ठेवलेला होता. माझ्या खिडकीला लावलेल्या त्या मोजमापाच्या पडद्याच्या फटीतून मी बाहेर पाहत असताना मला रेल्वेलाईन आणि मावळत्या सूर्याची आभा दिसली. त्या खोलीतले पिवळे निळे पडदे ही एकमेव वस्तू उज्ज्वल भविष्याची द्योतक होती. स्वत:चे घर आणि ते घर नव्या मोजमाप घेतलेल्या पडद्यांनी सजवायचं ह्या भविष्याची ही चांगली नांदी होती. काही पुस्तकं आणि चकचकीत मासिकं बाजूच्या शेल्फवर पडलेली होती. मी हातातली सामानाची पिशवी पलंगावर रिकामी केली. ह्यावेळी मी खरेदीत जरा वाहवत गेले होते. मी केसांचा रंग, चेहरा साफ करायचा ब्रश, ब्रीद फ्रेशनर, शाम्पू, क्रीम, लिझनं मना केलेला बिगडम नावाचा टॉयलेट साफ करायचा द्राव आणि नेसकॅफेची बरणी अशा सर्व वस्तू खरेदी केलेल्या होत्या.

कॉफीच्या बियांच्या खडखड आवाजामुळे जाहिरातीतली ती स्त्री कृती करायला उद्युक्त होऊन नुकत्याच आलेल्या काळ्या देखण्या शेजाऱ्याकडे साखर उसनी मागायला गेली.

मी जर त्या वेलींच्या जाळीत हमदानची वाट पाहत थांबलेली नसले, तर तो कुत्र्याला धान्याच्या कोठाराकडे बोलावताना जसा कर्कश आवाज करायचा तसा आवाज करायचा. त्याची ही शीळ ऐकली, की मी त्या लोखंडी गजांतून हळूच बाहेर पडायचे, खाली उडी मारायचे, अनवाणी पायांनी भिंतीजवळून, झाडांच्या बुंध्याजवळून खडका-मागून चालायचे. तो कुत्रा सावध होईल म्हणून मला भीती वाटायची. मी त्या द्राक्षांच्या मळ्यात यायचे. मी दूरवरच्या ताऱ्यांकडे पाहत त्याच्या पावलांचा मागोवा घेत गुपचूप पडून राहायचे. एखाद्या तरसाने जमिनीवर पावलं टाकावी आणि मग पुन्हा घाईने उडी मारावी तसा त्याच्या दबक्या पावलांचा आवाज मला ओळखू यायचा. माझा घोटा पकडून तो आपलं हसू दाबायचा. त्या निळ्या आकाशाखाली आणि झाडांच्या काळ्या सावल्यांत आम्ही मिठी मारायचो.

तो माझे केस धरून, जोरात खेचून म्हणायचा, ''तू माझी नाचणघुमरी आहेस, माझी दासी.''

''जी हुजूर.'' मी म्हणायचे.

तो जोराजोराने आपला भाग आत ढकलायचा. तोंडातून आवाज बाहेर पडू नये म्हणून मी ओठ चावायचे आणि गुपचूप पडून राहायचे. मग धापा टाकत मी माझं डोकं त्याच्या छातीवर ठेवायचे. तो माझ्या केसांतून बोटं फिरवायचा आणि माझ्यासाठी प्रेमगीत म्हणायचा, ''तुझ्या प्रेमानं माझ्या आतल्या बाजूचा, माझ्या आत्म्याचा ताबा घेतलाय.''

''माझं तुझ्यावरचं प्रेम हे खेचरासारखं लाथा मारतंय आणि धडका देतंय.'' मी म्हणायचे. तो हसायचा आणि मला घट्ट मिठी मारायचा.

काही क्षणी हमदान माझ्यावर प्रेम करतोय, मला हृदयात ठेवतोय असं वाटलं. ती भावना मी पुन्हा कधीही अनुभवू शकणार नव्हते.

''जरा थोडी उजळ हो! स्वत:ला नीट कर! स्वत:ची जाहिरात कर!'' परवीन मला म्हणाली. ''तू आता तुझ्या बेदुइनी समाजात नाहीस तर भांडवलशाहीच्या समाजात आहेस.''

परवीनचं बरोबर होतं. साधे केसांचे रंगही भुऱ्या अंगकांतीच्या लोकांसाठीच होते. लहान वयातच केस करडे झालेल्या माझ्यासारख्या काळ्या स्त्रीला आपल्या मूळच्या केसांच्या रंगाला शोभणारा असा रंग शोधणं कठीण होतं.

काल एक माणूस रेडिओवर 'संस्थांमधील वर्णभेद' ह्या विषयावर बोलत होता. त्याचा रोख बहुतेक करून त्या सर्वांच्या भुऱ्या रंगाबद्दल असावा. एक धडधाकट, घारी-गोरी स्त्री टूथपेस्टची, हेअर ड्रायरची आणि दह्याची जाहिरात करत होती. लिझनं भारतातून आणलेल्या त्या अलंकृत आरशात मी जेव्हा जेव्हा पाहायचे, तेव्हा मला

त्यात मधमाशांच्या पोवळ्यातून ठिबकणाऱ्या मेणासारखा आता तरुण नसलेला माझा चेहरा दिसायचा. माझे केस काळे होते. त्या वेळी मी नीट उजेड असलेल्या लंडनच्या पहिल्या वर्गाच्या रेल्वेच्या डब्याकडे पाहत होते आणि माझे हात काळे होते आणि मी काळी कृत्यं करायला समर्थ होते, असा विचार त्याच वेळी माझ्या मनात आला. तेथील त्या निळ्या खुर्चीवर आपल्या करड्या सुटात आणि गुलाबी शर्टमध्ये असलेला माझा भावी नवरा 'फायनान्शियल टाइम्स' वाचत बसलेला असेल अशी कल्पना मी केली. एक भावनाप्रधान दयाळू श्रीमंत गोरा, भुरका, इंग्लिश माणूस जो विदेशी, काळे डोळे, काळी कातडी आणि काळी कृत्य केलेल्या माझ्यासारख्या स्त्रीला भेटायला आतुर होता, अशीही स्वत:ची समजूत घातली. काहीही न करता मी माझी सावळी कातडी त्याच्यावर घासेन आणि क्षणात जादू झाल्यागत मी गोरी होईन. कातडी गोरी करण्यासाठी लागणारं स्कीन ब्लीच बरीच वर्षं न वापरताही मी गोरी आणि सुंदर होईन आणि पूर्वीची मी क्षणात नाहीशी होईन, असं वाटू लागलं.

"तुला हे गाव ताबडतोब सोडायला हवं." माझी शिक्षिका मिस निलाह म्हणाली.

"का?" मी घाबरून विचारलं.

"जर तू हे गाव सोडलं नाहीस तर ते तुला ठार मारतील." तिनं आपल्या सुकलेल्या ओठांवरून जीभ फिरवली.

मी माझा ओला चेहरा हातांनी दाबला. "मी कुठे जाऊ? आणि माझ्या बकऱ्यांचं काय होईल?"

"तुझ्या बकऱ्यांची बात सोड. तुझा जीव कसा वाचवायचा ते आम्ही बघतोय." मिस निलाहनं रॉकेलचा कंदील विझवून, तो जमिनीवर ठेवला आणि माझं मनगट घट्ट धरलं. "तुला पोलिसांच्या ताब्यात द्यायचं, ही सर्वांत चांगली गोष्ट आहे आणि ते तुला त्यांच्या संरक्षणाखाली सदैव ठेवतील, अशी प्रार्थना करायची."

बाथरूमच्या कट्ट्यावर मी विकत आणलेल्या गोष्टी ठेवल्या. मला त्या जुन्या गिरणीच्या दिव्यांचं प्रतिबिंब पाण्यात दिसलं. ते तुटल्यासारखे वाटणारे दिवे त्या नदीच्या पात्रावर निरनिराळ्या दिशांना तरंगत होते. मी ती वाऱ्याची झुळूक ओळखली. ती तिथे बाहेर विश्रांतीसाठी, पाय ठेवण्यासाठी, सुटकेसाठी जागा शोधत होती. थकलेली आणि मुसमुसणारी ती तिथे बाहेर होती. ती मला बोलवत होती. मी माझ्या हातांनी माझे कान झाकून घेतले. माझ्या अंगातून गारठल्यागत एक चमक गेली. माझ्या स्तनांची कुरूप, काळी, दीड सें.मी. बोंडं माझ्या करंगळीच्या पहिल्या सांध्याएवढी होती. ती आता ताठ उभी राहिली.

आज रात्री मी घरात राहू नये; मी ऊब असलेल्या गुत्त्यात जायला हवं किंवा झगझगत्या

प्रकाशानं उजळलेल्या आणि वाइनच्या ग्लासमध्ये मेणबत्त्यांचं चमचमणारं प्रतिबिंब पडलेल्या रेस्टॉरंटमध्ये जायलाच हवं. तिथे माणसांच्या श्वासोच्छ्वासाचा गरम स्पर्श असेल. तिथे असणाऱ्या माणसांच्या हळू आवाजातल्या कुजबुजीमुळे आणि हास्यामुळे मला खालच्या दर्जाची वागणूक मिळण्याची शक्यता होती.

स्वान कॉटेजमध्ये मी पलंगावर पडून वरच्या छताचा गिलावा सुटून हळूच जमिनीवर पडत असताना पाहत होते. मी पाच महिने घालवलेल्या तुरुंगातल्या छोट्या खोलीसारखीच ती खोली होती. ''एकांतवास'' मी वॉर्डनच्या मागून तेच बोलले होते. माझ्या संरक्षणासाठी मला तुरुंगात ठेवलं असल्याचं पोलीस ऑफिसरनं सांगितलं होतं. आमच्या जमातीनं मला मारायचं ठरवलं होतं. मला कोणी मारायचं, त्यासाठी त्यांची भांडणं चालली होती आणि सर्व तरुण त्याची वाट बघत होते. ''आम्ही तुझा जीव वाचवायचा प्रयत्न करतोय.'' ती वॉर्डन म्हणाली. तिचं नाव नैमा होतं. मी त्या भिंतीवरचे ओरखडे मोजायचे आणि त्यात प्रत्येक दिवशी एकाची भर टाकायचे. एक गोष्ट मात्र मी गरोदर आहे म्हणून खुश होते. माझी पाळी आली असती, तर मी काय केलं असतं? मी काय सहा दिवस पत्र्याच्या बादलीवर बसून राहिले असते?

मी *तुर्क हेड* गुत्त्यात गेले. *सेशल्स* बेटाची जाहिरात करणारी ती मुलगी विदेशी दिसावी म्हणून करते ना, तसं मी एक लाल फूल माझ्या केसांत माळलं. त्या जाहिरातीतल्या मुलीचे केस मऊ, लांब आणि काळे होते. तिची कातडी सावळी होती. तिचे डोळे बारीक होते आणि तिचे उरोज मात्र मोठे होते; पण तिच्या स्तनांची बोंडं मात्र दिसत नव्हती. ती समुद्रकिनाऱ्यावर हातात नारळ घेऊन आपल्या जमातीच्या संगीतावर काड्यांचा स्कर्ट हलवत उभी असायची.

'आमचे सोनेरी पीक. या, या, या. कापा आणि डोक्यावर ठेवा.' हिमात उन्हाळ्याची गाणी लग्न ठरवण्याचा मौसम आला हे सांगायची. ह्या वेळी हिमा गावातल्या मुली आपल्या बिछान्यात वळायच्या आणि खिडकीच्या लोखंडी गजांतून सकाळच्या संधिप्रकाशाची वाट बघायच्या. नवऱ्यामुलाची आई उद्या मागणी घालायला येईल. बरोबर ती सोन्याचं नेकलेस, पाचू, माणिक, रेशमी किनखापी कापड, सुती तागाचं कापड, हेब्रानचे पेले आणि अलंकृत अशा बाटल्यांतून अत्तर घेऊन येईल. त्या मुली सरतेशेवटी त्यांच्या पुरुषांच्या संरक्षणाखाली उभ्या राहतील.

प्रिय नौरा,

मी सुखात आहे, फार सुखात आहे. मी चांगल्या घराण्यातल्या एका इंग्लिश गृहस्थाबरोबर लग्न केलं आहे. आम्हाला लवकरच मुलगी होणार आहे. आम्ही हे सोनोग्राफीवर पाहिलं. तो श्रीमंत आहे. त्याचा जुना वाडा खूप

मोठा आहे. त्यात खूप सुंदर पुस्तकं आहेत, जगामधून आणलेली रंगीत पुस्तकं आहेत. पाश्चिमात्य लोक खूप वाचतात; आपल्यासारखं नाही. ते अगदी छान आणि नम्र असतात; आपल्यासारखं नव्हे. तू कल्पना तरी करू शकशील?... बदकांना रस्ता ओलांडता यावा म्हणून पोलीस गाड्यांची रहदारी थांबवतात! आपण आपल्या प्राण्यांशी क्रूरपणे वागतो. फक्त माझ्या बकऱ्या त्याला अपवाद होत्या. मी त्यांना पार बिघडवायचे. माझी आई कशी आहे? ती आपली स्वत:ची नीट काळजी घेतेय अशी आशा करते. मला तिचे माझ्या चेहऱ्यावरून फिरणारे आणि मला आशीर्वाद देणारे खरखरीत हात आठवतात. मला अजूनही त्या ताज्या भाजलेल्या ब्रेडची मध आणि चटकदार तूप लावून केलेली सँडविचेस आठवतात. मी तिला सोडून आले, तेव्हा ती दु:खानं जवळजवळ आंधळी झाली होती, म्हणून मी तिच्यासाठी चष्मा खरेदी केलाय. तो महागातला आहे हे मला माहीत आहे, पण माझ्या भल्या नवऱ्यानं त्यासाठी पैसे दिले आणि मी बायफोकल चष्मा घ्यावा असा मला उपदेशही केला होता.

तू नसल्यामुळे चुकल्याचुकल्यासारखी वाटणारी

सल्मा

लैला माझ्यासाठी रडत होती. मी माझं हृदय घट्ट केलं आणि फ्रीझर उघडून माशाचे तुकडे बाहेर काढले. ते पाच तुकडे मी ग्रीलखाली धरले. ते माशांचे तुकडे जेव्हा मी बाहेर काढले तेव्हा बरेचसे जळले होते, पण तरीही मी ते खाईन. मी डाएट कोकचा घुटका घेतला आणि माशांचे तुकडे चघळू लागले. त्या माशांचा आतला भाग नीट शिजलेला नव्हता. मग खिडकीच्या कडेवर वाकून एका प्रकाशमान ढगातून जाणारी, गोल मोत्यासारखी छाया मी पाहिली. मी खिडकी उघडली. व्रणांवर खपली धरलेले हात दूरच्या आकाशाकडे पसरले. तो थंड वारा तिचं दबलेलं रडणं ह्या दूरच्या बेटावर घेऊन आला होता. कानात कापसाचे बोळे घातल्यावर मला काहीच ऐकू येणार नव्हतं. पानांची सळसळ, ट्रेनचे आवाज, प्यायलेल्या एलिझाबेथची खालच्या बैठकीच्या खोलीत चालणारी पडझड, हमदानची कुजबूज, माझ्या हृदयाचं आक्रंदन आणि धडधड...

मी गव्हाच्या राशीवर बसले होते. माझं लोणी लावलेलं सँडविच कुरतडत होते. तेव्हा हमदान अचानक एका धुळीच्या ढगातून आला आणि माझ्याशेजारी बसला. तो आपल्या पांढऱ्या झग्यातून चित्त्यासारखा फारसे प्रयत्न न करता माझ्याकडे चालत आला. त्याचे डोळे माझ्या काळ्या घोट्यावर स्थिरावले होते. तो घोटा बहुधा प्रत्येक रात्री तो वेलीखालून ओढायचा. ''माझी चिमणी कशी आहे?''

मी आवंढा गिळून त्याला म्हणाले, "मी ठीक आहे."

"तू थकलेली दिसत्येस. माझ्या गरजा पुरवण्यासाठी मी तुला दमवतो का?" तो कुजबुजला.

मी हातातलं सँडविच पक्ष्यांसाठी फेकून म्हणाले, "मी गरोदर आहे."

हिमा खेड्यानजीकच्या इस्लाह तुरुंगाच्या त्या घाणेरड्या फरशीवर एक मांसाचा गोळा बाहेर येऊ लागला. मी ओरडले, रडले, विनवण्या केल्या आणि मग एका मांसाच्या गोळ्याला जन्म दिला. तो गोळा बिटासारखा लाल होता. दारुड्या स्त्रिया, वेश्या आणि नवऱ्याला मारणाऱ्या खुनी स्त्रिया बघत होत्या आणि मी पापीण इस्लाह तुरुंगाच्या जमिनीवर बाळंत झाले. मॅडम लामानं आपला गुलाबी रुमाल घट्ट बांधला. आपल्या दोन्ही हातांनी तोंड पुसलं आणि नौराला मिठी घातली. नौराचे अश्रू चेहऱ्यावरून खाली पडत होते. मला समजणार नाही, असं काहीतरी ती म्हणाली, "कोणे एके दिवशी तू... एका दिवशी तू...."

कापूरकचरीचा चहा

सेलमध्ये घेतलेली लाल निकर काढून मी त्या खराब गालिच्यावर नग्नावस्थेत उभी राहिले. ''तुझ्यात हल्लीहल्ली बरीच सुधारणा झालेय.'' मी माझ्या प्रतिबिंबाला उद्देशून म्हणाले आणि मग मी टबच्या पाण्यात शिरले. त्या टबच्या पाण्यात पडून साबणाचा आणि बाथऑइलचा वास घेणं पुरेसं होतं. त्या वाफेच्या आणि सुगंधाच्या ढगात मला काही मिनिटांसाठी का होईना, छान उबदार आणि सुरक्षित वाटत होतं. मोडलेली वचनं, फसगत, काळिमा आणि मृत्यू ह्या सर्व गोष्टी मनात कुठेतरी मागे ढकलल्या गेल्या होत्या. उभं राहून स्वत:ला टॉवेलमध्ये गुंडाळलं आणि मी माझा चेहरा चोळू लागले. माझं वाकडं नाक, अरुंद कपाळपट्टी, फाटकं तोंड आणि गालाची उंच हाडं ह्यावरून माझी बोटं फिरत होती. बंद झालेली कातडीची छिद्रं उघडी व्हावी म्हणून मी चेहरा खसाखसा घासला. नुकत्याच दळलेल्या कॉफीच्या, पिकलेल्या ऑलिव्हच्या आणि संत्र्याच्या पांढऱ्या बहराच्या अचानक वासानं बाथरूम भरून गेली. त्या वासानं मला हिमाला नेऊन सोडलं. आईबरोबर अंजिराच्या झाडाखाली बसून मी पुदिन्याचा चहा पीत होते. माझ्या आईनं हातातला पेला खाली ठेवून आपले खरखरीत हात माझ्या चेहऱ्यावरून फिरवले. तोंडानं ती काहीतरी मंत्र पुटपुटत होती. प्रत्येक शुक्रवारी दुपारी सर्व गाव शेखच्या घराबाहेर गावात असलेल्या एकुलत्या एक रेडिओवर इजिप्शियन गायक दिवा फैजा अहमदचं गाणं ऐकण्यासाठी जमायचं.

'आम्ही होतो, ते होते, असं म्हणू नका.
हे कधीच घडले नसते तर बरे झाले असते असे मला वाटते.
मी तुला कधीच भेटले नसते, तुझी ओळखच झाली नसती तर...'

मी माझ्या तोंडावर गार पाण्याचा हबका मारला. तो आरसा धुरकट वाटत होता; जणू काही तो खारट समुद्रात पोहत होता. ओठ लहान व रसरसशीत दिसण्यासाठी मी लाल पेन्सिलीनं ओठांची बाह्यरेषा काढली. मी माझ्या अंगावर डिओडरंट शिंपडलं.

ते थंड, सुवासिक द्रव संपूर्ण शरीरभर पसरलं. खूपच घट्ट, पण छोटा स्कर्ट कपाटातून काढून, मी तो घातला. माझे पाय पारदर्शक काळ्या घट्ट तुमानीतून चढवले आणि माझे चकचकीत काळे उंच टाचेचे शूज घातले. मी माझी वायर्ड ब्रा छातीवर बसवली. उरोज भरलेले वाटावेत म्हणून तिचे पट्टे वर ओढले. तो मणी घालून विणलेला, पण खूपच घट्ट असा काळा ब्लाऊज माझ्या वक्षस्थळांचं सौंदर्य खुलवत होता. वयाच्या खुणा दाखवणारं माझं सुरकुतलेलं पोटही त्यामुळं झाकलं गेलं होतं. आरशासमोर ताठ उभी राहून मी माझं पोट आत ओढलं. संध्याकाळचे हे काही मंतरलेले क्षण होते, जेव्हा मी माझा भूतकाळ विसरायचे. मी आरशात माझं प्रतिबिंब पाहताना दुसऱ्या कुणा तिऱ्हाइताकडे पाहत असल्यासारखं वाटायचं. माझं मन मग माझ्यासाठी नवं नाव आणि नवा इतिहास शोधण्यात गर्क असायचं. 'आज रात्री मी चित्रपट तारका असेन...'

जर मी शिवण शिवत आणि उपास करत राहिले, गप्प राहिले, तर मी सापासारखी कात टाकून बाहेर पडेन. मग मी सल्मा न राहता त्या मना केलेल्या सफरचंदांचा घास न घेतलेली अशी दुसरीच कोणीतरी होईन. मग काळ असा भराभर जाईल की मी तुरुंगातून थडग्याकडे कशी सरकले हेच कळणार नाही. तिथे वेदना नसतील, प्रतिकार नसेल आणि कंटाळवाणं जीवनही नसेल. मी माझ्या आईचं पत्र आणि लैलाच्या केसांची बट हे एका चामड्याच्या पाकिटात घालून त्याचा एक ताईत बनवला आणि तो मी माझ्या गळ्यात नेकलेससारखा घातला. माझ्या आईसाठी मिस निलाहनं अस्पष्ट अक्षरांत लिहिलेलं ते पत्र माझ्या मनात कोरल्यासारखं होतं.

> तुझ्यासाठी अल्लानं हे ठेवलं होतं. मी तुला सल्मा म्हणायचे, कारण माझ्या तुझ्याबद्दल खूप अपेक्षा होत्या. माझी इच्छा होती, की तू लिहिलेल्या शब्दांची फोड करायला शिकावेस, जमातीच्या शेखच्या मुलाबरोबर तुझं लग्न व्हावं आणि तू बदाम आणि मध खात सर्व आयुष्य सुखात घालवावंस. माझ्यापेक्षा तुझं आयुष्य चांगलं जावं अशी माझी इच्छा होती; पण तुझा तो लोकरीचा झुबका हा जमातीतील इतर मुलींपेक्षा वेगळा होता. तू तो लाल रंगाने रंगवायचीस. तुला लक्ष वेधायला आवडायचं. तुरुंगात तू जेवणखाण आणि पाणीही घेत नाहीस, असं मी ऐकलंय. मी तुला भेटू शकत नाही, कारण तुझ्या वडिलांनी – हाज इब्राहिमनं आणि तुझ्या भावानं – महमूदनं मला ह्यासाठी मना केलं आहे. ते म्हणाले, की ते मलाही गोळी घालून ठार करतील. मी तुझ्या काळ्या बकऱ्यांकडे पाहते, त्या वेळी त्या तू नसल्यामुळे हरवल्यागत आणि बारीक होत चालल्याचं मला जाणवतं. मी स्वत:च म्हणते, की देवा ह्या सर्वांचा शेवट नीट कर.'

माझ्या आईची काळी शाल स्वत:भोवती गुंडाळत मी घरातून हळूच बाहेर पडले. लिझ सादिकबरोबर गप्पा मारत होती. सादिक हा छुपा धंदा करणारा पाकिस्तानी माणूस होता. तो तिला स्वस्त दारू विकायचा. ''मॅडम ही अत्त्युत्तम आहे. ही चांगल्या द्राक्षमळ्यातून आलेली आहे. मॅडम ही फार छान आहे.'' मग लिझ काहीतरी विनोदी बोलायची आणि तिच्या डोळ्यांतून पाणी येईपर्यंत हसायची. दारू पिऊन झिंगल्यामुळे वृत्ती उत्तेजित झाल्यानंतर ती अगदी रंगात यायची. तिचा हात त्याच्या कोपरावर ठेवून म्हणायची, ''माझ्यासारख्या म्हाताऱ्या इंग्लिश बाईबरोबर प्रेमाचे चाळे करायला तुला लाज वाटली पाहिजे, सादिक.''

आपली हनुवटी एका बाजूला उडवून, जणू काही शब्द शोधत तो म्हणायचा, ''मॅडम, तू काही म्हातारी नाहीस.''

त्यावरचं तिचं सातमजली हासत गडगडाटी वाटायचं. मध्येच तो आवाज हळू व्हायचा आणि त्यात हुंदकाही जाणवायचा. मग ती दुसऱ्या भाषेत बोलायची, ''कैसे हो तुम?''

''हे उर्दू नाही. मॅडम, हे हिंदी आहे.'' तो जरा घुश्श्यातच म्हणायचा.

''ठीक है.'' असं म्हणून ती आपले खांदे उडवायची.

त्या जुन्या सिंगर मशिनच्या मागे बसून मी पॅडल दाबायचे आणि सॅटीनच्या कापडावरून माझी सुई फिरायची. तुरुंगाची वॉर्डन मला जे काही द्यायची, ते मी शिवायचे. हाताच्या बाह्या, पायजमे, कॉलर्स, वॉर्डन नैमाच्या स्कर्टची कड आणि तिच्या युनिफॉर्ममधल्या जॅकेटचा खिसाही. तो खिसा तुरुंगातील कोणीतरी कैदी स्त्रीनं फाडलेला असायचा. मी माझ्या डोक्याभोवती माझा पांढरा रुमाल घट्ट बांधला आणि तो खिसा जॅकेटला पुन्हा शिवू लागले. त्या कोंदट खोलीत मशिनच्या तेलाची आणि मुत्राची घाण येत होती. इकडे तिकडे पाहिलं, की खाली वाकलेली, झाकलेली डोकी दिसायची आणि शिवणाच्या मशिनच्या तालबद्ध खडखडाटाचा आवाज यायचा. ''आपली बोटं फिरवत राहा.'' मी स्वत:ला सांगितलं. ''मग तू ठीक राहशील.'' मला माझं आयुष्य दुरुस्त करायचं होतं.

मी कॉलर्स काळजीपूर्वक लावायचे. प्रथम त्या मी हातानं टाचून घ्यायचे आणि मग त्यावरून मशिननं शिलाई करायचे. जे कपाळावर लिहिलेलं होतं, जे काही नेमलेलं होतं, ते डोळ्यांनी पाहणं भागच होतं. ''ती छान शिवण करणारी आहे, नाही का?'' तुरुंगातल्या इतर कैदी स्त्रिया मी काळजीपूर्वक शिवलेल्या कपड्यांकडे पाहत म्हणायच्या. त्या माझ्या फुकट गेलेल्या आयुष्याकडे पाहत होत्या, हे त्यांना माहीत नव्हतं. ''मला नेहमी वाटायचं, की तू चमेलीच्या फुलासारखी पांढरी किंवा काचेच्या बरणीत ठेवलेल्या मधासारखी पवित्र नाहीस. तू बदफैली आहेस.''

मला रस्त्यावरून जाताना मागेपुढे करणाऱ्या आगगाड्यांच्या शन्टिंगचे आवाज ऐकू येत होते. धातू एकमेकांवर घासल्याचे थडथड आवाज. 'तसं थोडं थंडच आहे.' मी एलिझाबेथनं शिकवलेल्या इंग्लिशमध्ये स्वत:शी म्हणाले. माझ्या घरमालकिणीचं भूत माझ्या मानेवर बसलेलं होतं. 'जर मी काळजी घेतली नाही, तर मी दुसरी एलिझाबेथ बनेन. एक इंग्लिश गुलाबाचं फूल, राजपुत्र नसलेली स्लिपिंग ब्युटी.' त्या रेल्वे स्टेशनवर असणाऱ्या एका झगमगत्या बोर्डाकडे माझं लक्ष गेलं. तिथली टेटले चहाची स्लिपिंग ब्युटी आणि सात खुज्यांची जाहिरात जाऊन, तिथे एक लाल तुकतुकीत शेव्हरलेट गाडीचं चित्र आलं होतं. फॅक्स होम ह्या नव्या कंपनीनं रेल्वेलाईन जवळची मोडकळीला आलेली इमारत घेतली होती. त्यांनी त्या इमारतीचा बाह्यभाग पूर्ण बदलून टाकला होता आणि मग फोटो कॉपिंग आणि फॅक्स मशिन्स आणली होती आणि ही कामं ती कंपनी वाजवी दरात करून द्यायची. बेताचा उजेड असलेल्या त्या ऑफिसमधलं बेपत्ता लोकांना संदेश पाठवणारं ते मशिन माझ्या डोळ्यांसमोर उभं राहिलं.

मी त्या दारातून घाईघाईने शिरायचे, तेव्हा पोस्ट ऑफिस विभागात काम करणारी मिसेस स्मिथ हसायची; पण त्या हास्यात कंटाळल्याचा भाव असायचा. ती बहुधा स्वत:शी म्हणत असेल, "ही काळी बाई पुन्हा आली!" मी दुसऱ्या पत्रांची चळत तिला द्यायचे, त्या वेळी ती आपला वाचायचा चष्मा लावायची आणि पत्रं बारकाईनं पडताळायची. "टु हुम सो एव्हर इट मे कन्सर्न" किंवा "नौरा, इस्लाह तुरुंग, लेव्हंट." ती मोठ्यानं वाचायची. मग वाचायचा चष्मा खाली करून आपल्या भेदक करड्या डोळ्यांनी माझ्याकडे पाहायची, "हा पत्ता बरोबर नाही." पण नंतर तिनं पत्ता तपासायचं थांबवलं. ती खांदे उडवून म्हणायची, "तिकडे तुझे बरेच मित्रमैत्रिणी दिसतायंत!"

"हो, आहेत ना!" मी उल्हसित स्वरात सांगायचे. मला बऱ्याच मित्र-मैत्रिणी होत्या. माझी शिक्षिका – मिस निलाह, माझी आवडती मैत्रीण नौरा, मॅडम लामा, ऑफिसर सलीम, सिस्टर खैरिया, सिस्टर फ्रांकॉईस, महोनेय पाद्री, ग्वेन आणि परवीन.

"हा पांढरा पोशाख कुणी बनवला? मला तिला भेटायचं आहे." तुरुंगाचा गव्हर्नर ऑफिसर सलीमजवळ लेबॉनीज उच्चारपद्धतीत एक स्त्री ओरडली. "माझं नाव खैरिया आहे आणि मला तिला भेटायचंय."

मला भेटायला येणारी ती पहिलीच होती. उभी राहून माझ्या फुलाफुलांच्या ड्रेसवरून हात फिरवून मी तो नीट केला आणि माझे प्लॅस्टिकचे बूट घातले. तुरुंगाच्या रखवालदारानं त्या तुरुंगाच्या कॉरिडॉरच्या चक्रव्यूहातून मला वाट दाखवत

गव्हर्नरच्या ऑफिसमध्ये आणलं. त्या काळपट टेबलावर उन्हाचा कवडसा पडला होता. खोलीत कोण लोक होते हे पाहण्यासाठी मी डोळ्यांची उघडझाप केली. उंच कॉलर असलेली, करड्या रंगाचा ड्रेस घातलेली एक सावळी, लहान स्त्री मी कित्येक वर्षांपूर्वी केलेला पांढरा ड्रेस हातात धरून बसली होती. ऑफिसर सलीम म्हणाले, ''सल्मा खाली बस.''

आलेला आवंढा गिळून मी त्या स्त्रीच्या शेजारी खुर्चीवर बसले.

ऑफिसर सलीमना टक्कल पडू लागलं होतं. ते उंच होते आणि त्यांच्या चेहऱ्यावर दयाळू भाव होते. ''हा पांढरा ड्रेस तू बनवलास का?''

मी तो लहान मुलीचा ड्रेस बनविण्यात कित्येक तास घालवले होते. एखादं लिलीचं पांढरं फूल चमचमत्या आनंदमयी रात्री स्वच्छ पाण्यात तरंगत असताना कसं दिसेल, ह्याची कल्पना करत मी कित्येक तास घालवले होते. लैला... त्या ड्रेसचा आकार लिलीच्या फुलासारखा दिसावा म्हणून मी झटले होते. जे कोणी बाळ, तो ड्रेस वापरील, त्याचं आयुष्य माझ्यापेक्षा सुखी आणि पवित्र जावं अशी मी इच्छा केली होती. त्या ड्रेसची खालची, वळलेली ती नागमोडी बाजू फुलासारखी कातर होती. गुलाबासारखे छोटे खिसे आणि ते लहानगे फुग्याचे हात, सॅटीनचा पट्टा आणि कॉलरभोवती शिवलेले ते पाणीदार मोती.

मी मान हलवली.

पत्रांचं वर्गीकरण केली जाणारी ती पत्र्याची शेड दिव्यांमुळे झगमगत होती. ते हजारों पत्रांचं वर्गीकरण करून वाटायचे; पण मला पत्रं कधीच आली नव्हती. 'असं पत्र यायला किंवा त्यापेक्षा, ज्यांना पत्र मी लिहिली होती त्यांचे आवाज ऐकायला काय मोबदला द्यावा लागेल? जर झोपलेल्या पोलिसासारखी मी रस्त्याच्या मध्यभागी पडले आणि रॉयल मेल व्हॅन माझ्या अंगावरून गेली, तर माझ्याकडे त्यांचं लक्ष जाईल का?'

तुरुंगात असताना जेव्हाजेव्हा मला अ‍ॅटॅक यायची वेळ यायची, तेव्हा मी त्या गजांच्या खिडकीकडे पाहायचे आणि मग मी माझ्या आईचं पत्र पुन्हापुन्हा घोकायचे. माझ्या हृदयाचं धडधडणं मग थांबायचं आणि कपाळावरचा घाम सुकून जायचा. त्या ओळींतून माझ्या आईनं केलेल्या उपदेशाचा मतितार्थ मला कळायचा. मी पुन्हा नीट जेवायला सुरुवात करावी, पण ती ते उघडपणे बोलू शकत नव्हती. तिला घरातल्या पुरुषमंडळींची भीती वाटायची.

''तू माझी ब्रा का वापरत नाहीस?'' नौरा म्हणाली, ''त्यामुळे तुला वेदना सुसह्य होतील.'' मी मान हलवली. मी माझी दुखत असलेली स्तनाग्रं हळूच दाबायचे. त्यातून न वापरलं गेलेलं दूध बाहेर पडायचं. ते सुकलेलं दूध माझ्या हळव्या स्तनांत दगडासारखं

वाटायचं. माझी स्तनाग्रं त्या ओढाताणीत अधिक पिळली गेल्यामुळे त्या दु:खानं आणखी काळी आणि लांब व्हायची.

रात्र थंड आणि कोरडी होती. समुद्राकडे जाण्यासाठी तिला अडवणाऱ्या खडकांवर इक्स नदी मोकाट धावायची. तो आवाज मोठ्याने गळा काढल्यासारखा आणि मग किंचाळल्यासारखा यायचा. टर्क हेडच्या कारपार्कमध्ये जागा नव्हती. त्या गाड्यांचं विंडस्क्रीन अंधूक होतं. ज्यातून फिरून येणं मला नक्की आवडेल अशा देखण्या, पण महागड्या गाड्या तिथे होत्या. काही काळानंतर त्या बारचे दोन मजले वयाप्रमाणे विभागले गेले होते. म्हातारी माणसं त्या गोल जिन्यावरून तळमजल्यावर जायची आणि तरुणाई खाली तळघरात थांबायची. त्या धुरकटलेल्या खिडक्यांतून मी रंगीत डिस्को लाईट्स पाहिले आणि गाणाऱ्यांचे घोगरे स्वर कानांवर आले. काही इंग्लिश स्त्री-पुरुष आपली डोकी डुलवत आणि संगीताच्या तालावर आपला पार्श्वभाग हलवत होती. काही पित होते, काही एकमेकांना चिकटून बसली होती, काही जण चुंबनात दंग होती आणि काही एकटेच नाचत होते. त्या दरवाज्यावर लिहिलेलं होतं, 'वाढदिवसाचा एक खाजगी सोहळा.'

''ह्या प्रदेशातून तुला बाहेर काढण्यासाठी मला तुला मदत करायचीय.'' खैरिया म्हणाली आणि तिनं छातीवर क्रॉसची खूण केली.

''हे बघ, तू तुझी स्वत:ची ओळख सल्माला करून दे.'' ऑफिसर सलीम खैरियाला म्हणाले.

''मी लेबनॉनमधली एक नन आहे. मी तुझ्यासारख्या अनेक मुलींचे प्राण वाचवले आहेत. मी तुमच्यासारख्यांसाठी अनेकदा प्रार्थना केली आहे. मी तुरुंगा-तुरुंगांतून फेऱ्या घालते आणि स्त्रियांना चोरून बाहेर काढते. एखादी निष्पाप व्यक्ती मारली जाणं ही कल्पनाही मला सहन होत नाही. हे असं आहे. त्यासाठी अंधारात गाडी चालवायची हे माझं नशीब आहे.'' ती घाईनं म्हणाली.

''सल्मा, तू संरक्षणासाठी ह्या तुरुंगात आली आहेस, ह्याचा अर्थ तू काही केलंयस म्हणून नव्हे; पण तुझ्या संरक्षणासाठी तू आली आहेस. जर मी तुला सोडलं आणि तू ह्या प्रदेशात राहिलीस, तर ह्या तुरुंगाच्या दरवाज्यातच तुला ठार मारलं जाईल. जर तू हा देश सोडलास, तर इजा होण्याच्या पलीकडे तू जाशील.'' ऑफिसर सलीम म्हणाले आणि त्यांनी आपली बोटं त्या चकचकीत मेजावर दाबली.

''ते मला बंदुकीनं ठार मारतील.'' कित्येक आठवड्यांनंतर पहिल्यांदा मी बोलले होते हे शब्द. मी मुकी झाले होते आणि कित्येक दिवस गप्प बसून होते. तुरुंगातले इतर रहिवासी मला मौनीच म्हणायचे.

"हे बघ, ते तुला ठार मारणार नाहीत, ह्याची मी हमी देते. आम्ही खूप काळजी घेऊ आणि तुला रात्रीचं सोडू. तुला तुरुंगातून सोडलं, म्हणजे मी काही कायदा मोडणार नाही. ह्या राज्याच्या दृष्टीनं तू काहीही गुन्हा केलेला नाहीस. तू निष्पाप आहेस."

खैरियानं आपली बोटं आपल्या कॉलरभोवती फिरवली आणि ती म्हणाली, "देवाला माहीत आहे, की मी इथं मदतीसाठी आहे. मी मध्यरात्री तुला घ्यायला येईन आणि तुला लेबनॉनला घेऊन जाईन."

"माझ्या? माझ्या कुटुंबीयांचं काय?"

"माझ्या बाळा." ऑफिसर सलीम म्हणाले, "तुझ्या शिक्षिकेनं सहा वर्षांपूर्वी पत्र दिलं आणि तेव्हापासून एकदाही तुझ्या कुटुंबीयांनी तुझी चौकशी केलेली नाही की पत्राचं उत्तरही आलेलं नाही."

मी तुरुंगात असेन. दुसऱ्या दिवशी दोन वाजता भेटायला येणाऱ्यांसाठी असलेली घंटी वाजवली जाईल. मग वॉर्डन लाऊडस्पीकरवरून ओरडेल, "सल्मा इब्राहिम एल-मुसाला भेटायला कुणीतरी आलंय." मग मी माझे स्वच्छ कपडे ठीक करीन. ते मी ह्या कारणासाठी धुईन, माझे प्लॅस्टिक शूज घालीन आणि अभिमानानं त्या काटेरी तारेच्या कुंपणाशी जाईन. तिथे ते असतील : माझा बाप हाज इब्राहिम, माझा भाऊ महमूद आणि माझी आई हाजेह अमिना. ती रडत असेल आणि तिच्या हातात संत्र्यांची पिशवी असेल. आम्ही आमचे हात त्या तारेवर ठेवून हातांचा परस्परांना स्पर्श होईपर्यंत ती तार ढकलू. माझ्या आईचे हात तसेच खरखरीत असतील आणि धोका पत्करून मी त्या काटेरी तारेतून त्यांचं चुंबन घेईन.

मी त्या पबच्या रुंद दरवाज्यातून उबेच्या, आवाजाच्या आणि धुराच्या साम्राज्यात गेले. त्या गाणाऱ्याच्या घोगऱ्या आवाजाचा प्रतिध्वनी त्या लाकडी तक्तपोशीतून प्रतिध्वनित होत होता. त्या लाल स्टुलावर बसल्यावर, आज शिकारीसाठी कोण बाहेर पडलंय ते माझ्या लक्षात आलं. त्यामुळे नको त्या नजरा टाळण्यासाठी बारच्या जरा दूरचं एक स्टूल निवडून मी तिथे बसले. ह्या बारचा मालक दूरच्या एका कोपऱ्यात एका आरामदायी खुर्चीवर बसलेला होता आणि तिथे असणाऱ्या बऱ्याच वेट्रेसिसवर लक्ष ठेवून होता. बारच्यामागे राहून काम करणारी ती मुलगी तशी घरगुती वाटत होती. तिने रुंद स्कर्ट आणि मोठा ब्लाऊज घातला होता. तिच्या चेहऱ्यावर रंगरंगोटी नव्हती. तो अगदी नितळ, स्वच्छ आणि प्रामाणिक होता.

"हॅलो."

"तू काय घेशील?"

"अर्धा पीन्ट ॲपल ज्यूस दे." ॲपल ज्यूसचा रंग बिअरसारखा दिसतो, त्यामुळे जो कोणी माझ्याकडे येईल, त्याला मी पुढारलेली वाटेन. ताठर विचारसरणीची,

मुसलमान विदेशी वाटणार नाही.

माझ्या मागच्या बाजूला तिशीचा एक ग्रुप काहीतरी चर्चा करत असल्याचं मला जाणवलं. मी त्या पेयाचा, बिअरचा घोट घेऊन मागे वळले. त्यांच्यापैकी एकानं लांब केसांची पोनीटेल घातलेली होती, त्याच्या चेहऱ्यावर वाढत्या वयाच्या खुणा होत्या आणि त्यानं धुरकटलेला निळा शर्ट घातला होता. साठ सालची ही पिढी. माझ्याकडे बोट दाखवून त्यानं आपल्या शेजारी बसलेल्या माणसाला काहीतरी विचारलं. ती दोन डोकी विचारविनिमय करू लागली. मी माझ्या पेयाकडे वळले. तो माणूस माझ्याकडे पाहून हसण्याच्या बेतात होता. तो बार माणसांनी भरलेला होता. टोळक्या टोळक्यांनी लोक उभे होते. ते परस्परांशी बोलत होते; पण आपल्याकडे लक्ष जावं असंही त्यांना वाटत होतं. प्रत्येक जण दुसरा काही पर्याय मिळेल म्हणून पाहत होतं. त्यांच्या खांद्यावर टेकलेल्या आणि वेड्यासारख्या हसणाऱ्या मैत्रिणींपेक्षा दुसरी चांगली निवड करता येते का हे ते पाहत होते. माझ्या हातात असलेल्या त्या मधाळ रंगाच्या पेयाकडे पाहताना माझ्या मनात आलं, की प्रत्येक गोष्ट म्हणजे मूर्खपणाच आहे. माझ्या ग्लासमध्ये घेतलेला ॲपल ज्यूस आणि तो बिअर आहे हे दाखवण्यासाठी केलेला अट्टाहास हा त्यातलाच भाग होता.

खैरियानं माझ्या सुटकेचा दिवस पक्का केला. सलीम हसला आणि त्यानं संमतिदर्शक हात हवेत हलवले. मी पाणी मागितलं. मग एका रखवालदारानं मला माझ्या तुरुंगातल्या खोलीकडे नेलं. मी येणाऱ्या मंगळवारचा विचार करायला लागले. त्या मध्यरात्री मी सामान आवरून जायच्या तयारीत असणार होते. ''जायचं कुठे?'' मी त्या डाग पडलेल्या भिंतींना विचारलं, ''कुठे?''

जरी सामान आवरायचं असं काहीच नव्हतं, तरी माझ्या विचारात मी दहा वेळा ते सामान आवरलं. जी महत्त्वाची मालमत्ता माझ्याकडे होती ती आधीच आवरून झालेली होती आणि माझ्या गळ्यातल्या ताईतमध्ये घातलेली होती. माझ्या आईचं पत्र आणि माझ्या मुलीच्या – लैलाच्या केसांचा झुबका. मी एक दीर्घ निःश्वास सोडला. माझ्या ग्लासमध्ये कुणीतरी टोमॅटो ज्यूस ओतत होतं, ते पाहून मी पुन्हा वर्तमानात परतले. त्याच्या लाल रंगाने मी दचकले.

''काय?'' त्या मघाच्या हिप्पीनं विचारलं. तो आता बारजवळ टेकून उभा होता.

मी मान हलवली आणि म्हणाले, ''काही नाही.'' मी एक टी.व्ही. जाहिरात आठवून स्वतःला खुश करू लागले. ती चॉकलेटची जाहिरात मला हमदानची आठवण करून द्यायची. त्यापेक्षा ती कॉफीची जाहिरात चांगली होती. त्यात ते जोडपं एकत्र येण्याच्या बेतात असतं. एक दीर्घ श्वास घेऊन मी दात दाखवत हसले; जणू काही मी टूथपेस्टची जाहिरात करत होते.

आपल्या मित्राला डोळा घालत त्यानं विचारलं, "मी तुझ्यासाठी काही ड्रिंक विकत आणू का?"

पूर्वी तो सुखवस्तू असल्याचंच त्याचा चेहरा सांगत होता. त्याचे काळे केस कानाजवळ करडे झालेले होते; पण तो स्वच्छ होता आणि त्याच्या कपड्यांना धुतलेला वास येत होता. मला त्याची बारीक बोटं आणि लांबोडी नखं आवडली. सुटलेली एक बट मागे अडकवत मी म्हणाले, "टोमॅटो ज्यूस, प्लीज."

"निव्वळ?"

"हो, प्लीज."

त्यानं हसूनच नैर्ऋत्येकडच्या कापऱ्या उच्चारशैलीत ड्रिंकची ऑर्डर दिली.

"तू कुठून आलीस? मूळ गाव?"

पुढची काही मिनिटं कशी जातील ते मला दिसलं. मी ब्रिटनला आल्यापासून किती वेळा हा प्रश्न मला विचारला जाणार होता? अनेक वर्षं त्याच्या दुकानात काम करून मॅक्स, माझा बॉस अजूनही विचारायचा, "तू कुठून आली म्हणालीस? शाॲम? हिईमा?"

"ओळख." मी माझ्या ह्या नव्या मित्राला म्हणाले.

त्यानं घेतलेल्या नावांमध्ये पृथ्वीवरचे सर्व प्रदेश होते, फक्त माझा प्रदेश नव्हता. "निकाराग्वा? फ्रान्स? पोर्तुगाल? ग्रीस? आता नक्की रशिया."

"नाही, तिथे मध्यावर एक तुकडा आहे."

"तुर्कस्थान?"

"नाही, लेव्हांट."

तो आपल्या हातातलं पेय नुसतं हाताळत होता; पण ते कुठे ठेवावं ते त्याला कळत नव्हतं. आपले मित्र आपल्याला बघतायत ह्याची त्याला जाणीव होती. मग त्या संवादातल्या नेहमीच्या ओळीवर येत त्यानं विचारलं, "तू तुझा देश का सोडलास?"

कावरीबावरी होऊन मी आवरत असलेल्या मालमत्तेत... तो कळकाचा पावा, पाळीसाठी लागणाऱ्या कपड्यांच्या घड्या, दात तुटलेला एक तपकिरी कंगवा, कुराण, एक काळा बुरखा, माझ्या आईची शाल, एक चमचा आणि टूथब्रश होता. हा टूथब्रश कसा वापरायचा, ते मी तुरुंगात शिकले होते. एक प्लॅस्टिक कप, एक करड्या रंगाचा टॉवेल, मॅडम लामानं दिलेलं लिपस्टिक, ते दोन मोती लावलेले कंगवे आणि नौरानं मला भेट म्हणून दिलेली अत्तराची बाटली. मी तो ताईत – ज्यात माझ्या आईचं पत्र आणि माझ्या मुलीच्या केसांचा झुबका होता – ते त्या चळतीवर ठेवलं.

"मी ते का सोडलं? कारण मला जग पाहायचं होतं."

त्यानं बिअरचा घुटका घेतला. त्याला समजत नव्हतं, की आता निरोप घ्यायचा

की ह्या विदेशी स्त्रीबरोबर बोलत थांबायचं.

"तुला इथं येऊन बरेच दिवस झाले का?"

"हो." मी माझा स्कर्ट खाली खेचत म्हणाले.

"तुला इथं आवडतं का?"

"हो, छान आहे."

"तुझे कुटुंबीय तुझ्या त्या गावी असतील ना?"

"हो, मला कुटुंबीय आहेत. आई, बाप, भाऊ आणि– काही मित्रमैत्रिणी."

"तुला त्यांची आठवण येते का?"

"हो." मला बोलण्यात गुंतवण्याचा त्याचा जोरदार प्रयत्न चालला होता. मी कधीही चटकन गळाला लागत नाही. मला त्यात तशी गोडी लागायला वेळच लागतो. माझ्या जिभेतून तो गळ आरपार लागण्याआधीच मी तो थुंकते. मी त्या लालभडक आंबूस द्रव्याचा एक घोट घेऊन विचारलं, "तुझं काय?"

"मी एक्स्टरमध्ये राहतो. माझं सकस अन्नाचं दुकान आहे."

"तू मूळचा कुठला?"

"मी जन्मलो लिंकनमध्ये; परंतु माझे सर्व कुटुंबीय राहतात लायम रेगीसमध्ये. माझे वडील कोळी होते."

कुणीतरी बाहेर जाण्यासाठी दरवाजा उघडला. ती हवा मला चांगली परिचित होती. मी त्या स्टुलावर थंडीनं काकडत बसून होते आणि माझा स्कर्ट खाली ओढण्यासाठी शिवशिवणाऱ्या हातांना थोपवत होते. मी माझे दोन्ही हात माझ्याखाली ठेवले. वाहणाऱ्या पाण्याचा आवाज, ग्लासांचा किणकिणाट आणि दूरवरच्या कुत्र्याचं भुंकणं ऐकत मी माझे हात घट्ट दाबून ठेवले.

घाबरतच कुणीतरी तुरुंगाच्या दरवाज्यावर ठोकलं, तेव्हा बारा वाजल्याचं समजलं. ही निघण्याची वेळ होती. तुरुंगातले बाकीचे कैदी झोपले होते. मी त्यांच्या चेहऱ्यांकडे, खालच्या थंड फरशीकडे, त्या डागळलेल्या भिंतीकडे आणि त्या झोपायच्या बाकड्यांकडे पाहिलं. काही महिन्यांपूर्वी रबरांच्या गाद्यांच्या जागी ही बाकडी आणलेली होती. मग मी वळले आणि जायला निघाले. जर नौरा तिथे असती, तर निरोप घेणं अवघड झालं असतं. सामानाचं बोचकं हातात घेऊन मी हळूच नैमाच्या मागून निघाले. माझे डोळे कॉरिडॉरच्या जमिनीवरून फिरत होते. ही जमीन मी शंभर वेळा तरी पुसलेली होती. तेथील भिंतीवर मोजलेल्या दिवसांच्या खुणा होत्या. आज रात्री मी त्या ओरखड्यांच्या जाळ्यात मी शेवटची रेघ काढली. त्या रेघेखाली एक ठिपका दिला.

"हे काय आहे?"

''हे उद्गारचिन्ह आहे.'' आम्ही मिस निलाहच्या मागे घोकायचो. मला आश्चर्य वाटलं, ते नैमाचं. तिनं मला मिठी मारली. तिच्या रागीट चेहऱ्यावर अश्रूंची दाटी झाली होती.

मी स्वत:ला सावरत म्हणाले, ''मी तुझी आभारी आहे, गुडबाय.''

ऑफिसर सलीमनं मला घाईगर्दीनं बाहेर काढलं आणि तो म्हणाला, ''देव तुझी काळजी घेवो आणि तुझं संरक्षण करो.''

मी ''थँक्स.'' असं कुजबुजले आणि वाट पाहत असलेल्या कारमध्ये खैरियाच्या शेजारी बसले आणि तिनं गाडी सुरूही केली. ती तुरुंगाची इमारत क्षणात दिसेनाशी झाली. सलीम आणि नैमाच्या पुसटशा हात हलवणाऱ्या मूर्ती मी पाहिल्या.

खैरिया आपल्या गाडी चालवण्यावर एकाग्र होती. ''आम्हाला तुझ्या भावानं तुला ठार मारायला नको आहे.''

त्या वळणावळणाच्या अंधाऱ्या रस्त्याकडे आणि दूरवरच्या ताऱ्यांकडे मी पाहत होते. गेली आठ वर्षं मी ते पाहिले नव्हते. मी कुजबुजले, ''नको.''

''प्लीज, मला जिम म्हण.'' तो पोनीटेल घातलेला इंग्लिश माणूस म्हणाला.

''जिम, तुला ड्रिंक घ्यायला आवडेल?''

''मी आणतो ते.''

''नाही, मी आणते ते.''

''ठीक आहे, डबल स्कॉच आण.''

आता अवघे नऊ वाजले होते आणि हा आताच डबल स्कॉच पीत होता. ह्यामुळे माझे सगळे पैसे संपतील असं माझ्या मनात आलं.

''आपण शेगडीजवळ बसू या का?''

''हो.''

आम्ही शेगडी होती तिथे गेलो. तिथे पाईपमध्ये असलेल्या गॅसचा फुत्कार ऐकू येत होता. ती पेटलेली ओंड, की ती चमकदार थरथरणारी ज्योत आणि मग माझ्या लक्षात आलं, की त्या सकाळी पाहिलेल्या इंद्रधनुष्यासारखी ही पण खोटी होती, डोळ्यांची फसवणूक होती. त्या चामडी सोफ्यावर बसून मी दीर्घ उसासा सोडला. माझ्या थकलेल्या पाठीला दिलासा मिळाला. जिमच्या करड्या डोळ्यांकडे पाहताना, तो किती स्त्रियांबरोबर झोपला असेल, ह्याचे मी आश्चर्य करत होते. ते नेसकॅफेच्या जाहिरातीतलं जोडपं, कित्येक दिवस कॉफीची उधार उसनवार करून झाल्यावर, जेवणाच्या टेबलावर एकमेकांकडे पाहून हसून झाल्यावर अगदी साधं चुंबनही त्यांनी अजूनपर्यंत घेतलं नव्हतं.

''तू काय करतेस?'' त्यानं विचारलं. त्यानं आपले पाय लांब करून आपले

नीटनेटके शूज दाखवले.

"मी एका शिंप्याकडे मदतनीस म्हणून काम करते."

"ओ!"

हे काम किती कंटाळवाणं आहे असाच बहुधा तो विचार करत असावा. "मी फावल्या वेळात इंग्लिशची डिग्री घेतीये." त्यामुळे त्याच्या डोळ्यांत थोडी जवळीक जाणवली.

"मी सोशॉलॉजीमध्ये एक विषय निवडलाय. मला बेघर लोकांवर एक निबंध लिहायचाय. त्याबद्दल कसे आणि कुठून संदर्भ मिळवायचे, ते मला समजत नाही. त्या मोठ्या चर्चजवळ ते बेघर लोक टाकलेलं अन्न चिवडत असतात. हा निबंध लिहायला मला अजून दहा दिवसांचा वेळ आहे."

"तुझे ट्युटर तुला मदत करतील."

डॉ. जॉन रॉब्सन, हे माझे ट्युटर जरा अलिप्त वागणारे आणि कार्यमग्न असे गृहस्थ होते. त्यांचे डोळे माझ्या चेहऱ्याकडे बघत नसत, तर दुसऱ्या कशावर स्थिर असत.

"नाहीतर तू त्या बेघर लोकांशीच बोल ना."

"बेघर असण्याबद्दल?" मी विचारलं.

कल्पना करा, काळीसावळी, विदेशी बाई, जिची मजुरी अगदी कमीतकमी आहे, ती त्या भिकाऱ्यांना विचारतेय, 'तुम्ही असं वाटेल तिथे का झोपता?'

"हो." जिम हसला आणि व्हिस्कीचा शेवटचा घुटकाही त्याने घेतला.

अजाणतेपणी मी माझा स्कर्ट खाली ओढला. मग मलाच शरम वाटली, की माझा हात चुकीच्या दिशेला गेला होता.

इस्लाह तुरुंगाच्या त्या प्रदेशातून आम्ही कारने बाहेर पडलो. त्या रात्री इतकी थंडी होती, की त्या थंडीची लहर पाठीच्या कण्यातून भेदून जात होती आणि श्वासही गोठवत होती. मी तो फुलाफुलांचा ड्रेस घातला होता, माझी सलवार आणि प्लॅस्टिकचे शूज होते. जेव्हा मी हातावर हात चोळू लागले, खैरियाचं सर्व लक्ष समोरच्या रस्त्यावर होतं, तरीही ती म्हणाली, "स्वत:भोवती शाल गुंडाळ."

मी माझ्या खांद्यांभोवती आईची शाल गुंडाळली आणि खिडकीतून दूरवरच्या दिव्यांकडे पाहिलं. आम्ही एक एक खेडी मागे टाकत होतो. ती खेडी म्हणजे दूरवरचे थोडे दिवे होते. माझा प्रदेश म्हणजे आठ-दहा दिवे, मग अंधार, पुन्हा दिवे – पुन्हा अंधार अशी माळच होती. ती रात्र शेगडीत जळणाऱ्या लाकडांच्या वासानं भरलेली होती. माझी आई आमच्या चिखलधोंड्याच्या घरात रॉकेलच्या दिव्याखाली लोकर पिंजत बसलेली असेल, माझा बाप आकाशाकडे बघून पावसाची प्रतीक्षा करत असेल,

आणि ती? –आणि? मला ह्या प्रदेशातून चोरटेपणाने बाहेर नेलं जात होतं. मी माझं बोचकं घट्ट धरलं. ह्या नंतर मी जे काही करणार होते, ज्यातून मी जाणार होते त्यात एक गोष्ट नक्की होती, की मी त्यांचा म्हणजे माझ्या कुटुंबीयांचा विचार करायचा नव्हता.

करड्या रंगाचे डोळे असलेल्या त्या मध्यमवयीन माणसाबद्दल मला जवळीक वाटायला लागली. आम्ही दोघं पोट आत खेचून तरुण असल्याचं दाखवत होतो. आपली लुकडी बोटं ग्लासच्या कडेवर फिरवत त्या माणसानं विचारलं, ''कुणाचीही सोबत न घेता तू एकटीच बारमध्ये का आलीस?''

''मला कुणी मित्रमैत्रिणी नाहीत.'' मी उत्तर दिलं. मी खोटं बोलत होते. मला ग्वेन आणि परवीन ह्या मैत्रिणी होत्या.

''तू इथं बरीच वर्षं राहत असणार तर मग तुला कुणी मित्रमैत्रिणी कशा नाहीत?''

''मी माझा सर्व वेळ दुकानात घालवते.'' असं म्हणत दोन्ही हातांनी मी माझे कुरळे केस माझ्या कानांमागे सारले.

तो हसला.

मीही हसले.

टेबलावर पडलेल्या व्हिस्कीच्या ग्लासाच्या प्रतिबिंबात मला नटीची छाया बोटीच्या धक्क्यावर फिरताना दिसली. ती नटी सर्व खेड्यांच्या विरोधात उभी राहून लेफ्टनंटकडे बघून हसत होती. हल्ली क्वचित भेटणाऱ्या परवीनबरोबर मी ही फिल्म पाहिली होती. त्या शेगडीच्या खोट्या ज्वाळांत जिम तसा दयाळू, दुसऱ्यांच्या वस्तूंनी आणि उबदार श्वासोच्छ्वासानं भरलेल्या, मूलभूत सोयी असलेल्या हॉस्टेल-सारखा स्वागतशील वाटत होता. जसं तुमच्या डोक्यावर छप्पर आहे आणि एखाद्या माणसाच्या आरामदायी सावलीत तुम्ही विसावल्या आहात, तसं मला वाटत होतं.

आपला ग्लास टेबलमॅटवर ठेवून त्यानं विचारलं, ''तुझ्याकडे कार आहे?''

''नाही.''

''मी तुला कुठे सोडू का?''

मी जरा गोंधळले. त्या शेगडीतल्या ज्वाळांतून ती माझ्याकडे पाहून हसत असलेली मला दिसली. मग माझ्या आईनं माझ्याकडे पाहून हात लांब केले. मिस ॲशरनं मला थप्पड मारली. महोनेय पाद्रींनी मला आशीर्वाद दिला. मग एलिझाबेथ ओरडली. त्या खिडकीच्या तावदानावर धुकं खाली येत राहिलं. ''हो.'' मी म्हणाले.

मी माझ्या आईची काळी शाल माझ्या खांद्यांभोवती गुंडाळली आणि त्याच्या मित्रांच्या घोळक्यातून चालत पुढे गेले. ते आनंदाने ओरडले. तो हसून म्हणाला, ''त्यांच्याकडे लक्ष देऊ नको.''

पांढरी कॉलर असलेल्या त्या काळ्या ड्रेसमध्ये खैरिया खरी वाटत नव्हती. तिचा रुपेरी चष्मा तिनं चामड्याच्या वादीतून नेकलेससारखा गळ्यात घातला होता. ती इतक्या वेगानं कार चालवत होती, की जणू एखादा उडता राक्षस आपल्या शक्तीनं तिला खेचत होता. आम्ही गप्पपणे चाललो होतो. हळूहळू अंधाराचा पडदा स्तरास्तराने उलगडत होता. नौरा तिच्या हाऊस ऑफ पर्फ्युममध्ये गिऱ्हाइकांना रिझवत असेल आणि तुरुंगातल्या इतर कैदी स्त्रिया त्या गजांच्या खिडकीतून आकाश बघण्याची स्वप्नं रंगवत असतील आणि ती माझी लैला माझ्यासाठी रडरड रडत असेल. क्षितिजाच्या टोकाशी मला त्या हिरवट, तपकिरी टेकड्या दिसल्या. तिथे काही मेंढ्या चरत होत्या आणि एक मोठं मैदान धुक्यात गुरफटलं होतं. कापलेल्या गवताचा आणि शेकोटीचा वास हवेत भरला होता. आठ वर्षांनंतर आज मी सूर्योदय पहिल्यांदा पाहत होते. सकाळच्या किरणांनी डोंगर आणि मैदानं उजळली होती. माझ्या काळ्या बकऱ्या काय करत असतील, हा विचार माझ्या मनात आलाच. मी माझी नजर त्या बाजूच्या खिडकीकडे वळवली आणि ते चमचमणारं हिरवं कुरण पाहिलं. ते क्षितिजा-पर्यंत पोहोचलं होतं. ''ही बक्वा दरी.'' खैरिया म्हणाली.

दवबिंदू सूर्याच्या प्रकाशात चमचमत होते. मी आता स्वतंत्र होते. मी माझं अश्रूंनी ओलं झालेलं तोंड माझ्या डोक्यावरच्या पडद्याच्या टोकानं टिपलं.

''मला पाण्याच्या खळखळाटाचा आवाज खूप आवडतो.'' त्याच्या जुन्या कारमध्ये शिरताना मी म्हणाले.

जिम हसून म्हणाला, ''काही असो, तुला काही आवडतं तर!''

''हो, पाण्याचा आवाज, कापूरकचरी घातलेला चहा आणि चॉकलेट क्रीम केक्स.''

तो हसला आणि म्हणाला, ''काय मिश्रण आहे!'' माझं त्याच्या गुळगुळीत, तजेलेदार कातडीकडे, त्याच्या पातळ ओठांकडे आणि लहान कानांकडे लक्ष गेलं.

''कापूरकचरीचा चहा? तुम्ही तुमच्या प्रदेशात बराच वनस्पतियुक्त चहा पितात का?''

''हो, कॅममाईल नावाच्या फुलझाडांचा, कापूरकचरीचा, पुदिन्याचा आणि टाईम नावाच्या लहान झुडपांचा चहा पितो.''

''ही वनस्पती तुम्ही शेतात वाढवता का?'' त्यानं विचारलं आणि माझा हात पकडला.

माझ्या बकऱ्या डोंगर चढत असतील आणि मी आईसाठी वनस्पती गोळा करत असेन. माझ्या बकऱ्यांनी ही झुडपं खाल्ली, तर मी त्यांना दटावत असे.

''हो, करतो ना. कॅममाईलची फुलझाडे, कापूरकचरी, टाईम ही झाडं कुठेही वाढतात.''

''मी ह्या सर्व गोष्टी ग्रीसमधून मागवतो. त्या सुकवून छान गुंडाळलेल्या असतात.

त्या मी माझ्या दुकानात विकण्यासाठी ठेवतो.''

त्याची विजार सैल होती. त्याचे बूट तसे व्यवस्थित होते. त्यानं आपली कार सादिकच्या बेकायदा वस्तू विकण्याच्या दुकानाजवळ थांबवली आणि 'गुड नाईट' म्हणण्यासाठी माझ्याकडे पाहिलं.

''थँक्स.'' मी कातर आवाजात म्हणाले आणि दरवाज्याची खिटी बाहेर जाण्यासाठी पकडली.

''तुझे केस आश्चर्यजनक आहेत.'' असं म्हणून त्याने केसांना स्पर्श केला.

त्याच्या बोटांची ऊब माझ्या केसांतून फिरत माझ्या चेहऱ्याच्या बाजूला उतरली. मी त्या दरवाज्याच्या खिटीवरची पकड घट्ट केली. तो रस्ता त्या वरच्या दिव्याच्या अस्पष्ट किरमिजी प्रकाशात कल्पनातीत आणि थंडगार वाटत होता. माझं हृदय जोरात धडधडत होतं. माझे हात घामट झाले होते आणि माझी हनुवटी थरथरत होती. सरतेशेवटी मी कशीबशी म्हणाले, ''कापूरकचरी घातलेला चहा तुला प्यायला आवडेल?''

त्यानं आपल्या केसांतून बोटं फिरवली आणि मग ती आपल्या पोनीटेलपर्यंत नेली. क्षणभर तो जरा गोंधळला, मग त्यानं आपल्या गाडीचे दिवे बंद केले आणि तो म्हणाला, ''हो.''

असं काही घडायची शक्यता नव्हती; पण ते घडलं एवढं खरं. माझ्याकडे एलिझाबेथची डायरी आणि पत्रं वारसा हक्कानं आली. मी ती तिच्या भाचीला द्यायला विसरले. अशा तऱ्हेनं मी तिच्या भारतातल्या गौप्यांची मालकीण झाले. तिच्या डायरीतला हा एक उतारा.

> 'माझ्या आईवडिलांना आणि आजी-आजोबांना बेगमच्या लग्नाच्या वरातीसाठी बोलावलं होतं. ती दुपारची विश्रांतीची वेळ होती आणि वाचण्याच्या खोलीत अंधाराबरोबरच गारवाही होता. त्या नीरव शांततेत आम्ही लपेटलेले होतो. एखादी माशी गुणगुणण्याचा आवाज येत होता. लाकडाच्या शिडीवर चढून आजोबांनी मना केलेल्या पुस्तकांतलं एक पुस्तक मी उचललं. ही असली पुस्तकं नेहमी शेल्फच्या वरच्या फळीवर असायची. मी ते पुस्तक मेजावर ठेवलं आणि ते ह्या पानावर उघडलं.
>
> 'एक दिवस जेव्हा शाहरीयार शिकारीला बाहेर गेला होता, शाहझमान आपल्या बायकोच्या मृत्यूमुळे दु:खाने बेचैन होऊन राजवाड्यावरच होता. त्याने बागेकडे पाहिलं आणि त्याच्या भावाची बायको वीस दासींना घेऊन बागेत आलेली त्याने पाहिली. त्या दासींपैकी दहा गोऱ्या आणि दहा काळ्या होत्या. त्या सर्व दासींनी कपडे काढले आणि मग लक्षात आलं की त्यातले

दहा पुरुष होते आणि दहा स्त्रिया होत्या. ते सर्व एकत्र प्रणयचाळे करू लागले आणि जेव्हा राणीनं, "या मालक" अशी साद घातली, तेव्हा एका मसूद नावाच्या गुलामानं एका झाडावरून खाली उडी मारली. राणीला झाडाकडे ढकलून तिच्यावर मिठ्यांचा आणि चुंबनांचा वर्षाव केला आणि मग तो तिच्यावर चढला आणि तिच्यात शिरला. त्या निग्रो गुलाम दासींनी त्यांचं अनुकरण केलं. रात्र पडेपर्यंत त्यांची अशी मौजमजा चालली होती. मग त्या सर्वांनी पुन्हा दासींचा पेहराव केला. फक्त मसूद त्याला अपवाद होता. त्याने पुन्हा भिंतीवर उडी मारली आणि तो निघून गेला.'

अचानक मला तहान लागली आणि एखाद्या तंद्रीत चालल्यागत मी स्वयंपाकघराकडे हिटाला शोधण्यासाठी गेले.

जिम आणि मी पावलांचा आवाज न करता हॉलमधून जिने चढून वर गेलो. बसायला सांगून मी चहाची किटली ठेवली. तो खिडकीजवळच्या एका खुर्चीवर बसला. रेल्वेच्या त्या केशरी दिव्यांचा उजेड त्या जाळीच्या पडद्यातून आत येत होता आणि तो उजेड एखाद्या परग्रहावरच्या भासत होता. मी माझे बूट काढले, माझी शाल काढली आणि जमिनीवर त्या थंड रेडिएटरला चिकटून माझे पाय जवळ घेऊन बसले.

"तुला थंडी वाजतेय का?" असं विचारून तो माझ्याशेजारी येऊन बसला.

माझ्या डोळ्यांसमोर माझ्या वडिलांचा चेहरा आला, मग आई, हमदान, शाहला (आजी) यांचा चेहरा आला आणि मग लेबनॉनमधलं ऐलिया कॉन्व्हेंट डोळ्यांसमोर आलं आणि सरतेशेवटी महोनेय पाद्रींचं घर आलं. जमातीतली पुरुषमंडळी माझी रक्तपिपासू होती. माझ्या आईनं मला चांगलं बडवलं होतं. तुरुंगाच्या भिंती घाणेरड्या होत्या. त्यांना अश्रू आणि मुत्राची घाण येत होती. ते वातावरण माझ्या ओळखीचं होतं. लैला, माझी मुलगी बाहेर माझ्यासाठी रडत होती.

"ओ डिअर, मला तुझ्या हातांना ऊब आणू दे." असं म्हणून त्यानं माझी बोटं चोळायला सुरुवात केली. किटलीतलं पाणी उकळत होतं. खोलीत त्याची वाफ पसरली होती. मग ती किटली आपोआप बंद झाली. त्याने आपले थंड ओठ माझ्या ओठांवर ठेवले. मला दुसरीकडे कुठे जाणं शक्य नव्हतं. हा देश, हे एवढंच माझं घर होतं. मी डोळे मिटले; हमदानचं धसमुसळेपणाने चालणारं प्रियाराधन मागे टाकलं आणि जिमच्या चुंबनांचा स्वीकार केला. तो अगदी हळुवार होता; जणू काही मी जडजवाहीर होते; जणू काही मी फुटण्यासारखी नाजूक होते. मी चांगली मजबूत आहे, मला हे सर्व सोसण्याची ताकद आहे हे हमदानला माहीत होतं. तो मग माझ्याशी धसमुसळेपणाने वागायचा आणि मग माझ्यावर चढायचा. त्या वेळी त्याचे हात माझ्या ओठांवर घट्ट दाबलेले असायचे.

"मी चहा करू का?"

"हो." असं म्हणून तोपुन्हा खुर्चीवर स्थानापन्न झाला.

मी ते दोन्ही वाफाळलेले कप टेबलावर ठेवले. कापूरकचरीची पानं त्या पाण्यात मिसळल्याने पृष्ठभागावर न तरंगता तळाशी जाऊन बसली होती.

त्याने आधी चहाचा वास घेऊन मग एक घुटका घेतला. "ह्याला एक रानटी, विचित्र वास आहे."

खाली झोपलेल्या लिझच्या घोरण्याचा आवाज माझ्या कानावर येत होता. "माझी घरमालकीण." मी म्हणाले.

चहाचा पेला टेबलावर ठेवून त्यानं मला वर ओढलं. आपल्या दोन्ही हातांत माझं डोकं घट्ट धरून माझं चुंबन घेतलं.

निरनिराळ्या रंगांच्या छटा असलेली ती बेक्वा दरी, तिची चमक, तिचा मोकळेपणा, वैभव पाहून माझ्या डोळ्यांत पाणी आलं. तिथलं अवाढव्य निळं आकाश, ती हिरवी मैदानं, ते मोठमोठे वृक्ष; इतकंच नव्हे, तर तिथली गाढवं आणि इतर गाड्या माझं मन प्रत्येक गोष्टींचं चुंबन घेत होतं. मी आता मुक्त होते. खैरियानं एका छोट्या दुकानाशी तात्पुरती गाडी थांबवली. "कारमध्येच राहा." असं सांगून आणि धावत दुकानात जाऊन तिनं दोन उकडलेली अंडी, पातळ असे दोन पावाचे तुकडे आणि कपभर गोड चहा विकत घेतला. तिनं ते माझ्या हातात देताच मी ताबडतोब खायला सुरुवात केली. खैरिया हसली आणि तिने ख्रिस्ती पद्धतीनं प्रार्थना केली. तीही खाऊ लागली. तुरुंगात नेहमी डाळी आणि सुक्या ब्रेडचे घट्ट तुकडे असायचे. इतर कैदी स्त्रिया मला बासरी वाजवायला सांगायच्या आणि त्या गायच्या.

"सकाळ असो किंवा संध्याकाळ, डाळी
उन्हाळा असो किंवा पावसाळा, डाळी
गरम किंवा गार : डाळी."

मी सकाळी जिमला कपभर गरम कॉफी दिली आणि एक वाडगाभर घट्ट खीर देऊन हसून म्हणाले, "बी ॲन्ड बी : बेड आणि ब्रेकफास्ट." जिम सभ्य गृहस्थ होता. तो कंडोम चढवून तयारच होता. तो संभोग करताना मधूनच मला मिठ्या मारत होता आणि मग माझ्या डोळ्यांत खोलवर पाहत त्यानं विचारलं, "तुझ्या डोळ्यांत दु:ख का दिसतं?"

आम्ही पलंगावर बसून ती घट्ट खीर खात असताना तिथे घाणेरड्या टिश्युंचं साम्राज्य होतं, चादरी विस्कटलेल्या होत्या आणि कपडे इकडे तिकडे पडलेले होते. आम्ही तिथेच परस्परांचा निरोप घेतला. घाईनं माझ्या कपाळाचं चुंबन घेऊन तो निघून

गेला. तो घाईघाईने जिना उतरून खाली गेला आणि आपल्या पाठीमागे त्याने जोरात दरवाजा लावला. गाडी सुरू करून त्या रस्त्यावरून घाईनं तो गेला. हे सर्व आवाज मी ऐकले.

मी माझा नाश्ता चालूच ठेवला होता. केस उपटणं नाही, रडणं नाही, कपडे फाडणं नाही, ओठ मिटूनच निरोप घेणं. पुन्हा तुला त्याला जर भेटायचं असेल, तर शांत राहा. तू कधीच त्याला विचारू नको, "मला तुझा फोन नंबर मिळेल का?" किंवा "सर्व चांगलं झालं का?" किंवा "मी तुला कधी भेटेन का?"

रात्रभर तू त्याच्या शेजारी आपण संतुष्ट असल्याचं आणि झोपेचं नाटक करत पलंगावर राहिलीस आणि त्या वेळी तुला असं वाटत असेल, की उडी मारावी आणि अंतर्भागासहित आपलं सर्व शरीर साबण आणि पाण्यानं धुवावं, स्नान करावं आणि क्षमायाचनेची प्रार्थना करावी. नाही, तू फक्त तुझा थंड झालेला नाश्ता पडद्यातून येणाऱ्या उन्हाच्या चकचकत्या पट्ट्याकडे पाहत, तोंड बंद करून चघळत रहा. तू मग हसशील, कारण कालच्या त्या तथाकथित सुंदर रात्रीनंतरची ही सकाळ होती.

गुलाबी फुलांचं एक झाड आणि चमेली

फ्रांकॉईस, एका फ्रेंच तरुण ननने नाश्त्याचा ट्रे बाजूच्या टेबलावर ठेवला आणि ती मोडक्या-तोडक्या लेबानीज अरेबिकमध्ये म्हणाली, "गुड मॉर्निंग."

डोळे उघडताच मी तुरुंगात नसल्याचं माझ्या लक्षात आलं. त्या कॉन्व्हेंटच्या रंगीत खिडकीतून इंद्रधनुष्याचे रंग पलंगावर प्रतिबिंबीत झाले होते. आरामदायी पलंगावर झोपायचा तो माझा पहिला अनुभव होता. आमच्या गावात आम्ही चटया जमिनीवर टाकून झोपायचो. तुरुंगात पहिल्यांदा मी अशीच गादीवर झोपले आणि मग टणक लोखंडाच्या कॉटवर झोपले.

"गुड मॉर्निंग." मी हसले.

काल रात्री आम्ही उशिरा आलो. खैरियाने जेव्हा ती पितळेची ठोकणी उचलून त्या दरवाज्याच्या खालच्या भागावर आपटली, तेव्हा ती निस्तेज वाटत होती. एका त्रासिक चेहऱ्याच्या बाईनं दरवाजा उघडून आम्हाला आत घेतलं. माझं बोचकं छातीशी घट्ट धरून मेणबत्यांनी उजळलेल्या त्या कॉरिडॉरमधून मी आज्ञाधारकपणे त्यांच्यामागून गेले. त्या म्हाताऱ्या ननने एका खोलीचा दरवाजा उघडला आणि म्हणाली, "ही तुझी झोपायची खोली." तेव्हा माझी हनुवटी थरथरू लागली. माझी झोपायची खोली ही चांगली ऐसपैस आणि व्यवस्थित उजेड असलेली खोली होती. त्यात मध्यभागी असणाऱ्या पलंगावर पांढऱ्या चादरी अंथरलेल्या होत्या, ब्लँकेट होते, उशा होत्या.

"काहीतरी मूर्खासारखं वागू नको." खैरिया फटदिशी म्हणाली. मी माझे अश्रू आवरत म्हणाले, "थँक्स."

तो लाकडी दरवाजा लावत त्या म्हणाल्या, "गुड नाईट"

मी खिडकी उघडून आकाशात मध्यभागी, त्या खोल दरीच्या वर असलेला चंद्र पाहिला. त्या अंधारात थोडेसे दिवे टिमटिमत होते. एखाद्या रुपेरी चादरीसारखा समुद्र त्या उंच शिखराच्या पायथ्याशी पसरला होता. मी दरवाजा उघडून त्या फरसबंदी

कॉरिडॉरमध्ये वर-खाली आणि अनवाणी धावत सुटले, पण तिथे कुणीच नव्हतं. मेणबत्त्या विझवलेल्या होत्या आणि तो कॉरिडॉर थंड आणि अंधारलेला होता. परत माझ्या खोलीत जाऊन माझ्या खिडकीतून पुन्हा समुद्र पाहिला. तिथे लाटा, मागे फेसांच्या रेषा सोडत एकामागून एक फुटत होत्या. मी कुठे होते? मी माझ्या आईपासून किती दूर होते? मी तिच्यापासून किती दूर होते?

लिझनं पाहू नये म्हणून मी हळूच खाली आले आणि स्वयंपाकखोलीकडे वळले. आज, या सकाळी मला प्रश्नांची सरबत्ती नको होती. ते मॅटिंग घातलेले जिने माझ्या अनवाणी पावलांना थंड वाटत होते. मी स्वत:ला कवटाळलं. मी बिछान्यातून नेहमीच घाईनं टी-शर्टमध्येच बाहेर पडायचे आणि मग तिथल्या वस्तूंचा गारवा माझ्या लक्षात यायचा. मी स्वत:साठी कॉफी बनवली. घर शांत होतं. मग मी बैठकीच्या खोलीत गेले. तिची ती आरामदायी खुर्ची रिकामी असेल अशी मी आशा करत होते; पण ती तिथे बसलेली होती. तिच्या अंगात निळ्याभोर रंगाचा झंपर होता आणि सैलसर भारतीय पायजमा होता. ती खुर्चीवर चहाचे घुटके घेत आणि टी.व्हीवर टॉम अँड जेरी पाहत होती.

"गुड मॉर्निंग." मी म्हणाले.

"गुड मॉर्निंग, साल."

मला 'साल' म्हटलेलं आवडत नसे. माझ्या देशाच्या भाषेत ते पुरुषाच्या नावा-सारखं वाटायचं. मी तिथल्या गवताच्या खुर्चीवर बसून भरभर कॉफी पिऊ लागले.

"काल तुझा वेळ मजेत गेला का?"

टॉम जेरीच्या घराभोवती फिरून पाठलाग करत होता.

"हो, थँक्स."

"तो कोण होता?"

जेरी टॉमची शेपटी विजेच्या इस्त्रीला बांधण्याच्या प्रयत्नात होता.

"त्याचं हेल्थचं दुकान आहे."

"त्याला काही नाव नाही का?" तिनं रिमोटच्या बटणावर बोट फिरवत विचारलं.

मला त्याचं आडनाव काही केल्या आठवेना. ही तशी शरमेची बाब होती.

"काय?" जेरीला विजेचा धक्का बसण्याआधी लिझनं चॅनल बदललं– 'दक्षिणेकडे थंड असेल. पावसाच्या काही तुरळक सरी पडतील.'

मी माझा ऊबदार पेला छातीशी धरला. मी कोठे आहे हे माझ्या लक्षात येत नव्हतं.

"मी माझ्या घराण्याचं नाव चिखलानं डागाळलं." ऐलिया ह्या कॉन्व्हेंटमधील

त्या लहानग्या सिस्टरला, फ्रांकॉईसला मी सांगितलं. ती टॉवेल्सच्या आणि कपड्यांच्या घड्या काळजीपूर्वक घालत होती.

"असं नाही बाळा, आपण सर्वच चुका करतो." असं म्हणून तिनं आपला डावा डोळा चोळला. ती तरुण होती. तिचा चेहरा सुंदर आणि मनमोकळा दिसत होता. सर्व परकीय स्त्रिया ह्या भुऱ्या डोळ्यांच्या आणि भुऱ्या रंगाच्या असतात, असा माझा गैरसमज होता; पण फ्रांकॉईस जरी फ्रेंच असली, तरी तिचे डोळे आणि केस काळे होते.

"फ्रांकॉईस." मी हसून म्हणाले. तिचे नाव उच्चारताना माझ्या जिभेचे वळण नीट येत नसे.

तीही हसली.

"आपण कुठे आहोत?"

तिचं अरेबिक शुद्ध नव्हतं, ते परकीय वाटायचं; पण ती धापा टाकत सांगायला लागली, "आपण बेरुतच्या उत्तरेला आहोत; भूमध्यसमुद्राच्या किनाऱ्यावर तुझा देश दूर दक्षिणेकडे आहे. आग्नेय दिशेला म्हण ना! कित्येक तासांचा प्रवास करावा लागेल, एवढं दूर आहे तुझं गाव."

"म्हणजे आपण फार दूर नाही."

"नाही; पण तरीही पुरेसे दूर आहोत."

मी माझं तोंड पुसलं. माझा नाश्त्याचा ट्रे त्या खिडकीच्या रुंद कट्ट्यावर ठेवला आणि म्हणाले, "मी एक दिवस परत जाईन."

तिनं खिडकीतून बाहेर पाहिलं आणि ती म्हणाली, "बघ, सूर्य उगवलाय. मी तुला शेताकडे फिरायला नेईन आणि आमची द्राक्षांची बाग दाखवीन. मी तुला जरा व्यवस्थित शूज आणलेत आणि कपडेही. जा, अंघोळ करून ये."

ती पाचू, चांदीच्या कोंदणांत घातलेली नीलमणी होती. गुंडाळीतून धबधब्यासारखं घरंगळत येणारं भारतीय रेशीम होती. अलंकृत अशा चंदनाच्या खलबत्त्यात कुटलेल्या कॉफीच्या ताज्या बिया होती. मध आणि चटकदार तूप लावलेल्या ताज्या ब्रेडसारखी होती. फ्रांकॉईस म्हणजे जणू एक पांढरा मोती, ते मोती त्या तपकिरी आणि पांढऱ्या पोशाखात उठून दिसत होते. तुमच्या जखमेवर लागणाऱ्या मलमासारखी होती ती.

त्या कॉन्व्हेंटच्या बाथरूममध्ये मी गेले आणि तिथे मी एक उंच कमोड आणि एक टब पाहिला. तुरुंगात दोन आठवड्यांतून एकदा अंघोळ करायला मिळायची. त्याला अपवाद असायचा, तो फक्त जन्म-मृत्यूचा. तिथे कमोड नव्हतं; जमिनीत फक्त एक भोकं होतं. मग आम्ही प्लॅस्टिकचे तस्त घेऊन स्वतःला धुवायचो. विहिरीचं थंड पाणी काढून त्या बादल्या डोक्यावर ओतण्यापेक्षा, तिथे असलेला शॉवर

वापरणं तसं सोपं होतं. त्या बाथरूममध्ये ऑलिव्ह तेलाचा वास भरलेला होता. मी माझे कपडे काढले आणि भिंतीवर लावलेल्या लांबोड्या आरशात आयुष्यात पहिल्यांदा मी माझं प्रतिबिंब पाहिलं. एक लांब शिंग असलेला आणि झुबकेदार शेपूट असलेला घोडा त्या आरशाच्या कोपऱ्यांवर कोरलेला होता. मी लुकडी, काळी दिसत होते. मला लांब, झुपकेदार केस होते. माझा चेहरा चांगलाच मोठा होता. काळे डोळे, बाक असलेलं नाक आणि फाटके ओठ होते. त्या गरम पाण्यात उतरून मी त्या टबमध्ये पडले. माझं सर्व शरीर साबणाच्या फेसानं झाकलेलं आहे ह्याची खात्री करून घेतली. सकाळच्या उजेडाचे पट्टे भिंतीवर, जमिनीवर आणि पाण्यावर नाचत होते. मला चिमण्यांची सकाळ झाल्याचं सांगणारी आणि सकाळचं स्वागत करणारी चिवचिव ऐकू येत होती.

मी माझ्या हाताच्या बाहीनं बैठकीच्या खोलीच्या खिडकीवर पसरलेलं धुकं पुसलं. ''हो, आज चांगलाच सूर्यप्रकाशाचा दिवस आहे.''

काल रात्री मी घरी आणलेल्या माणसाबद्दल लिझ पुन्हापुन्हा विचारत होती.

मला लिझशी नीट वागायचं होतं; पण ते अशक्य होतं. तो कोणत्या पार्टीला मत देतो हे मी सांगू शकत नव्हते. ''तुम्ही पहिल्याच भेटीतच माणसाला राजकारणाबद्दल विचारू शकत नाही. ही तशी खाजगी बाब आहे.''

''ए! मूर्ख मुली! अर्थात, तुम्ही विचारायलाच हवं. एखाद्या मार्क्सिस्टबरोबर नाहीतर तू अडकशील.'' ती चिडून म्हणाली

ती काय बोलते ते मला समजले नव्हते. म्हणून मग मी विषय बदलला. ''लिझ, आज हवा छान पडलीये. तू फिरायला का जात नाहीस?'' मला माहीत होतं, की लिझला छान हा शब्द आवडायचा.

आपल्या करड्या केसांतून बोटं फिरवून ती म्हणाली, ''मला जायलाच हवं, नाही का?''

फळीवरची फुलं कित्येक दिवसांपूर्वी कोमेजली होती. मी लिझसाठी काही डॅफोडिल्स आणायला हवीत. ह्या खोलीत थोडा उजेड यायला हवा होता. मी वर, माझ्या खोलीकडे गेले. माझा टॉवेल घेतला आणि बाथरूममध्ये घुसले.

मी माझे केस साबणाच्या त्या कठीण तुकड्यानं फेस येईपर्यंत चोळले. त्या कॉन्व्हेंटच्या नन तो साबण स्वत: तयार करायच्या. मी तो खोजा पाण्यानं भरला आणि ती घाण धुऊन काढली. फिक्कं तपकिरी पाणी त्या गटाराच्या टोकाशी गरगर फिरत होतं. मी माझं शरीर लाल होईपर्यंत झाडाच्या एका दाट घासणीनं घासलं. स्वच्छ पाणी माझ्या डोक्यावर ओतलं. तुरुंगातली सर्व घाण त्याबरोबर वाहून गेली. मी एका

पांढऱ्या टॉवेलनं माझे केस आणि शरीर पुसलं. त्याचा मऊपणा आणि उबेनं मला माझ्या आईच्या खरबरीत हातांची आठवण झाली. ती माझं शरीर दोन पायांत घट्ट धरायची, माझं डोकं ऑलिव्ह तेलानं चोळायची. माझे केस विंचरायची. त्यांच्या दोन वेण्या घालून माझ्या खांद्यावर थोपटून म्हणायची, ''तुझा बुरखा घाल आणि शाळेत पळ! माझ्यासारखी तू अशिक्षित राहायला नको.''

मिस निलाहनं मला अरेबिक अक्षरं कशी उलगडायची आणि शब्द करण्यासाठी ती कशी एकत्र आणायची ते शिकवलं.

''हेड-हेड्स इस माझ्या पाठोपाठ म्हणा!''

मला लिहिता-वाचता येईपर्यंत मी एक शब्द तोंडपाठ करायचे मग दुसरा. तुरुंगात मुकी असलेली मी बोलायला लागल्यावर, इतर कैद्यांना वर्तमानपत्रं वाचून दाखवायला लागले. त्यांनी हसावं म्हणून त्यातल्या काही बातम्या मी बदलायचे– 'एका सन्माननीय गाढवानं एका निष्कलंक माकडाशी लग्न केलं आणि त्या जोडप्यानं एका तुरुंगाच्या वॉर्डनला जन्म दिला.' 'एक फूल कोमेजलं. आमचं मांजर मिशीमिशी स्वर्गवासी झाल्याचं आम्ही दुःखभऱ्या हृदयाने जाहीर करतो.' अशा बदलेल्या बातमीला हमखास टाळ्या मिळायच्या. मग मी दुसरी भाषा शिकू लागले. ''मी इंग्लिश वाचते हे तू ऐकलंस तर, आई.'' हे ऐकल्यावर माझ्या आईचे ओठ 'पक' आवाज करत मिटतील हे मी बघू शकत होते. ''आता तू अशिक्षित नाहीस. तू संकटात आहेस. तू दुसरी भाषा बोलू शकतेस; पण तरीही माझ्या हृदयाचं ओझं काही कमी होत नाही.''

उजेडाची वर्तुळं अजूनही कॉन्व्हेंटच्या बाथरूमवर इंद्रधनुष्यासारखी पसरलेली होती. मी पँटी आणि ब्रा घातली. ह्या गोष्टी मी पूर्वी कधीच वापरलेल्या नव्हत्या. मी ती निळ्या रंगाची जीन्स आणि फ्रांकॉईसनं दिलेला टी-शर्ट घातला. माझ्या केसांचा पोनीटेल घातला. माझ्या डोक्याचा पांढरा पडदा माझ्या डोक्याभोवती बांधला आणि बाथरूममधून बाहेर पडले. नितंबांभोवती आणि छातीभोवती घट्ट इलॅस्टिकची जाणीव असलेली एक नवीन, स्वच्छ आणि अवघडलेली बाई. मुख्य दरवाज्यातून बाहेर पडताच सूर्यानं माझं स्वागत केलं. माझ्या डोळ्यांवर हात धरून मी खाली पाहिलं. तो निळसर-हिरवा समुद्र त्या तपकिरी डोंगरांच्या पायथ्याशी पसरला होता. मला त्या सुपीक जमिनीचा आणि समुद्राचा खारा वास आला. गजेवढी शक्य होती, तेवढी ताजी हवा मी भरून घेतली आणि मग फ्रांकॉईसनं दिलेले मजबूत बूट घालून तिच्या मागून चालत निघाले. तो द्राक्षांचा मळा क्षितिजाच्या टोकापर्यंत पसरलेला होता. तपकिरी आणि पांढऱ्या कपड्यातल्या पश्चिमेकडच्या बऱ्याचशा नन्स जमीन खणत होत्या किंवा झाडांना पाणी घालत होत्या. त्या सर्व एक अनोळखी स्वर गुणगुणत होत्या आणि मिळून काम करत होत्या.

"त्यांनी द्राक्षांच्या वेलींना पाणी घालू नये." मी म्हणाले.

"का?" फ्रांकॉईसने विचारले.

"कारण द्राक्षांच्या वेलींना जास्त पाणी लागत नाही. जर तुम्हाला गोड पीक हवं असेल, तर मग तुम्ही त्यांना जास्त पाणी घालू नये."

तिच्या काळ्याभोर डोळ्यांत हसू उमटलं आणि ती म्हणाली, "अर्थात, तू शेतकरी होतीस."

"आणि धनगरीणही." मी म्हणाले.

आफ्रिकन व्हॉयलेट्स आणि वॉन्डरिंग ज्यू ह्या झाडांच्या कुंड्या, एवढाच काय तो माझा आता शेतीशी संबंध येत होता. स्वान कॉटेजच्या खिडकीच्या कट्ट्यावर त्या कुंड्या एखाद्या प्रश्नचिन्हांसारख्या उभ्या असायच्या. मी त्यांना स्वच्छ करायचे, त्यांना खत घालायचे आणि जास्त पाणी घालायचे. जर तुम्ही ह्या रस्त्यावर राहत असाल, तर बाग ही गोष्ट अशक्यच होती. तुम्हाला वेढा पडलेला होता तो रेल्वेलाइन्स आणि गॅरेजेसचा. निदान मला नदी आणि डोंगर तरी दिसायचे आणि दुसऱ्या लोकांच्या बागा दिसायच्या. न्यू नॉर्थ रोडवर एक घर होतं. त्याला छान मोठी सुंदर बाग होती. रात्रीच्या वेळेला जेव्हा आजूबाजूला लोक नसायचे, त्या वेळी ऋतुमानाप्रमाणे लावलेल्या फुलांना बघण्यासाठी रस्त्याच्या कडेला उभी राहून मी माझी मान कुंपणातून आत घालायचे. प्रत्येक तीन महिन्यांनी बागेचं स्वरूप वेगळं असायचं. तुम्ही तिथून जात असलात, तर तुम्हाला हनी सकल, लाइलॅक, हेदर किंवा चमेलीच्या फुलांचा वास ऋतूप्रमाणे येईल.

मी सकाळी लवकर जागी झाले. मी अंघोळ करून कपडे बदलले. नन्सबरोबर एकत्र नाश्ता करून मग दूर फिरायला गेले. वर पर्वतावर चालत गेले. माझा सोबती होता, माझ्या बाह्यांभोवती लोंबत असलेला ताईत आणि माझं अलगूज. तो समुद्र सूर्याच्या किरणांनी कसा जागा होतो ते मी पाहायचे. त्याचा करडा रंग प्रथम पोवळ्यासारखा व्हायचा, मग सोन्यासारखा आणि मग माझ्या आजीच्या नेकलेससारखा निळा व्हायचा. तो नेकलेस म्हणजे चांदीत घातलेल्या निळ्या मण्यांची माळ होती. समुद्राचा काळेपणा सूर्य घालवायचा. तो सूर्यप्रकाश दिवसावर मात करायचा, वातावरणात उजेड पसरावयाचा. तो थकलेला काळा समुद्र मग टोकाशी शेवाळी व्हायचा. असं झालं, की द्राक्षांच्या मळ्यात नन्सबरोबर काम करण्याची वेळ व्हायची. मग मी त्यांच्याकडे जायचे. त्यांची ती फ्रेंच धून मी बासरीवर वाजवायचे. "हे माझ्या रक्षणकर्त्या! हे माझ्या जिवलगा!" त्या एकत्र पुटपुटायच्या. मग मी माझ्या बाह्या वर करायचे आणि माझी विजार वर दुमडायचे. माझे बूट काढून टाकायचे आणि शेतात

अनवाणी काम करायला लागायचे. ‘‘तिच्याकडे पहा.’’ फ्रांकॉईस म्हणायची, ‘‘ती एखाद्या झंझावातासारखं तण काढते.’’

आकाश निळं होतं. मध्येच थोडेच ढग होते. मी माझी पर्स घेतली आणि घराचा दरवाजा माझ्यामागे जोरात ओढून घेत घरातून घाईनं बाहेर पडले. मी स्वान कॉटेज-मधून बाहेर पडलेय हे मला लिझच्या लक्षात आणून द्यायचं. माझी मैत्रीण ग्वेन माझी दर रविवारी सकाळी वाट पाहायची. ती अठरा नंबरमध्ये राहत होती. तिच्या दरवाज्यावर पितळी पाटी होती. ह्यावर ‘डोसेन्डो डिस्कीमस’ कोरलेलं होतं. ही पाटी ग्वेनच्या सहकाऱ्यांनी तिला निवृत्तीनंतर दिली होती. ते लॅटिन आहे असं स्पष्टीकरण तिनं दिलं होतं. त्याचा अर्थ होता, ‘आपण शिकवल्यामुळे शिकतो.’

मी एलिझाबेथच्या घरी रहायला आल्यानंतर मग दर रविवारी नदीच्या बाजूला फिरायला जायचे. एकदा मी रस्ता ओलांडत असताना एक म्हातारी बाई वाकून पडलेली काठी उचलण्याचा प्रयत्न करत होती. मी ती काठी उचलली आणि तिला दिली. ‘‘थँक्स’’ असं म्हणून तिनं आपले टोपी घातलेले केस नीट केले.

‘‘विशेष काही नाही हो’’ मी हसून म्हणाले.

‘‘तू इथं जवळच राहतेस का?’’

‘‘हो, पंधरा नंबरमध्ये’’

‘‘तू नदीकडे फिरायला निघालीस का?’’

‘‘हो’’ मी म्हणाले.

‘‘तुझी हरकत नसेल, तर आपण एकत्र जाऊ या.’’ ती हसून म्हणाली.

त्या दुपारी आमच्या खूप गप्पा रंगल्या. नदीवर कमान केलेल्या इंद्रधनुष्याच्या रंगांबद्दल आम्ही बोललो. ग्वेनच्या म्हातारा झालेल्या आजारी कुत्र्याला मारावं लागलं होतं. माझ्या बॉसबद्दल, मॅक्सबद्दल आणि गैरहजर असलेल्या इतर मित्रमैत्रिणींबद्दलही बोललो.

मी दरवाज्यावर ठोठावल्यानंतर ग्वेनच्या पावलांचा आवाज ऐकला. लावलेली साखळी आणि चावी काढण्यासाठीची तिची धडपड ऐकली. ‘‘गुड मॉर्निंग सुंदरी’’ असं म्हणून मी ग्वेनच्या गालाचं चुंबन घेतलं.

ती हसली. तिनं आपला चष्मा नाकावरून वर ओढला आणि तिनं मला मिठी मारली. ‘‘आत ये सल्मा, चहा आणि बिस्किटांचा कार्यक्रम चाललाय. बरोबर वेळेवर आलीस.’’

स्वयंपाकघराच्या खुर्चीवर बसून मी ग्वेनचं निरीक्षण करायला लागले. तिचं वजन जास्त होतं. एप्रन गुंडाळून तिचं चहा करणं चालू होतं. ती लीड्समधल्या एका मोठ्या शाळेत हेडमिस्ट्रेस होती. ती लीड्सचं उद्योगधंद्यांनी गजबजलेलं, पण घाणेरडं

तरीही सुंदर असं विरोधाभासात्मक वर्णन करायची आणि म्हणून निवृत्तीनंतर तिनं डेव्हानला राहायचं ठरवलं होतं. तिनं हे इतरांपासून थोडंसं अलग असलेलं घर विकत घेतलं होतं. भाड्यानं घेतलेल्या एका व्हॅनमध्ये तिनं आपलं सामान भरलं होतं आणि मोटाररस्त्याने ती आली होती.

''ग्वेन, तू बसत का नाहीस? मी करते ना चहा.''

''नको, मग मी तुझ्यावर अवलंबून राहीन. ते नाही चालणार.'' तिनं आपल्या मंजूळ वेल्श उच्चारात सांगितलं.

लाल होत आणि थकून तिनं आपला ट्रे स्वयंपाकघरातल्या टेबलावर ठेवला. तिनं एप्रननं आपला चष्मा पुसला आणि दीर्घ नि:श्वास सोडला. आता मी बोलू शकणार होते हे मला कळलं. ''मी तुझ्यासाठी फ्रेंच स्ट्राबेरी जॅम आणलाय आणि जॉर्ज इलियटचं पुस्तकही आणलंय.''

''ओ, किती छान! पण तू माझ्यासाठी अशा भेटवस्तू आणू नकोस. तुझ्या पगारातून तर नकोच नको.''

''हे बघ, हा जॅम ही भेटवस्तू आहे; पण हे पुस्तक नाही. तू मला तुझ्यासाठी *डॅनियल डेरॉंड* आणायला सांगितलं होतंस आठवतं?''

ती हसली आणि तिनं आपल्या एप्रनच्या खिशातून पाच पौंडाची नोट काढली. त्या थंड स्वयंपाकघरात उजेडही नव्हता. त्याला असणाऱ्या एकाच खिडकीतून रेल्वे दिसायची. आम्ही तिथे चहा पित आणि नारळाची बिस्किटं खात बसलो. तिचा मुलगा मायकेल हा आमच्या रविवारच्या संभाषणाचा मुख्य विषय असायचा. मायकेलनं हे केलं, मायकेलनं ते केलं. ''त्यानं मला पोस्टकार्ड पाठवलंय. बघ, त्यानं एफेलची टूर केली. एफेल टॉवरचा फोटो पण उलटा आला आहे आणि त्यानं ट्रेनर्स घातले आहेत. आता त्याची नवीन मैत्रीण आहे.'' ती आपले आखूड, करडे केस आपल्या कापऱ्या हातानं आवरत म्हणाली.

''अस्सं? ती चांगली आहे का?''

''असायलाच हवी. ती दोघं एकत्र पॅरिसला गेली आहेत.''

मायकेल फ्रान्सला गेला होता, पण एक्स्टरला येणं त्याला फार खर्चाचं वाटायचं. मी तिला दुखावणारे काहीतरी बोलून जाईन म्हणून म्हणाले, ''तो खरंच मजेत असला पाहिजे.''

''हो सल्मा, तो सुखी असणार.'' असं म्हणून तिनं आपल्या करड्या केसांची टोकं कानामागे अडकवली.

'लैला, लाडके, मी तुझ्या वेळी गरोदर राहिले, तेव्हा माझ्या आईनं माझ्या भावाला कळण्याआधी ते गाव सोडायची मला कळकळून विनंती केली. ''तो तुला दोन डोळ्यांमध्ये त्याच्या इंग्लिश रायफलनं गोळी घालून

ठार करेल. तू इथून गेलंच पाहिजेस मुली, नाहीतर तू फुकट मरशील.'' आपली खरखरीत बोटं माझ्या चेहऱ्यावरून फिरवत ती कुराणातले सुरे म्हणायला लागली. तिनं माझा मुका घेतला आणि मला तिच्यापासून दूर लोटले. मिस निलाहनं माझा हात धरून मला दूर खेचलं. हातात हात घालून आम्ही पोलीस स्टेशनला आलो.

आता मी ग्रेट ब्रिटनला राहते. मला काम आहे. एक कार, एक नवरा आणि मोठं घर आहे. मी इतकी श्रीमंत आहे, की मी तुझ्या युनिव्हर्सिटीच्या शिक्षणाचाही खर्च करू शकेन. एक दिवस मी तुझ्यासमोर उभी राहीन. माझं हृदय तुला ओळखेल याची मला खात्री आहे. तू शेकडो मुलांत असलीस, तरी मी तुला ओळखू शकेन.'

आम्ही त्या द्राक्षांच्या मळ्यात बरेच तास काम करायचो. मग मदर सुपिरीयर जेवणाची वेळ झाल्याची शिट्टी वाजवायची. मग आम्ही सगळे द्राक्षांच्या मळ्यातल्या मध्यावर असलेल्या लाकडी टेबलापाशी जमायचो. त्यावर अन्न ठेवलेलं असायचं. मी माझ्या हातावरचा चिखल धुवायचे, प्लेट घेऊन रांगेत उभी रहायचे. आम्ही ताजा भाजलेला ब्रेड, डोंगरी टोमॅटो, कच्ची काळी मिरी आणि बकरीच्या दुधाचं चीज टाइम ह्या वनस्पतीबरोबर आणि ऑलिव्ह तेलाबरोबर खायचो. मी हातानं भरभर खायचे. टोमॅटोचे तुकडे माझ्या तोंडात ढकलायचे. तिथल्या नन्स मला हसायच्या. ''हे बघ, हातात काठी घेऊन तुझा कोणी पाठलाग करत नाहीये, सावकाश खा.'' फ्रांकॉईस म्हणायची.

''श्वाय्य, श्वाय्य.'' तिचं अरेबिक न समजल्याचं मी नाटक करायचे.

ती हसायची.

''ह्याच्या आग्नेयकडे, तू म्हणालीस ना?''

''हो.'' रिकाम्या प्लेट्स गोळा करून टेबलावर ठेवताना ती म्हणायची.

डोक्यावर समुद्रपक्षी भिरभिरायला लागले, की पुन्हा कामावर जाण्याची वेळ झाल्याचं आम्ही समजायचो आणि त्यांच्यासाठी उरलेलं अन्न ठेवायचो.

''मला बैठकीच्या खोलीत घेऊन चलशील?'' ग्वेननं दुबळेपणानं विचारलं. तिचे पाय संधीवाताने कडक झाले होते. त्यामुळे तिचा हात धरून मी तिला हळूहळू बैठकीच्या खोलीत आणलं. खुर्चीत स्थानापन्न झाल्यावर मी तिला पुस्तक दिलं. काही दिवस ते तिला व्यग्र ठेवणार होतं. ''बघ, मी तुझ्या लैलासाठी काय विणलंय ते.'' तिनं मग लहान पांढरं बेबी जॅकेट आपल्या ब्लँकेट घातलेल्या ढोपरांवर पसरलं. फुलांचं आणि ताऱ्यांचं डिझाईन असलेल्या त्या किचकट विणीकडे मी आश्चर्यानं पाहत

राहिले. एका सुईनं हे विणण्यासाठी तिला काही महिने खर्च करावे लागले असणार. "पण ती आता सोळा वर्षांची झालेली असेल. काय हा माझा बावळटपणा!"

मी तिचा सुरकुत्या पडलेला हात धरत तिच्या निळ्या डोळ्यांत, तिच्या थरथरणाऱ्या ओठांत आणि लव्हेंडरच्या वासात ती नेहमीची ओळख शोधत राहिले. तिच्या बाहेर आलेल्या हिरवट नसांवर हात फिरवल्यावर माझं धडधडणारं हृदय शांत झालं आणि मी माझे अश्रू आवरू शकले.

"फारफार पूर्वी एक जुबय्याना नावाची तरुण मुलगी होती. तिला हे नाव पडलं, कारण ती बकरीच्या दुधापासून बनवलेल्या चीजसारखी गोरी होती. तिचे केस काळे होते आणि तिचे गाल टोमॅटोसारखे होते. ती अंगणात आपल्या कोंबड्या, बकऱ्या आणि उंटांबरोबर खेळत असायची. त्या सर्वांचं जुबय्यानावर प्रेम होतं. एक दिवस ती कुत्र्याचा पाठलाग करत असताना एका दुष्ट राक्षसानं तिला पकडून खांद्यावर टाकलं आणि तिला त्याच्या दूर असलेल्या गढीत बंद केलं. तिचा एक उंट तिच्या मागोमाग गेला आणि त्या गढीच्या भोवताली असलेल्या दरीत गात राहिला.

'तुझा उंट जुबय्याना,
तो एकदा ओरडतो, एकदा रडतो.
साखळ्या तोडण्याचा तो प्रयत्न करतोय'

तो उंट ओरडला आणि किंचाळला. जुबय्याना इतकी रडरड रडली, की त्या अश्रूंमुळे त्या गढीभोवतीच्या दरीत पूर आला." मग माझी आई बोलायची थांबली.

"आई, पुढे काय झालं?" मी श्वास रोखून विचारलं.

"तिचा उंट तिला वाचवेल कदाचित." ती म्हणाली. तिनं मला आवळून धरलं आणि माझा मुका घेऊन माझ्या अंगावर मेंढराच्या लोकरीचं कापड टाकलं.

मी स्वयंपाकघर आवरलं, भांडी धुतली. मग ग्वेनच्या गालांचा नेहमीसारखा मुका घेऊन तिथून बाहेर पडले. मी रस्त्याच्या बाजूच्या गल्लीतून निघाले आणि मुख्य रस्त्यावर चालत राहिले. पादचाऱ्यांसाठी असलेल्या फुटपाथकडे मी संपूर्ण दुर्लक्षच केलं; 'माझ्या अंगावरून लॉरी गेली तर काय? माझ्यासाठी कोण, कुठे अश्रू ढाळेल? मी जेव्हा डोनरकार्ड भरलं, तेव्हा माझे हात थरथरत होते. माझ्या शरीराचा कोणताही भाग कुणालाही गरज असेल त्याला माझ्या मृत्यूनंतर द्यावा. ह्यासाठी संपर्क साधा... माझ्या कुटुंबीयांना मी कुठं होते ते माहीत नव्हतं आणि मला माझ्या मुलीचाही ठावठिकाणा माहीत नव्हता. ह्या प्रदेशात माझ्या ओळखीच्या लोकांची यादी मी बारकाईनं तपासली – परवीन, मिस ॲशर, लिझ, महोनेय पाद्री आणि माझा बॉस मॅक्स. 'संकट समयी ग्वेन क्लेटोनशी संपर्क साधा. १८, किंग एडवर्ड स्ट्रीट.' मी

लिहिलं. मी गेले, तर ग्वेन मग स्वत: काही करू शकणार नव्हती आणि मग तीने तिचा मुलगा मायकेलला मदतीला बोलावेल. माझ्या मृत्यूमुळे तरी ते एकमेकांच्या-जवळ येतील.

त्या लिटील सिस्टर्सपैकी एक नन इंग्लिश होती, मिस ॲशर. ती आपलं तोंड घट्ट दाबून बोलायची. माझ्या पलंगावर बसून तिच्या मोडक्या-तोडक्या अरेबिकमध्ये मी तिच्याबरोबर ब्रिटनमध्ये का जावं आणि लिटील सिस्टर्सचं लेबनॉनमधलं हे ऐलिय्या कॉन्व्हेंट का सोडावं हे ती मला पटवून द्यायला लागली. मी इथं सुखात होते.

त्यांनी मला एक शिवणाचं मशीन आणून दिलं होतं. मी सकाळी द्राक्षांच्या मळ्यात काम करायचे आणि दुपारी उशांचे अभ्रे, लांब झगे, अंतर्वस्त्र, आत घालायचे फ्रॉक्स, पट्टे, दिव्याची कव्हरं आणि कॉलर्स बनवत असायचे. फ्रान्समधून त्यांनी आणलेल्या कोणत्याही प्रकाराची हुबेहूब नक्कल करणं मला जमत होतं. मी शिवत रहायचे आणि सूर्य मावळायला आला, की मी माझं अलगूज घेऊन टेकडीच्या माथ्याशी असलेल्या माझ्या आवडत्या जागेवर जाऊन तिथे बसून बासरीतून मधुर आणि आनंदाची धून वाजवत सूर्य पाण्यात मावळताना पाहायचे, गायींच्या गळ्यातील घुंगरांचे आवाज आणि मेंढरांचं ओरडणं ऐकायचे. दरीत एका-मागोमाग एक करत रॉकेलचे दिवे लागायचे. ते मला हिमाची, माझ्या गावाची आठवण करून द्यायचे, माझ्या आईची आणि माझ्या शिक्षिकेची मिस निलाहची आठवण करून द्यायचे. ती नक्कीच आईनं सांगितलेल्या गोष्टीतल्या मुलीसारखी गढीभोवतालच्या पाण्यातून पोहून सुरक्षित जागी जाईल आणि तिचा सहनशील उंट तिला घरी घेऊन जाईल.

द्राक्षांनी भरलेल्या लाकडाच्या भांड्याकडे पाहत आणि खिडकीच्या त्या रुंद कठ्ठ्यावर बसून मी त्या इंग्लिश स्त्रीला म्हणाले, "नाही, मी कुठेही जाणार नाही मिस. मी इथं सुखी आहे." ॲरिॲना, मदर सुपिरीयर माझ्याजवळ जिजसबद्दल सांगायला लागली. सर्व मानवजातीला वाचविण्यासाठी तो कसा फासावर गेला तेही तिनं सांगितलं. मी तिला माझ्याजवळ देवाबद्दल बोलण्यासंबंधी साफ नकार दिला. मग ती बोलायची थांबली; पण तरीही ती दयाळू आणि समजूतदारपणे वागायची. त्यांनी माझं सर्वस्व लुटलं होतं. माझा मानसन्मान, माझं हृदय, माझं मांस आणि रक्त सगळंच. जुबय्यनाची गोष्ट सांगितली तेव्हा माझ्या आईचा चेहरा उजळून निघाला होता. मी इतरांपेक्षा किती चांगली आहे, हे माझा विश्वास बसेपर्यंत ती मला सांगत रहायची. मग मी पडले. माझी अधोगती झाली. त्या गोष्टीतल्या उंटालासुद्धा मैत्री आणि नातीं ह्याचा अर्थ माहीत होता.

जेव्हाजेव्हा मी न्यू नॉर्थ रोडवरून शहरात चालत जायचे, तेव्हा मला टेनिस क्लबच्या बाजूला असलेल्या मोठ्या, जुन्या, पांढऱ्या घरावरून जावं लागे. मला त्या घराच्या ऐसपैस बागेवरून ते घर आवडायचं. तो नेटक्या फुलांचा ताटवा पाहण्यासाठी मी माझं डोकं त्या कुंपणातून आत घातलं. एक मोठं सफरचंदाचं झाड मध्यभागी उभं होतं. त्याचं खोड वेलीनं झाकलेलं होतं. त्या जुन्या, छोट्या खिडक्यांचे पांढरे, लेस लावलेले पडदे वाऱ्यावर उडत होते. अचानक माझ्या लक्षात आलं, की गेटजवळ उभी असलेली ती काळी सावली ही रॉटवेलर कुत्र्याची होती, म्हणून मी त्याला माझं डोकं देणगीदाखल दिलं. तो उड्या मारू लागला आणि भुंकू लागला. मी माझे डोळे मिटून मनातून आशा करत होते, की तो माझ्या मांसाचे लचके तोडेल. त्याच्या काळ्या पंजानं तो माझे डोळे ओरबाडेल आणि त्याच्या कात्रीसारख्या जबड्यानं चावा घेऊन तो मला पार गर्भगळीत करेल. ''रेडर, गप्प रहा.'' एक स्त्री वरच्या मजल्यावरील खिडकीतून ओरडली आणि हे सर्व संपविण्याची माझी संधी हुकली.

एका दिवशी पहाटे थकलेली आणि गंभीर चेहऱ्याची फ्रांकॉईस मला भेटायला आली. अजून सकाळ व्हायची होती आणि मी पलंगावर पडून होते आणि मनात विचार करत होते, की आत्ता मी जी किंकाळी ऐकली, ती समुद्रपक्ष्याची होती की डोमकावळ्याची होती? जर का ती डोमकावळ्याची असली तर कुठेतरी निरोपाची वेळ येणार होती.

''सल्मा, मला तुझ्याशी बोललंच पाहिजे.''

मी उठून बसत तिला 'गुड मॉर्निंग' केलं.

आपल्या पायांकडे बघत ती म्हणाली, ''खैरियाने मला आज सकाळी पत्र पाठवलंय. तुझ्या कुटुंबीयांना कळलंय, की तू तुरुंगातून पळालीस. तुझा भाऊ महमूद हा तुझ्या शोधात आहे.''

महमूद? जेव्हा मी लहान होते, तेव्हा तो मला तुर्की मिठाई आणायचा; पण काही वर्षांनंतर तो माझे केस त्याच्या लुकड्या तपकिरी बोटांनी खेचू लागला. आई दु:खी नजरेनं हे सर्व पाहायची. मी उठून बसले.

''सिस्टर ॲशर, ती आमच्यापैकीच आहे. तिचं मत तू ब्रिटनला जावं असं आहे.''

मी माझे हात त्या पांढऱ्या चादरीनं झाकून घेतले.

''तू तिथे सुरक्षित असशील.''

असं मला वाटत होतं. ती रजई डोक्यावरून घ्यावी आणि अंधारात गुपचूप पडून रहावं.

आपला डावा डोळा चोळत ती म्हणाली, ''आपण उगाचच धोका पत्करण्यात अर्थ नाही. खैरियाला भेटायला एक पोलीस नुकताच गेला होता आणि आम्ही चोरून बाहेर

पाठवलेल्या सर्व मुलींचे पत्ते तो विचारत होता. तू मिसेस ॲशरबरोबर इंग्लंडला जावंस.''

''हिंग्लंड? फायन हिंग्लंड.''

''ते खूप दूर आहे.'' फ्रांकॉईस म्हणाली आणि तिनं पुन्हा आपला डावा डोळा चोळला. जर का डावा डोळा फडफडत असेल, तर परस्परांपासून दूर जाणं नशिबी होतं. तिनं आपली लाकडी जपाची माळ मानेभोवती घातली आणि मग त्याचा तुरा खाली ओढला.

''ला मा वीडी हिंग्लंड.'' असं म्हणून मी तिला मिठी घातली.

''मला माहीत आहे, की तुला जायची इच्छा नाही पण ते आवडायला शिकशील तू, हॅबिबटी.'' ती म्हणाली.

एक्स्टरची ती करडी काँक्रीटची पब्लिक लायब्ररीची इमारत ही सैन्याच्या बराकीसारखी दिसत होती; पण त्याच्या काचेच्या खिडक्या सूर्याच्या ऊबदार प्रकाशात चमकत होत्या. मी दरवाजा उघडला, तेव्हा तिथे एकदम नीरव शांतता पसरली. मग मी जरा खाकरून त्या मध्यमवयीन लायब्ररीयनला म्हणाले, ''मलाही लायब्ररीची वर्गणीदार व्हायचंय.'' पण बोलताना माझे उच्चार तसे चुकीचेच झाले. मला हाकलून दिलं जाईल, अशी मला भीती वाटली. ती फॉर्म शोधायला लागली. तिथे एक पत्रक होतं, त्यावर एड्स-बद्दल ताकीद दिली होती. 'लागण झालेल्या स्त्रियांनो आम्हाला कळवा' हे पत्रक नोटिस बोर्डावर लावलेलं होतं. मी लायब्ररीयनची वाट बघत थांबले. ती खणातून फॉर्म हुडकण्याचं नाटक करत होती. मला वर्गणीदार करून घेण्याचं नाकारण्याची सबब शोधत होती... तू विदेशी आहेस. आमच्याकडे तुझ्यासाठी नॅशनल इन्शुअरन्सचा नंबर नाही. तू इथं येऊ नकोस.

''मी काही अल्बानियनसारखी तात्पुरता व्हिसा घेतलेली नाही. मी ब्रिटिश नागरिक आहे.'' मी मंत्र म्हटल्यासारखी पुटपुटले. ''राणी आणि तिच्या वंशजांची मी निष्ठापूर्वक शपथ घेतलेली आहे.'' काहीशा शरमेनं लाल होत तिनं एक फॉर्म भरण्यासाठी माझ्यापुढे ठेवला. वर्गणीदार व्हायला मिळणार, त्यांच्यासारखी वागणूक मिळणार, म्हणून मला इतकी कृतज्ञता वाटत होती, की माझ्या हातातून तो फॉर्म आणि पेन तिच्या काळ्या बुटांवर पडलं.

मी ब्लँकेट गुंडाळून जमिनीवर बसलेली होते. मिस ॲशर, ती इंग्लिश लिटील सिस्टर म्हणाली, ''मी तुझं नाव सॅली ॲशर असं केलंय आणि तुझ्यासाठी तात्पुरतं कागदपत्रं तयार केलीयेत.'' तेव्हा मी त्या पांघरुणातून माझं डोकं बाहेर काढलं आणि एक मध्यमवयीन, रुपेरी काड्यांचा चष्मा लावलेली स्त्री पाहिली. तिचे बूट चामड्याचे होते आणि तिनं करड्या रंगाचा वरपर्यंत बटण लावलेला शर्ट घातला होता. तिच्या चेहऱ्यावरचे भाव त्या हॉलच्या मोठ्या भिंतीवर असलेल्या, क्रूसवर चढवलेल्या

जिझससारखे होते. "बैरुटमधल्या एका वकिलाने माझ्यासाठी हे कागदपत्रं तयार केली आहेत. व्हिसा विभागाला वीस वर्षांच्या मुलीला दत्तक घेण्याचा प्रकार आवडला नाही. मी मग राजदूताशी बरंच बोलले. तो निधर्मी, मूलतत्त्ववादी आहे. त्याला मी सांगितलं, की दक्षिण लेबनॉनमध्ये तुझं सर्व कुटुंबीय मारले गेले, तुझी कागदपत्रंही हरवली आणि तू मानसिक संतुलन बिघडलेली आहेस. जिझस तिची काळजी घेईल आणि आम्ही तिला घरदार, कुटुंब देऊ." तिनं छातीवर क्रॉसची खूण केली, "मी तिला देवाची दिशा दाखवेन आणि इंग्लिश शिकवेन."

तिची इंग्लिश लिटील सिस्टर काय सांगत होती त्याचं भाषांतर करून फ्रांकॉईस मला सांगत होती. माझं अलगूज घट्ट धरून मी ती काय म्हणत होती, ते गुपचूप ऐकत होते.

"हा बघ, तुझा तात्पुरता लेबनॉन पासपोर्ट आणि तुझ्या प्रवासाचे कागद. तीन वाजता आपण सायप्रसला जाणारी बोट पकडू या."

मी त्या पांढऱ्या फुलांचे खिसे असलेल्या नाइट ड्रेसकडे पाहिलं. तो मी फ्रांकॉईस-साठी बनवत होते. तिथल्या द्राक्षं ठेवलेल्या मोठ्या भांड्याकडे पाहून एखाद्या पोपटासारखी मी पुन्हा म्हणाले, "पण मी इथं सुखात आहे."

फ्रांकॉईसनं आपला डावा डोळा चोळला आणि माझा हात घट्ट धरत ती म्हणाली, "मुली, तू हे लक्षात ठेव, की तुझं आयुष्य धोक्यात आहे. तुला जायलाच हवं." तिनं आपला हात आपल्या लांब, तपकिरी रंगाच्या झग्याच्या खिशात घातला आणि तिनं निळ्या, आकाशाच्या रंगाचा तुकडा बाहेर काढला. "हा नीलमण्यांचा नेकलेस पॅरिसच्या माझ्या फार मागच्या जीवनाशी निगडित आहे. तो तू स्वीकारावास असं मला वाटतं."

मी त्या नीलमण्यांवर हात फिरवला. ते चांदीच्या गुंफणीत बसवलेले होते. पॅरिस कसे दिसत असेल त्याची मनात कल्पना केली. "थँक्स." असं म्हणून तो नेकलेस मी माझ्या कपड्यांच्या बोचक्यात टाकला.

मी एका खुर्चीवर बसले आणि एक सचित्र पुस्तक टेबलावर ठेवलं. लायब्ररीत दुपारच्या जेवणाच्या वेळची गर्दी होण्याआधी तशी शांतता होती. मोठ्या घोळाचा स्कर्ट काळा घातलेली आणि डोकं काळ्या रुमालानं बांधलेली एक ग्रीक स्त्री आपल्या पांढऱ्या झोपडीपुढचं अंगण झाडत होती. *हिडन ग्रीस* हे त्या पुस्तकाचं नाव होतं. केव्हातरी मी तिथे जाईन, मेंढ्यांसाठी अलगूज वाजवीन, कोंबड्यांचा पाठलाग करीन, कुत्र्यामागून धावेन आणि घोड्यावरून रपेट करीन. त्या पांढऱ्या रंगविलेल्या कमानीमुळे सूर्याची उष्णता एवढी जाणवत नव्हती. ते मोठं काळं पुस्तक बंद करून, लायब्ररीत खाली मान घालून वाचत असलेल्या लोकांच्या डोक्याकडे पाहिलं. ते एकमेकांकडे पाहून हसतील, एकमेकांना भेटतील; पण हिमामधील लोक तिऱ्हाइतांना

काय सांगायचे, ''अल्लाला स्मरून, तुम्ही आमच्याबरोबर दुपारचं जेवण घ्यायला हवं आणि नाही हे उत्तर चालणार नाही.''

ॲरिॲना मदर सुपिरीयरनं माझ्यासाठी एक विशेष प्रार्थना केली. मी त्यांना घट्ट मिठी मारली. फ्रांकॉईसचा मुका घेतला. तिच्या डोळ्यांतले अश्रू तिच्या तोंडावर पडत होते आणि टेकडी उतरून मी मिस ॲशरबरोबर निघाले. कोणत्याही घडीला माझा भाऊ महमूद तिथे कोणत्याही क्षणी पोहोचेल असं मला सांगण्यात आलं होतं. त्याचा खंजीर त्याच्या पट्ट्यात अडकवलेला असेल आणि त्याची बंदूक भरलेली असेल. मी त्वरा करावी असं मला सांगण्यात आलं. माझ्या कानावर त्यांची फ्रेंच प्रार्थनागीतं ऐकू येत होती आणि त्यांच्या मेणबत्त्यांची थरथरही मी समुद्राकडे चालत असताना दिसत होती. आमच्या डोक्यावर समुद्रपक्षी ढगांमध्ये पंख न हलवता तरंगत होते. एक टॅक्सी आमची वाट पाहत होती. प्रवाशांच्या जागेवर बसण्याआधी मी वर पाहिलं आणि त्या कॉन्व्हेंटचा, त्याच्या रंगीत काचेच्या खिडक्यांचा आणि क्रॉसवर लटकणाऱ्या जिझसचा हात हलवून निरोप घेतला.

मिस ॲशरनं माझी बाही खेचली. ''चल, निघू या.''

''लीट्‌स गू.'' मी तिच्या पाठोपाठ म्हणाले. ते माझे इंग्लिशमधील पहिले शब्द होते.

सप्ताळू आणि साप

ते बॅकपॅकर्सचं हॉस्टेल एकदम शांत होतं. तिथले रहिवासी शेवटी झोपी गेले होते. त्या घाणेरड्या पडद्यावर नाचणारं रस्त्यावरच्या नारंगी दिव्यांचं प्रतिबिंब पाहत असताना त्या पूर्वीच्या सैन्यातल्या कॉटवरून येणारा परवीनचा दबलेला आवाज मी ऐकला. ती नक्कीच रडत होती. मी किटली प्लगमध्ये लावली आणि तिच्यासाठी चहा तयार केला. ''चहा मिस्.''

आपल्या सुजलेल्या लाल डोळ्यांनी माझ्याकडे पाहत ती म्हणाली, ''मला तुझा चहा नको.''

मी तो गरम कप मागे घेतला.

ती मग रडू लागली आणि म्हणू लागली, ''सॉरी, होय. थँक्स आणि सॉरी.''

''पी.'' मी म्हणाले आणि कप पकडून त्यातला थोडा चहा ती प्यायली.

''फार गोड आहे.'' ती म्हणाली.

''फक्त चारच चमचे साखर टाकली.'' मी म्हणाले.

तिनं चहाचा शेवटचा थेंब संपवला. ती उठून बसत तिनं विचारलं, ''तू कुठून आलीस?''

''समुद्रावरून.'' मी उत्तरले.

''तू अरब आहेस का?''

''हो, बेदुइन अरब.''

''ओ चुती, बेदुइन अरब.''

''मी चुतेगिरी, परवानगी नाही.'' मी मोडक्या-तोडक्या इंग्लिशमध्ये म्हणाले.

ती हसली.

तिनं मग तो कप खाली ठेवला. तिनं स्वत:ला नीट बसतं केलं. डोक्यामागे उशा ठेवून तिनं सुस्कारा सोडला. ह्या कचरापट्टीत ती कशी आली हे आपल्याला कळलं नसल्याचं ती म्हणाली. तिच्या वडिलांना तिचं लग्न एका अडाणी, फालतू पाकिस्तान्याशी

करायचं होतं. तिनं वडिलांचं मन वळवण्याचा खूप प्रयत्न केला. आईची विनवणी केली; पण कुणीच ऐकेना. तिनं ते लग्न करावं, नाहीतर ''परवीन माझी मुलगी नाही.'' असं ते वर्तमानपत्रात स्पष्टपणे जाहीर करतील अशी तिच्या वडिलांनी धमकीही दिली. परवीन मग पळाली आणि शेवटी पाकिस्तानी स्त्रियांनी चालवलेल्या निर्वासित शिबिरामध्ये आली. परवीन राहत असलेल्या लिसेस्टर ह्या जागेपासून ती जागा फार दूर नव्हती; पण तिथल्या बायकांनी तिला दक्षिणेकडे जाण्याचा उपदेश केला, कारण त्यांच्या काही मुली पळवल्या गेल्या होत्या. परवीननं 'किडनॅप्ड' हा शब्द वापरला होता.

''किडनॅप्ड? म्हणजे?'' मी विचारलं.

''त्यांनी त्यांना बळजबरीनं पळवलं होतं. त्यांनी त्यांना कारमध्ये घातलं आणि त्यांना दूर नेलं.'' ती म्हणाली. मी माझ्या बेदुइन ओठांनी अविश्वासदर्शक आवाज केला, त्या वेळी माझ्या मनात एवढेच इंग्लिश शब्द आले, ''तुझ्या हृदयाला त्रास?''

तिच्या तांबूस तपकिरी डोळ्यांत अश्रू असतानाही हसूनच तिनं विचारलं, ''माझ्या हृदयाला त्रास झाला का?''

''नाही, नाही.'' मी म्हणाले.

आपलं डोकं हातात धरून ती रडू लागली.

''तुझं नाव काय?''

''माझं दुर्दैवी नाव आहे परवीन.'' आपले अश्रू डाव्या हातानं पुसत ती उत्तरली.

''मला पुष्कळ नावं आहेत – सल्मा, साल आणि सॅली.'' मी म्हणाले.

परवीन पुन्हा रडू लागली. मी तिच्या बाजूला कॉटवर बसले. माझे हात ढोपरात खुपसले. ती बारीक आणि ठेंगू होती. तिचे केस चकचकीत, काळे होते आणि डोळे तांबूस-तपकिरी होते. ती ते तिच्या दाट कुरळ्या बंद केलेल्या पापण्यांआड दडवून ठेवायची. तिचं नाक छोटंसं होतं आणि ओठ भरीव होते. ते ती अर्धवट उघडे ठेवायची. तिचा कपची गेलेला पुढचा दात त्यातून दिसायचा. पांढरी सलवार-खमीस घातल्यामुळे तिची काळी कातडी आणि तिचा कमानदार बांधा उठून दिसत होता.

''परवीन रडणं थांबव, प्लीज. तुझे अश्रू सोनं आहेत.'' मी जेव्हाजेव्हा रडायचे, तेव्हा माझी आई असंच म्हणायची.

तिनं माझ्याकडे दुर्लक्ष केलं.

तिथून उठून माझ्या कॉटवर बसले. मी कशामुळे इथं आले? ती कशामुळे इथं आली? तिची काळजी कोण घेणार होते?

त्या संधिप्रकाशात ते छोट बंदर भुताटकीचं वाटत होतं. तिथे बोटी होत्या त्यावर जाळी आणि घाणेरडे कपडे आच्छादलेले होते. एक म्हातारा लेबनीज कोळी पाण्यात थुंकला आणि मग आम्ही येताना पाहिल्यावर शिव्या द्यायला लागला. आम्हाला उशीर झाला होता. मी माझं बोचकं बोटीत टाकलं आणि बोटीच्या कडेवर आत शिरण्यासाठी पाय ठेवला. मी माझ्या पायांनी बोटीचा तळ दाबला व ती हलायला लागली. मी मिस ॲशरचा हात धरला. आम्ही दोघी एका केबिनच्या आत लाकडी बाकड्यावर बसल्यावर त्या म्हाताऱ्या कोळ्यानं आपले हात त्याच्या काळ्या पाटलोणीवर पुसले आणि एक दोरी ओढली. इंजिन फुरफुरू लागलं. "याला!" तो ओरडला आणि ती बोट पाण्यातून वेगानं चालायला लागली. मी स्वत:ला सावरण्यासाठी मिस ॲशरचा हात पकडला. मी त्या छोट्या दरवाज्यातून मागे पाहत असताना मला कुठेही दिव्यानं उजळलेली खिडकी दिसली नाही. आता अंधार होता. पर्वताच्या शिखरावर बसलेल्या, चोच उघडी असलेल्या, पंख पसरलेल्या काळ्या गरुडासारखं ते कॉन्व्हेंट दिसत होतं.

माझा स्कर्ट, टॉप, आतले कपडे आणि घाणेरडे टिश्युज माझ्या झोपायच्या खोलीतल्या जमिनीवर विखुरलेले होते. जिमचं आडनाव काय होतं? ते अंधारात चाचपडणं, त्यामुळे तुम्ही कोण होता ह्याची तुम्हाला काही मिनिटं जाणीव राहणार नाही. पलंगावर चादरीच्या चुण्या पडल्या होत्या आणि गादीच्या कव्हरवर डाग पडलेले होते. त्या कोंदट खोलीला घामाचा, कापूरकचरीचा वास येत होता. खिडकी उघडून मी पलंगावर बसले. माझ्या आईच्या पत्राची गुंडाळी आणि लैलाच्या केसांची बट असणारी चामड्याची छोटी पिशवी एखाद्या ताइतासारखी भारतीय आरशाच्या बाजूवर लटकत होती. माझ्या जमातीचं संरक्षण दूर केलं गेलं होतं. माझं रक्त सांडलं होतं आणि माझ्या हातावर लाल जखमा झालेल्या होत्या. अचानक सर्दी झाल्या-सारखी माझ्या अंगातून एक शिरशिरी आली.

खिडकीतून संध्याकाळचा थंड वारा जोरात वाहत होता. मी अंगावर मेंढीच्या लोकरीचं ते पातळ कापड टाकलं आणि त्या पलंगावरच्या चादरी आणि उशांवरचे अभ्रे काढायला लागले. ते सर्व घाणेरडे कपडे, चादरी, अभ्रे हे बाथरूममधल्या धुण्याच्या यंत्रात टाकून मी यंत्राची कळ नव्वद अंशापर्यंत फिरवली. त्यामुळे ते कपडे स्वच्छ पांढरे झाले असते.

मी कमोडच्या सीटवर बसून ते सर्व बघत होते. मशिनमधले ते कपडे साबणाच्या पाण्यात हिंदकळत होते, फिरत होते, मग पुन्हा हिंदकळत होते. सरतेशेवटी ते मशिन ते कपडे गरगर फिरवत सुकवू लागलं. त्यामुळे त्या 'फर्र फर्र' आवाजाने आणि त्या कंपनाने लाकडाची ती जुनी तक्तपोशी हलायला लागली. स्वत:लाही त्या

कपड्यांत टाकावं असं मनात आलं. त्यामुळे सरतेशेवटी मी दुसऱ्या टोकानं कोरडे डाग किंवा काळ्या कृत्यांशिवाय पांढरी स्वच्छ होऊन बाहेर पडेन.

मोठ्यांची संमती न घेता, काही पेपर्स नसताना, लग्नाचं न ठरता मी सरळ जाऊन एका माणसाबरोबर झोपले होते. त्यांनी माझे तुकडे करून ते वेगवेगळ्या टेकड्यांच्या शिखरावर पक्ष्यांना खाण्यासाठी ठेवावे.

''सल्मा.'' लिझनं खालून हाक मारली. ''मला टॉयलेटला जायचंय. तू तिथे दीड-एक तास तरी आहेस.''

हिमामध्ये भाजलेल्या कॉफीच्या बिया दळण्याचा तो तालबद्ध आवाज म्हणजे लग्नसराई जवळ आल्याची खूण होती. ह्या वर्षी ऐशा नावाच्या मुलीचा नंबर लागला होता. एक काळा शेतकरी तिला नेण्यासाठी दरीतून त्याच्या गाडीतून आलेला होता. नदीकडच्या बाजूचा एक सुपीक जमिनीचा तुकडा तिचा हुंडा होता. मी त्या लग्नाला जाईन किंवा नाही ह्याबद्दल माझी खात्री नव्हती; पण आई म्हणाली, की मी जर गेले नाही तर लोक उगाचच काहीबाही बोलायला लागतील. शुक्रवारी मी बायकांच्या तंबूत जाऊन सर्वांना भेटले आणि जमातीतल्या इतर स्त्रियांबरोबर जमिनीवर बसले. इतकं गरम होत होतं, की घाम माझ्या नाकावरून खाली पडत होता. मी लहान होते, गरोदर होते आणि माझं लग्न झालेलं नव्हतं. घोड्यांच्या त्या शर्यतीमुळे धुळीच्या ढगांनी आणि जय-पराजयाच्या ओरड्यांनी आमचं गाव अगदी भरून गेलं होतं.

ऐशा आपल्या नवऱ्याबरोबर तंबूत गेली. पुरुष मंडळींनी हात धरले आणि ते वाकून एका तालात गायला लागले. ''धिय्या, धिय्या, धिय्या.'' सरतेशेवटी त्यांचा आवाज म्हणजे एक घोगरा श्वास आत आणि बाहेर घेणं चाललं होतं. एका लहान मुलाने त्यांना पांढरा हातरुमाल दिल्यामुळे ते नाचायचे आणि गाणी म्हणायचे थांबले. मग ते ऐशाचं पावित्र्य, तिचं सद्भाग्य आणि तिच्या सन्मानार्थ हवेत गोळीबार करू लागले.

अचानक त्या आनंदाच्या कल्लोळात आणि आरोळ्यांत आमच्या कानावर साभाच्या आईची किंकाळी ऐकू आली, ''साभाला गोळी घातली गेली. अरे माझ्या देवा! साभाला गोळी घातली गेली.'' साभा माझी शाळेतली मैत्रीण होती. हळूहळू कुजबुजीचं बातमीत आणि सरतेशेवटी डोक्यातल्या गोळीत रूपांतर झालं होतं. माझ्या बाजूला बसलेली एक म्हातारी बाई तिचा लांब पाईप ओढत कुजबुजली, ''छान सुटका झाली. आम्ही आमची लाज तिच्या रक्तानं स्वच्छ केली.''

घोड्यांच्या टापांचे आवाज, खंजीर म्यानातून काढल्याचा आवाज, झबाड्या तोंडाच्या घुबडाचा अंधारातला हुंकार, वटवाघळाचे पंख फडफडवणं, हलक्या पावलांनी

चालण्याचा आवाज, लांब झग्याची वाऱ्यावर होणारी सळसळ, त्याचा धारदार खंजीर हवेत फिरवल्यावर होणारा आवाज ह्याचा कानोसा घेत राहा. मारेकऱ्यांच्या घामाचा गंध हवेतून येतोय की काय ते हुंगत राहा.

तुमची मान पकडून त्यानं केलेल्या हाताच्या हालचालींचा कानोसा घ्या. तो तुमची मान मागे खेचेल. त्याचा खंजीर मांस चिरत, हाडं मोडत हृदयापर्यंत जाईल. तेव्हा त्याचा तो हृदय पिळवटणारा आवाज ऐका. तुमचं गरम रक्त वेगानं बाहेर येऊन खालच्या कोरड्या वाळूत पडेल, तो टपटप आवाज ऐका आणि तुमचा देह आचके देत खाली पडेल तो आवाज ऐका. ती आरोळी, ती किंकाळी आणि काळा बुरखा चिरल्याचा आवाज, लयबद्ध ऊर बडवण्याचे आवाज आणि शेवटचा आचका.

मिस ॲशर रॉकेलच्या दिव्याच्या उजेडात ख्रिस्ताची प्रवचनं इंग्लिशमध्ये मोठ्यानं वाचत बसली होती. अली, तो कोळी अरेबिकमध्ये दूरवरचे प्रदेश आणि एकाकी ताऱ्यांची गाणी म्हणत होता. त्याचा घोगरा आवाज लाटांसारखा खाली-वर होत होता. मी त्या थंड लाकडावर हात गुंडाळून बसले होते आणि त्या गोल खिडकीतून सायप्रसच्या काही खुणा दिसतायत का ते पाहत होते. ते धुकं आणि त्या लाटा मी माझ्या प्रदेशापासून, माझ्या आईपासून आणि मुख्य म्हणजे लैलापासून दूरदूर जातेय हे सांगत होत्या. मी माझ्या आईची काळी शाल माझ्या खांद्याभोवती घट्ट गुंडाळून घेतली होती; पण तरीही मला थंडी वाजत होती. जेव्हाजेव्हा माझा भाऊ महमूद मला मारायचा, माझी आई मला शांत करण्यासाठी माझं डोकं थोपटायची आणि सांगायची, ''सर्व ठीक आहे मुली, सर्व ठीक आहे राजकन्ये.'' ती माझ्या वेण्या मोकळ्या सोडायची, डोक्याला ऑलिव्ह तेल चोळायची, आपली बोटं माझ्या केसांतून फिरवायची. आपल्या खरबरीत बोटांनी माझं तोंड कुरवाळायची, माझ्या कानांना स्पर्श करायची, माझ्या हातांना मसाज करायची, ''तू नाजूक; पण तरीही धडधाकट आहेस, सल्मा. मला तुला चावावंसं वाटतं.''

खालची दुमड घालताना, कॉलर्स दुमडताना आणि निळ्याभोर सुट्‌सना एक्स्टर-मधल्या लॉर्डस टेलर्स ह्या दुकानात, माझ्या बॉसच्या सावध नजरेखाली इस्त्री करताना, मी गोरी झाल्याची स्वप्नं पाहायचे. वाफ आणि कांजी यांच्या ढगात बसून मी सुखाची कल्पना करायचे. जणू ते सर्व माझ्या हक्काचं असल्यागत एखाद्या डिपार्टमेंटल स्टोअर्समध्ये कॉफीच्या दुकानात स्कोन्सना लोणी लावत आणि बेताच्या गरम चहाचे घुटके घेत बसल्याची मी कल्पना करत तिथे मांडलेले रंगीबेरंगी ड्रेसेस आणि शूजकडे बघत राहायचे. इस्त्री करताना मी ते-ते ड्रेसेस आणि त्या-त्या शर्ट्‌सवरची लेबल्स वाचायचे. ड्रीम वीकएन्ड, इव्हीनिंग लाईटस्, कंट्री ब्रिझ. त्या वाफेच्या ढगात बसून मी

खेडेगावातल्या आठवड्याच्या सुट्ट्या घालवण्यासाठी गेलेल्या महालाचं, राणीबरोबर चहापानाचं आणि रंग गोरा झाल्याचं स्वप्नं रंगवायचे. 'जर एखाद्या सकाळी स्तनाग्रं नसलेली, भुरे केस आणि भुऱ्या डोळ्यांची सुंदरी बनून मला जाग आली तर? *संडे स्पोर्ट्स* ह्या वर्तमानपत्रांत पाय पसरून उभ्या असलेल्या सुंदरीसारखी मी झाले तर?' *संडे स्पोर्ट्स* हे एकच वर्तमानपत्र सादिक हा बेकायदा वस्तू विकणाऱ्या दुकानाचा मालक वाचेल. 'जर मी दुधासारखी, नाहीतर समुद्रपक्ष्यासारखी किंवा आकाशातल्या पळणाऱ्या ढगांसारखी गोरी झाले तर?' एका क्षणात माझा डागळलेला भूतकाळ नाहीसा होईल. 'एखाद्या शल्यविशारदासारखा मनाचा एक तुकडा आणि माझी कुरूप स्तनाग्रं कापून काढली तर!' मी ट्रेसीसारखी गोरी होईन. ट्रेसी म्हणजे आमच्या दुकानात काम करणारी मुलगी. ती काम करताना तोंडात पिना आणि सुया ठेवून न थांबता बोलत असायची. तसं झालं तर मग नको असलेले काळे केसही दूर राहणार नाहीत. ''तुझं नाव काय म्हणालीस?'' असंही कोणी पुन्हापुन्हा विचारणार नाही.

ऐल्लिया कॉन्व्हेंटपासून सायप्रसला यायला तसा फार वेळ लागला नाही. आम्ही पोहोचलो, तेव्हा तिथे अंधार होता. तो किनारा तसा निर्मनुष्य होता. काही लोक तिथे ग्रीकमध्ये ओरडत होते. सायप्रसला येईपर्यंत करुण रसानं भरलेली गाणी म्हणणारा तो कोळी, अली आपली छोटी बोट बंदरात बांधत होता. सायप्रस हे सुंदर बेट आहे. तिथे अन्न चांगलं मिळतं आणि तेथील लोक अलगुजासारखं वाद्य वाजवतात आणि औझो पितात. ही माहिती मला सिस्टर फ्रांकॉईसनं दिली होती. ''तुझं अलगूज आणि त्यांचं वाद्य तसं सारखंच आहे; फक्त ते करुण स्वर काढतात.''

मी माझ्या डोक्यावरच्या पडद्याची गाठ घट्ट करून बोटीतून बाहेर उडी मारली. त्या जमिनीवर उभी राहिल्यामुळे मला बरं वाटलं. थंड वारा वाहत होता, तरी खालची वाळू ऊबदार होती. मिस ॲशरसारखी दिसणारी एक स्त्री आम्हाला घ्यायला आली होती. मी माझे शूज काढले आणि त्यांच्यामागून अनवाणी चालत राहिले. बेदुइन पद्धत मिस ॲशर त्या दुसऱ्या स्त्रीला म्हणाली. आम्ही त्या किनाऱ्यावर ती मोडकी इमारत लागेपर्यंत चालत राहिलो. ''सन हॉलीडे फ्लॅट्स'', मिस ॲशरसारखी दिसणारी ती स्त्री म्हणाली. एकसारखे दिसणारे काही नवे फ्लॅट्स त्या अंगणाच्या भोवती बांधलेले होते. त्या अंगणाच्या मध्यभागी द्राक्षवेलींची जाळी होती. हिमासारखंच इथेही वातावरणात गंध होता, तो मोडलेल्या वचनांचा, सांडलेल्या मधाचा आणि तुटलेल्या हृदयाचा. मी अगदी रडण्याच्या बेतात होते, तेव्हा मला त्या मालकाचा झोपाळू आवाज कानावर आला, ''खेल्लो, खेल्लो. तुमचा प्रवास ठीक झाला ना?''

''हो, थँक्स.'' मिस् ॲशरने तुटकपणे सांगितलं. ती थकली होती.

बॅकपॅकर्स हॉस्टेलच्या बाहेरचे, रस्त्यावरचे दिवे विझवले होते; पण मी अजूनही जागी होते आणि माझ्या हातापायांचे व्रण तपासत होते. परवीन तळमळत होती. तिच्या पलंगाकडे जाऊन मी तिच्या अंगावर पांघरूण घातलं. ते खाली जमिनीवर पडलं होतं. पडदे लावले होते; पण दूरवरचा मधूनच येणारा वाहनांचा आवाज खोलीत येत होता. बाजूच्या खोलीत जणू काही स्नायू लचकल्यागत किंवा बाळंत होत असल्यागत कुणीतरी किंचाळत होतं. वाऱ्यामुळे पडदे फुगल्यासारखे होत होते. चामड्याचे दोन सँडल्स घातलेले सावळे पाय त्या पडद्याआडून दिसत होते.

माझ्या मांड्यांवरून रक्त ओघळत होतं. मी ती उशी घट्ट धरली. जेव्हा घोड्याचा पाय मोडला आणि वेदनेनं तो घोडा विव्हळत जमिनीवर पडला, तेव्हा माझ्या वडिलांनी आपल्या बंदुकीनं त्याला गोळी घातली. तो त्यांचा आवडता घोडा होता. तो घोडा त्यांच्या बरोबरीनं लहानपणापासून वाढला होता. तो घोडा महिन्यातून एकदा त्यांना जवळच्या शहरात घेऊन जायचा. त्यांचं त्या घोड्यावर प्रेम होतं, तरी त्यांनी त्याला गोळी घातली होती. मी त्या पडद्याआड असलेल्या काळ्या आकृतीकडे पाहिलं. ''याला तुक्हनी व खालीस्नी (ह्यामुळे माझी सुटका होईल.)''

परवीननं आपलं डोकं वळवून आपले डोळे बारीक करत विचारलं, ''तू कुणाशी बोलतेस?''

''कोणीतरी ह्या खोलीत माझा पाठलाग करत आलंय.'' मी म्हणाले. ती उठली. तिनं कॉटखाली, कपाटामागे आणि दरवाज्याबाहेरही पाहिलं.

''त्या पडद्यामागे.'' मी म्हणाले.

तिनं तो पडदा संपूर्ण उघडला. तिथे कोणी नव्हतं, महमूद नव्हता, सँडल्स नव्हते आणि बंदूकही नव्हती. ''त्यानं बहुधा खिडकीतून उडी.'' मी मोडक्या-तोडक्या इंग्लिशमध्ये म्हणाले.

''तो पाच इंचाच्या फटीतून घसरत कसा जाईल? तो एखादा डोंबारी किंवा मांजर असणार.'' तिनं मला दटावलंच.

''मी किती आजारी आहे हे तू पाहू शकत नाही का?'' माझ्या हातावरचे दुखापतीचे व्रण दाखवण्यासाठी मी ते पुढे करत म्हणाले.

ती खाली बसली. आपल्या डोक्यावरची बट मागं सारून ती म्हणाली, ''सल्मा तू आजारी नाहीस.''

''मी आहे, आहे.'' असं म्हणून मी रडू लागले.

तिनं हात लांब करून मला स्पर्श केला.

''दूर राहा, तुला कदाचित संसर्ग होईल.'' मी म्हणाले.

"अल्ला हा निर्माता आहे आणि संहारकही आहे. काही वेळा तू मोडली जातेस किंवा काही वेळा तू संपूर्ण जोडलीही जातेस." मिस ॲशर गुडघे टेकून पलंगावरच्या लाकडी क्रॉसच्या चिन्हाची प्रार्थना करत असताना मी बाल्कनीचा दरवाजा उघडला आणि माझी स्वत:ची प्रार्थना करण्यासाठी बाहेर गेले. दोन ग्रीक लोक एकमेकांशी बोलताना कानावर आलं. त्या अंधारलेल्या समुद्रावर पांढरा फेस तरंगत होता; जणू काही त्या लाटा आपापसांत लढत होत्या. हवेत असलेला पिकल्या ऑलिव्हचा आणि संत्र्याच्या पांढऱ्या फुलांचा वास मी आत ओढून घेतला.

तिथे क्षितिजापलीकडे माझं हिमा गाव होतं. तिथे समोरच्या दुसऱ्या किनाऱ्यावर माझी आई, माझी मैत्रीण नौरा आणि माझी अबोल शिक्षिका मिस निलाह आणि... माझे वडील राहत होते. "लयीश? लयीश? (का? का?)" त्या लाटा कुजबुजल्या.

मी त्या बाल्कनीचा पांढरा कठडा घट्ट धरला. माझं हृदय कापलेल्या कोंबडी-सारखं आत फडफडत होतं. त्या अंधारात माझी माणसं इतकी जवळ होती तरी ती किती दूर होती! "तुझं तोंड बंद ठेव." मिस निलाह म्हणाली. "मम्मी." लैला किंचाळली. ती माझ्यासाठी रडत होती. "मी तुला अल्लाच्या संरक्षणाखाली सोडतेय. आपला निर्माता आणि संहार करणारा." माझी आई म्हणाली. "ती जिवंत असेपर्यंत मी कधीही ताठ मानेनं जगणार नाही." माझे वडील म्हणाले.

एखाद्या मूळ नसलेल्या झाडासारखी मी त्या कॅफेमध्ये कुटुंबीय, भूतकाळ, मूल असं मला कोणी नसल्यागत आता तो थंड चहा पीत बसले होते. माझी दुपारची जेवणाची सुट्टी झालेली होती आणि मला ताज्या हवेची गरज होती. कांजी आणि तंबाखू यांचा माझ्या फुफ्फुसांत भरलेला वास होता, तसंच माझ्या नाकपुड्यांच्या आतल्या बाजूला, माझ्या कपड्यांना आणि माझ्या केसांनाही चिकटलेला होता. त्यामुळे माझे केस आणखीनच कुरळे झालेले होते.

बाजूच्या टेबलावर एक कुटुंब जेवत होतं. मध्यमवयाची चेहऱ्यावर जराही सुरकुत्या नसलेली आणि सडपातळ अशी ती आई आणि मध्यमवयीन बाप. तो अगदी तिशीच्या आतला वाटत होता. त्यांना दोन मुलं होती – एक मुलगा आणि एक मुलगी. ती नम्रपणे काट्याचमच्यानं सलाड खात-खात, आईबापाकडे बघून हसत होती. 'जे बेघर आहेत त्यांना अशा प्रकारच्या सुरक्षिततेची भावना मिळण्या-सारखी नव्हती.' ही संकल्पना टी.व्ही.वरच्या संभाषणावरून मी उचलली होती. त्यात कुटुंबाच्या एकमेकांच्या ओढीबद्दल बोलणं चाललं होतं. अशातऱ्हेचे हे शब्द आणि शब्दसमूह हे प्रत्यक्ष जीवनात वापरून माझं ज्ञान मी दृढ करावं असा मिस ॲशरनं मला सल्ला दिला होता.

'अनअटेनेबल' हा शब्द ऐकल्यावर मी तो पुन्हा म्हणाले होते, कारण तो मला

लक्षात ठेवायचा होता. मी त्या काऊंटरकडे जास्त चहा मागण्यासाठी गेले. त्या काऊंटरवरच्या मुलीनं विचारलं, "तुझ्याकडे चिल्लर आहे का?"

"चिल्लर." मी म्हणाले, "वॉज अनअटेनेबल."

"काय?"

"चिल्लर नाही, सॉरी, सॉरी, सॉरी."

माझी आई माझ्याकडे पाहत होती. पिकलेलं पीचचं फळ हातात धरून मी माझे दात त्यात रोवले. ते बाहेरून लाल आणि मखमली होतं, तर आतून केशरी होतं. त्याचा रस माझ्या हनुवटीवरून खाली पडत होता. मी माझ्या आईच्या चेहऱ्यावरच्या भावना पाहिल्या. मी हसले आणि खाणं चालूच ठेवलं. "तू अगदी सशासारखी आहेस. तुझं तोंड सदैव हलत असतं." मी माझं डोकं हलवलं. मी दहा वर्षांचीच होते आणि दुसरं पीचचं फळ उचललं. तिनं हातातलं रानगवत, तण खाली ठेवलं आणि आपल्या बाहीनं तिनं माझं तोंड पुसलं. "तू एखाद्या टोळासारखी भुकेली आहेस; पण जे समोर येईल ते चघळू नको. एखाद्या दिवशी तू साप चघळशील आणि तो मागे वळून चावेल."

त्या खडखड्या सापानं त्याचे विषारी दात माझ्या बाहूंत खुपसले आणि त्याचं विष सोडलं, आई! मी त्या मोठ्या चर्चजवळच्या बाकावर बसून सूर्यास्त पाहत होते. एक लहान मुलांचा गट गवतावर लोळत होता. त्यांचे फिक्कट केस सूर्याच्या सोनेरी प्रकाशात चमकत होते. येणारे पेटके थांबवण्यासाठी मी माझं पोट हातांनी दाबून धरलं. आजचा औषध घ्यायचा माझा तिसरा दिवस होता; पण माझं डोंगरी पोट काही केल्या ऐकायला करायला तयार नव्हतं.

आम्ही भेटल्यावर लगेचच मी माझ्या मनातील गोष्ट परवीनला सांगितली आणि मी जिथे जाईन तिथे येणाऱ्या आणि अंधारात लपून बसणाऱ्या महमूदबद्दल सांगितलं. ती मला डॉक्टरकडे घेऊन गेली. डॉक्टरनी मला झोप यावी, मला स्वास्थ्य मिळावं ह्यासाठी काही गोळ्या लिहून दिल्या. त्यांनी मला व्रणावर लावण्यासाठी काही औषधंही दिली. त्या गटातल्या त्या मुलांच्या आयाही आपल्या मुलांवर खेळताना लक्ष ठेवत होत्या आणि गवतावर बसून सिगरेट ओढत होत्या. पुन्हा एकदा माझ्या पोटात ढवळून आलं. मी पिंपाकडे धावले आणि ओकले.

"तिला जास्त झालेली दिसतेय." त्या स्त्रियांपैकी एक ओरडली.

"अग, मुलांसमोर नको." दुसरी म्हणाली.

मी माझं तोंड, कपाळ पुसलं आणि त्या गवतावर धापा टाकत पडले.

परवीन आणि मी त्या मोठ्या चर्चजवळच्या मागच्या गल्लीतून चाललो गेलो. तो गर्दीचा रस्ता ओलांडला. एक पांढरा दरवाजा ढकलला आणि डॉक्टर चार्ल्स स्पेन्सरसाठी त्यांच्या रिसेप्शनिस्टकडे चौकशी केली.

आमच्या एकमेकींच्या धरलेल्या हाताकडे पाहत ती म्हणाली, ''जरा बसा.'' काही मिनिटांनंतर ती म्हणाली, ''डॉ. स्पेन्सर ह्यांची खोली वरच्या मजल्यावर डावीकडून दुसरी आहे.''

परवीन एक चकचकीत मासिक वाचत बसली होती. तिने मला हात हलवून टाटा केला.

मी जिना चढून वर गेले आणि दरवाज्यावर टकटक केली. ''आत या.'' डॉक्टरनी अगदी रुबाबदार इंग्लिश उच्चारांत सांगितलं. मी दरवाजा उघडला, बंद केला आणि त्यांच्या ऑफिसच्या मध्यावर उभी राहिले.

नाकावर घरंगळलेला चष्मा वर करून त्यांनी माझ्याकडे संशयानं पाहिलं. ''तुझं नाव सॅली ॲशर आहे? हे किती विसंगत!''

मी माझं पडद्यानं झाकलेलं डोकं हलवलं.

''मी तुझ्यासाठी काय करू शकतो, मिस ॲशर?'' असं म्हणत लिहिण्याच्या तयारीनं त्यांनी पेन हातात धरलं.

''मी आजारी आहे डॉक्टर. माझ्या हृदयाचे ठोके कमीजास्त होत आहेत. झोप नाही.'' मी मोडक्या-तोडक्या इंग्लिशमध्ये सांगितलं आणि डोक्यावर बांधलेला पांढरा पडदा माझ्या गरम कपाळावरून मागे केला.

ते उठून बसले. त्यांनी पेन खाली ठेवलं. टाय ठीक करून विचारलं, ''काही शारीरिक लक्षणं?''

''आजारी आहे. हात आणि पाय पहा.'' मी माझे हात लांब करून दाखवले, जेणेकरून ते त्यांचं निरीक्षण करू शकतील. त्यांनी आपल्या जाडजूड गोऱ्या हातात माझा लुकडा, काळा हात धरला आणि ते व्रण पाहिले. ''हे सोरायसीस आहे, एवढंच. ही कातडीची स्थिती आहे. काही गंभीर नाही.'' ते म्हणाले.

''घाम येतो, हृदय धडधडतं, झोप येत नाही.'' मी म्हणाले.

त्यांनी माझा हात सोडला आणि ते म्हणाले, ''जर तुझं हृदय धडधडत असेल, तर ते चांगल्या स्थितीत आहे. हृदयानं हेच काम करायचं असतं.''

''परंतु मी आजारी, आज जिवंत, उद्या मरेन मी.'' मी विनवणी केली.

''मी सांगितलं ना, की तुला काहीही झालेलं नाही. माझा वेळ आणि सरकारचा पैसा फुकट घालवू नको.''

मी वळले. त्या दरवाज्याची थंड मूठ पकडली. ती खाली केली आणि तिथून बाहेर पडले.

मी फार भरभर किंवा हळू चालत नाही ना ह्याची मी नाव घेतलेल्या त्या मिस ॲशरसाठी खात्री केली.

ती रपेटीची जागा जुनी आणि मोडकळीला आलेली होती. एक काँक्रीटचा फरशा घातलेला रस्ता आणि एक छोटी भिंत. आजूबाजूला काही इमारती होत्या आणि एक छोटं सॉफ्ट ड्रिंक, सिगरेट आणि सायप्रसचं वर्तमानपत्र विकणारं दुकान होतं. ते वर्तमापत्र मला काही समजण्यासारखं नव्हतं. आम्हाला तुरुंगात वर्तमानपत्र मिळायचं. आम्ही अगदी उत्सव साजरा करायचो. आम्ही खालची जमीन झाडायचो, ती पुसून स्वच्छ करायचो आणि मग ते वर्तमानपत्र काळजीपूर्वक वर पसरायचो. नौरा आपल्या कमानदार भुवयांवर पेन्सिल फिरवायची, लिपस्टीक लावायची आणि आपले चमकदार काळे केस विंचरायची. सगळे केस नीट झाकले जाण्यासाठी मॅडम लामा आपला गुलाबी रुमाल डोक्याभोवती नीट बांधायची आणि मी सर्वात लहान असलेली आणि वाचू शकणारी अशी त्या तुरुंगातली एकच कैदी माझा पडदा डोक्यावर घालायचे. मी त्या वर्तमानपत्राचं मृत्यूविषयी लिहिलेल्या लेखांचं पान उघडायचे आणि सर्व नावं वाचायचे. 'आम्ही आमच्या आवडत्या आईचा अल-हाज्जा अमिरा रिमावीचा मृत्यू जाहीर करत आहोत. आपण अल्लाचे आहोत आणि त्याच्याकडेच आपण परत जातो.'

मॅडम लामा म्हणायची, ''माझी बहीण वारली तर ते मला कधीही कळवणार नाहीत. मला काहीही कळणार नाही.''

'मुनीरा अल- हमदान' मी वाचलं आणि थांबले. ''नौरा मी तुला साभाबद्दल सांगितलं होतं, आठवतं? तिच्या भावानं तिला एका लग्नात ठार मारलं होतं ते? ही तिची आई आहे.''

''तिच्या आईला तिच्या मागून जायला वेळ लागला नाही.'' नौरा म्हणाली.

तो निकामी म्हणून पडलेला सायप्रसच्या किनाऱ्यावरचा तुर्की किल्ला अंधारा आणि भयानक दिसत होता. ''तुर्की सुलतानानं तो किल्ला ऑटोमन साम्राज्य असताना सोळाशे पंचवीसमध्ये बांधून घेतला होता.'' मिस ॲशर म्हणाली, ''तुला आत जायचंय?''

''हो.'' मी म्हणाले.

''कॅसल.'' ती म्हणाली.

''कॅसल.'' मी तो शब्द घोकला.

''इस्लामिक वास्तुकला.'' ती म्हणाली. त्या हिरवळीचा वास हवेत भरलेला होता. आतल्या बाजूला एक अंगण होतं. त्यात कित्येत वर्षांत न छाटलेली खूपच झाडं-झुडपं होती. एक द्राक्षाची वेल गुंडाळत जाऊन त्याची जाळी झाली होती. मिस

ॲशरनं आपले करडे केस आपल्या चमकणाऱ्या कपाळावरून मागे सारत रखवालदाराच्या छोट्या खोलीकडे बोट दाखवलं. त्यानं विचारलं, ''तुर्की?''

''नाही.'' मिस् ॲशर म्हणाली.

''नाही; ही'' त्याने माझ्या पांढऱ्या पडद्याकडे बोट दाखवत विचारलं.

''प्लीज.'' मिस् ॲशर म्हणाली.

त्यानं आम्हाला आत जाऊ दिलं; पण तो जरा अस्वस्थ वाटला. आम्ही जिन्यावरून वर सुलतानाच्या राहण्याच्या जागेकडे गेलो आणि सरळ एका दिवाणखान्यात गेलो. पूर्वी सुलतानाचा दरबार असणाऱ्या दिवाणखान्यात मखमली खुर्च्या, सोफे, उशा आणि खोलीच्या मध्यावर एक कोळशाची शेगडी होती. शेगडीवर कॉफीचं भांडं होतं. त्या सुलतानाला भेटायला येणारे लोक बरेच असावेत.

मी एकदाची हॉस्टेलला परतले, तेव्हा अंधार झाला होता. परवीन काळजीनं पांढरी पडली होती. ''तू कुठे गेली होतीस? तुला मी जिकडेतिकडे शोधलं. तू तुझा पावा आणि नेकलेसही मागे ठेवला होतास.''

''मी फिरायला गेले होते.''

''बघ, मी आपल्यासाठी पातळ भाजी केलीये.''

''मी काही खाऊ शकत नाही. जे काही आत जातं, ते उलटी होऊन बाहेर येतं.'' असं म्हणून मी पलंगावर बसले.

''ठीक आहे. ती तुझ्यासाठी सूप आणते.'' असं म्हणत बाहेर गेलीही.

मी पलंगावर पडून बाहेरच्या रहदारीचा आवाज ऐकत होते. त्या गोंधळात एका चिमणीची चिवचिव, ग्लासांचा किणकिणाट, कुत्र्यांचं भुंकणं आणि मग रहदारीचा आवाज मी ऐकत होते.

दरवाजा उघडून परवीन घाईनंच आत आली. तिनं अंगावर मेंढराच्या लोकरीचा पेहराव केला होता. तिनं किटली चालू केली आणि ती पलंगावर बसली. ''तुझं आवडतं बटाटा आणि सेलरीचं सूप.'' ती म्हणाली.

तिनं एक भांडं गरम पाण्यानं भरलं. त्यात ते पॅकेट रिकामं केलं आणि हलवलं. ''तुला हे आवडेल.'' असं म्हणत तिनं ते भांडं माझ्या नाकासमोर धरलं.

''नको.'' मी म्हणाले.

''तुला खाल्लंच पाहिजे. तू रिकाम्यापोटी गोळ्या नाही घेऊ शकत.''

मी मान हलवली.

त्या पलंगावर पडून मी माझ्या कुटुंबीयांच्या उबेत त्यांच्या दु:खी आवाजात स्वत:ला गुंडाळून घेण्याचा प्रयत्न करत होते. मला वर खेचण्यासाठी एक आधार हवा होता आणि अचानक मला त्यांचं गाणं ऐकू आलं.

''लोव, लोव, लोव, लोवलाली.'' आम्ही गाऊ लागलो. आमच्या डागाळलेल्या भिंतींतून आवाजाचा प्रतिध्वनी उमटत होता आणि तो बाहेरच्या जगापर्यंत पोहोचत होता. ते जग आम्ही कित्येक वर्षांत पाहिलेलं नव्हतं. ''माझी गैरहजेरी फार काळाची आहे.'' आम्ही एकत्र गात होतो. नौरा उभी राहिली. एक शाल आपल्या ऐसपैस नितंबांभोवती गुंडाळून ती धातूच्या भांड्यावर होणाऱ्या आवाजात हलू आणि नाचू लागली. आम्ही आमचे आवाज वाढवले.

संध्याकाळच्या पाळीवरचा रखवालदार शिवीगाळ करू लागला. ''तुम्ही सर्व रांड आहात. तुमच्याबद्दल कुणाला काळजी वाटत नाही. तुम्ही एकदम फालतू, घाणेरड्या बायका आहात, तेव्हा तुम्ही गप्प का रहात नाही?''

''लोव, लोव, लोव, लोवलाली.'' आम्ही एकत्र गाऊ लागलो.

''मी जर तुमच्यापैकी एकीला गोळी घातली, तर तुमचे कुटुंबीय माझे आभार मानतील.'' तो ओरडला.

मॅडम लामानं हे ऐकलं, तेव्हा तिनं आपले मोठे उरोज गच्च धरले. ती गाणी म्हणायची थांबली आणि रडू लागली. नौरानं तिला गच्च धरलं आणि ती म्हणाली, ''त्याला काय कळतंय? तो एक शेतकऱ्याचा मुलगा आहे. त्याला त्या युनिफॉर्ममध्ये कसंसच वाटतंय झालं.''

''तो कचरा जमवणारा आहे. त्याच्या खिशाला गुलाब लावलेला आहे.'' मॅडम लामा म्हणाली.

''अंधारात उड्या मारणारं माकड.'' नौरा म्हणाली.

''त्याच्या त्या पिंजऱ्याबाहेर असला, की तो हास्यास्पद दिसतो.'' मॅडम लामा म्हणाली.

''जपानी येत आहेत.'' माझा बॉस मॅक्स एका सकाळी म्हणाला आणि त्यानं आपल्या विरळ झालेल्या केसांतून हात फिरवून ते व्यवस्थित चापूनचोपून बसलेत ना ह्याची खात्री करून घेतली. तो त्याच्या केसांच्या पातळ बटा वाढवून त्या वर खेचायचा आणि डोक्याभोवती गोल फिरवून आपले टक्कल झाकायचा. ती लाटेसारखी नेहमी खाली येणारी बट तो वैतागूनच जागेवर बसवायचा. ''ते सॉक शॉप पुन्हा जोरात आहे. बहुधा ते जपानी कंपनीनं विकत घेतलंय.'' प्रत्येक दिवशी तो एखादा जपानी येईल आणि त्याच्या दुकानासाठी असाधारण अशी किंमत देईल अशी आशा करायचा. मग त्यानं त्याला काय सांगायचं, हे मात्र प्रत्येक दिवशी मॅक्सच्या लहरीप्रमाणे बदलायचं.

'तू तुझे परकीय हात मागे घे, माफ कर, माझ्या दुकानातून चालता हो आणि घरी आपल्या मायदेशी जा. माकडांचे मेंदू खाणारे.' मॅक्सने कुठेतरी वाचलं होतं, की

माकडाचा मेंदू हा अगदी पौर्वात्त्य देशांत एक मिष्टान्न मानलं जातं. त्यामुळे त्याचं असं मत झालं होतं, की सर्व आशिया खंडातले लोक हे साप, माकड आणि गाढव खाणारे होते. दुसऱ्या दिवशी त्याचं उत्तर वेगळं असायचं.

"हे सरकार आपल्याशी पिंगपाँग खेळतंय. एक दिवस ते म्हणतील, की आपण समाजकर द्यायला हवा आणि आपण म्हणतो, की त्यांनी निवडणूक-कर लावायला नको. जर का एखाद्या जपान्यानं दहा लाख ह्या कचरापट्टीसाठी दिले, तर मी आवरा-आवर करून सरळ जिब्राल्टरला जाईन."

"जिब्राल्टरला का?"

"ते ब्रिटिश आहे नाही का?"

लोणी, मध आणि नारळ

त्या मोठ्या जहाजाच्या बारीकशा जिन्यावरून घाईगर्दीनं वर जाताना माझ्या हृदयाचे ठोके जलद पडू लागले. काही दिवसांपूर्वी मी सायप्रसमधल्या एका चर्चमध्ये मिस अ‍ॅशरबरोबर गेले होते. आमचं स्वागत करणाऱ्या तिथल्या लिटील सिस्टरनं मिस अ‍ॅशरला खुश करण्याचा प्रयत्न केला. काही जुन्या वाद्यांकडे, उपकरणांकडे आणि पुस्तकांकडे बोट दाखवत ती घाईगर्दीनं बोलू लागली. तिने सांगितलं, की हेल्लेना नामक एक मालवाहू जहाज आहे. ते ह्या कॉन्व्हेंटचं काही सामान सायप्रसहून साऊदॅम्पला घेऊन जाणार आहे. त्या जहाजाच्या कप्तानानं मिस अ‍ॅशर आणि तिच्या मुलीला ह्या जहाजातून प्रवास करायला खास परवानगी दिली होती.

सायप्रसमधली कुटुंबं आपल्या मुलांना निरोप देत होती. उन्हानं रापलेले इंग्लिश नवरे आपल्या बायकामुलांची चुंबनं घेत त्यांना निरोप देत होते. खलाशी दोर ओढत होते आणि हमाल लाकडाची खोकी आणि सुटकेसेस वाहून नेत होते. मला माझ्या अश्रूंची लाज वाटली, कारण माझा जीव वाचवणाऱ्या मिस अ‍ॅशरसाठी तरी मी आनंदी दिसावं असं मला वाटत होतं. दुसऱ्यांच्या चेहऱ्यावर वाहणारे अश्रू पाहिल्याबरोबरच मी त्या जहाजाचा कठडा घट्ट पकडला. मिस अ‍ॅशर डेकवर खोकी आणि सुटकेसेसच्या गराड्यात उभी होती. मी माझं रंगीत बोचकं त्या लाकडी पेटीवर ठेवलं. जहाजाची निघण्याची वेळ झाली, तेव्हा भोंगा वाजला.

मी अजूनही खाऊ शकत नव्हते. पोटातून इतक्या जोरात पेटके यायचे, की त्या सैनिकांच्या जुन्या कॉटवर स्वतःची गुंडाळी करत मी कित्येक तास पडून राहायचे. सूपचं भांडं टेबलावर ठेवून परवीन खांद्यावरच्या पिशवीत काहीतरी हुडकायला लागली. तिनं एक छोटा, रुपेरी कॅसेट प्लेअर काढून टेबलावर ठेवला. सॉकेट कुठे आहे ते पाहून तिथे लावला. तिनं मग टेप्सची प्लॅस्टिकची बॅग उघडून एक टेप

निवडली. कॅसेट प्लेअरचा दरवाजा उघडून ती कॅसेट सरकवून एक बटण दाबलं. दळलेल्या कॉफीच्या वासासारखी ती खोली संगीतानं भरून गेली. त्या कविता इतक्या स्पष्ट होत्या, की अगदी पहिल्यांदा वाचूनही त्या मला समजत होत्या. तो गाणारा काहीशा घोगऱ्या आवाजात डोंगरावर जाण्याच्या कठीण प्रवासाबद्दल, हृदयाच्या कळा आणि वेदनांबद्दल गात होता. परवीननं त्याच्याबरोबर गायला सुरुवात केली आणि परवीनला ते गाणं पाठ असल्याचं माझ्या लक्षात आलं. त्या गाणाऱ्याचा खोल आवाज आणि परवीनचा मधुर आवाज एकमेकांत मिसळून हॉस्टेलभर पोहोचला. परवीननं मायक्रोफोन हातात घेतल्याचं नाटक केलं. ''मी मनसोक्त संभोग केला.'' तिचा आवाज आता मोठा आणि कर्कश होता. 'परंतु मी चहा पिते आणि बिस्किटं चघळते; पिते; चघळते; पिते चघळते. ते ते सूप पी, ब्रेड चघळ आणि मग पुन्हा एकदा संभोग कर.'

जेव्हा तिनं बटण दाबून गाणं थांबवलं, तेव्हा मी ते थंड झालेलं भांडं हातात धरून सूप पिऊ लागले.

हेल्लेना ह्या बोटीवर मिस ॲशर तिथे असलेल्या बाकड्यावर आणि मी खाली जमिनीवर गादी घालून झोपले. आम्हाला थंड अन्न आणि शिळा पाव खायची सवयही झाली. इथली जेवणाची खोली ही छोटी आणि वाशेळी होती. जेवणाची भांडी, सुऱ्या, टॉवेल्स आणि साखरेची भांडी बाजूच्या टेबलावर मांडलेली असायची. मला सुऱ्या वापरण्याच्या पद्धतीबाबत खात्री नव्हती. मग मी चीज आणि ब्रेड खायचे आणि चहा प्यायचे.

एक छानशी बाई आपल्या तीन मुलींना घेऊन जेवणाच्या खोलीत कधीतरी यायची. मिसेस हेंडरसन ही सायप्रसमध्ये ब्रिटिश हॉस्पिटलमध्ये नर्स म्हणून काम करत होती आणि ती आपल्या कुटुंबीयांना भेटण्यासाठी परत जात होती. ''मला तेथील उकाडा आणि ते निरभ्र आकाश आता सोसवेना. पावसाचा शिडकावा माझ्या चेहऱ्यावर व्हावा ह्यासाठी मला आता थांबवत नाही.'' ती म्हणाली आणि हसली. माझी अस्वस्थता तिच्या बहुधा लक्षात आली होती. म्हणून मग एका सकाळी मी ब्रेड खात असताना माझ्या टेबलाकडे येऊन ती तिथे बसली. ''माझं नाव रिबेका आहे आणि ह्या माझ्या मुली – मार्गारिट आणि ल्युसी''

मी त्यांच्याकडे पाहून म्हणाले, ''तुम्हाला भेटून आनंद झाला.'' हे वाक्य इंग्लिशमध्ये कसं बोलायचं ते मिस ॲशरनं मला तिसऱ्या धड्यात शिकवलं होतं. तिच्या मुली अगदी सहजपणे आणि आत्मविश्वासाने त्या अन्नाचा समाचार घेत होत्या.

ती म्हणाली, ''मी असं म्हणतेय म्हणून रागावू नको; पण तू सर्व वेळ चीज आणि ब्रेडच का खातेस?''

''मला माहीत नाही कसं.'' मी हातात सुरी काटा घेतल्यासारखे हात करत म्हणाले.

''मी तुला शिकवते.'' ती म्हणाली.

त्या वेळेपासून ती मला टेबल मॅनर्स आणि इंग्लिश शिकवू लागली. अशा वेळी तिच्या मुली मागे थांबून खुदखुदत असायच्या.

''सरतेशेवटी तू अंघोळ केलीस तर!'' एका सकाळी परवीन म्हणाली, ''आता तुला बरं वाटत असेल.''

''हो.'' मी असं म्हणून माझे केस टॉवेलमध्ये गुंडाळले.

''आता आपल्याला नोकरीच्या मागावर जायला हवं.'' परवीन म्हणाली, ''पण पहिल्यांदा तू डोक्याभोवती हा रुमाल गुंडाळतेस त्याबद्दल मला तुला विचारायचं आहे.''

''लोक माझ्याकडे जणू काही रोग झालाय असं बघतात'' मी मोडकं-तोडकं इंग्लिश बोलले.

माझ्या बाजूला कॉटवर बसत म्हणाली, ''जर का तू डोक्याला रुमाल बांधायचा अगदी हट्टच धरलास, तर तुला नोकरी मिळणं जास्त कठीण जाईल. माझ्या भागात राहणारा माझा मित्र ॲश ह्याला त्याच्या डोक्यावरच्या पगडीमुळे नोकरीवरून काढून टाकण्यात आलं. त्यानं आपलं नेमून दिलेलं काम पुरे केलं नाही, अशी सबब त्यांनी मागाहून दिली.''

''डॉक्टर म्हणतात जास्त भूतकाळ...'' मी आता जे मोडकंतोडकं इंग्लिश बोलत होते, ते आता तिला समजत होतं.

''हो, सल्मा जास्त भूतकाळ...'' ती स्वत:शी बोलल्यागत म्हणाली.

''फार कठीण जरी असला...'' मी म्हणाले.

''हो, मला माहीत आहे, माहीत आहे.'' ती म्हणाली.

त्या काचेच्या शो केसमध्ये एखाद्या चंद्रकोरीसारख्या लोंबकळत ठेवलेल्या गुलाबी सॅटीनच्या शूजकडे मी पाहिलं. मुलांबद्दलची हळुवार स्वप्नं, त्यांचं ते गुलाबी तेज, बालगीतं आणि मुसमुसणं.... लैलाचा, माझ्या मुलीचा चेहरा मला ठाऊक नव्हता; पण तीन वर्षांपूर्वी मी तिचा एक चेहरा कल्पिला. मी तिला कपडे घातले, तिचे केस विंचरले, तिला अंघोळ घातली आणि रात्री झोपताना तिची हजारो चुंबनं घेतली.

''एका सिनेमात प्रोजेक्टर चालवणाऱ्या त्या माणसानं त्या सिनेमातल्या पाद्र्यानं कापलेली सर्व चुंबनदृश्यं एकत्र करून ती सर्व एका रिळात भरली. मग ज्या

मुलावर त्याचं प्रेम होतं, तो मुलगा शहरात आला, की तो ते रीळ लावायचा.'' परवीन म्हणाली.

लैला आपल्या गुलाबी कॉटवर गाढ झोपली असेल, मी वाकूनच तिचा मुका घेईन. तीन वर्षांची लैला कोंबड्यांमागून पळत असेल, मी तिच्यामागे धावेन आणि तिला पकडून तिचा मुका घेईन. लैला रडत असेल; पहिल्यांदा शाळेत जायला भीत असेल, मी तिला घट्ट धरेन, तिचे अश्रू माझ्या बुरख्यानं पुसेन आणि तिची पापी घेईन. मग आडवयाची लैला शाळेच्या रस्त्यावर भेटलेल्या हमदानसारख्या एखाद्या मुला-बद्दल सांगेल; मी तिच्या पाठीवर चोळेन आणि तिची पापी घेईन. ''त्या तरुण मुलाच्या डोळ्यांत ती चुंबनदृश्यं पाहून अश्रू उभे राहिले. पण मी मात्र पाठ ताठ ठेवून, डोळे कोरडे ठेवून माझा रेनकोट घालून चालत राहिले.'' परवीन म्हणाली.

हेल्लेना ह्या जहाजाच्या कठड्यावरून वाकून मी कोरड्या डोळ्यांनी घुसळणारा आणि फेसाळणारा समुद्र पाहिला. ते जहाज पाणी ढकलत वाट काढत असताना मागे फेसाच्या रेषा उमटवत होतं. मिस ॲशरच्या तीक्ष्ण नजरेखाली मी रिबेकाच्या टेबल मॅनर्स आणि इंग्लिश भाषेविषयीच्या सूचना आत्मसात करत होते. ही लहान ब्रेडची, ही मुख्य जेवणाच्या वेळी वापरायची सुरी आणि काटा, हा चमचा सुपासाठी आणि हा मिष्टान्नासाठी. आता हिरव्या लसणीची पात पकडून तिचे तुकडे कसे करायचे आणि तोंडात ढकलायचे ते मी शिकले होते. ते मग मी जणू पोट भरलंय म्हणून नाइलाजानं खायचे. मी ब्रेडच्या तुकड्याला लोणी कसं लावायचं, तो दोन बोटांत कसा धरायचा आणि सुपाबरोबर कसा खायचा ते शिकले. दुसऱ्या लोकांनी जेवणाची सुरुवात करेपर्यंत सोशीकपणे वाट बघत कसं थांबायचं आणि त्यानंतर सुरुवात करायची हे शिकले. दुसऱ्यांचं बोलणं संपेपर्यंत वाट बघून, मग आपण बोलायचं हे मी शिकले आणि प्रत्येक संभाषणाची सुरुवात हवेसंबंधी चर्चा करत करायची हेही शिकले.

''गुड मॉर्निंग सादिक, आज हवा खूप छान पडलेय.'' मी म्हणाले. त्यानं माझ्याकडे बोट दाखूवन आपली हनुवटी एका बाजूला कलवली आणि म्हणाला, ''सल्मा, तू एकदम मेमसाब बनायला लागलीस. काही दिवसांत तू एकदम इंग्लिश बनशील.''

''हे बघ टोमणे मारू नकोस.'' मी माझी बाजारहाटाची पिशवी घट्ट धरत म्हटलं.

''हे बघ तू अल्लाची प्रार्थना कशी करायची तेही विसरली आहेस.'' तो म्हणाला.

''तुझं काय? सर्व वेळ प्रार्थना करतोस आणि काफीर लोकांना दारू विकतोस.''

''धंदा म्हणजे धंदाच''

"तर मग तू तुझे केस एवढे चकचकीत ठेवण्यासाठी काय वापरतोस?" मी विषय बदलण्यासाठी विचारलं.

"सेक्सी नावाचं भारतीय तेल वापरतो." मग आपल्या चापूनचोपून बसवलेल्या केसांवर हात फिरवून तो हसला.

"मग मलाही ते थोडं दे." मी म्हणाले.

"तुला माहीत आहे सल्मा. तू जर एवढ्या निष्ठुरपणे वागली नसतीस, तर मी तुला दुसरी बायको म्हणून करून घेतली असती."

"दुसरी बायको, काय चेष्टा करतोस का?" मी हसून विचारलं.

"आपण एवढंच करायला हवं, की माझ्या बायकोला दर महिन्याला दोनशे पौंड मुलांसाठी द्यायचे की झालं. ही रक्कम पाठवायला तू जर मला मदत केलीस, तर मी तुझ्याशी लग्न करीन."

"तुझ्याशी लग्न करून दुसरी बायको होण्यासाठी मी पैसे द्यायचे? तुला काय वाटतं की तू कोण आहेस? कॅसानोव्हा?" मी हसून विचारलं.

"शू, शू, जा आणि आपल्या इंग्लिश मालकिणीचे पाय चाट."

संध्याकाळी सूर्यास्ताच्या वेळी मी बाहेर पडून आणि जवळच्या जिन्यानं सर्वांत वरच्या डेकवर जाऊन चारही बाजूनं वेढणारा भूमध्य समुद्र पाहायचे. मी त्या डेकवर बराच वेळ आकाशाचे बदलणारे रंग पाहत राहायचे. चमकदार सोन्यासारख्या रंगाचं उदास करड्या रंगात रूपांतर व्हायचं. तिथे थंडी लागू नये, म्हणून मी हाताची घडी करून घ्यायचे. ते रंग परस्परांत कसे मिसळतात, पांगतात आणि मग बाजूला होतात हे पाहायचे. तो रंग बदलला होता आणि *विमेन्स ओन* ह्या मासिकात पाहिलेला उद्याचा रंग एखाद्या हिरव्या कुरणासारखा होता. हे मासिक डेकवरच्या एका खुर्चीवर पडलेल्या स्थितीत सापडलं होतं. त्यात झाडांचे, बागेचे आणि रंगीत फुलांचे भरपूर फोटो होते. "हिंग्लंड गोड, हिंग्लंड सुंदर." मी रिबेकाला म्हणाले.

टेकड्यांचा रंग वाटाण्यासारखा पोपटी-हिरवा होता. परवीननं मला एकदा सांगितलं होतं, की शेतकरी तण मारण्यासाठी आणि पिकं हिरवी दिसावी म्हणून रसायनं वापरतात. त्या वेळेपासून माझ्या झोपायच्या खोलीतून त्या हिरव्या टेकड्यांकडे पाहताना माझ्या मनात त्या जमिनीखाली असलेल्या विषाच्या थरांबद्दल विचार यायचा. त्या मोठ्या चर्चजवळच्या त्या चाऱ्यावर नक्कीच खत शिंपडलेलं होतं ह्यात संशय नव्हता. त्या गडद हिरव्या रंगाच्या चाऱ्याकडे पाहताना मला लिझनं तिच्यासाठी ब्रेड खरेदी करायला सांगितल्याची आठवण झाली. ते शब्द हळू आवाजात उच्चारत मी त्या विक्रेत्या मुलीला म्हणाले, "ग्रॅनरी, प्लीज"

"पुन्हा सांग." ती म्हणाली.

"ग्रॅनरी ब्रेड." मी म्हणाले.

"हा." तिनं एका तपकिरी रंगाच्या ब्रेडकडे बोट दाखवलं.

तो डाव्या बाजूकडचा असं सांगावसं वाटत होतं; पण तिनं विचारल्यावर नाही म्हणायला मला इतकी लाज वाटली की मी सरळ हो म्हणून टाकलं. तिथे इंग्लिश म्हाताऱ्या स्त्रिया रागावून आणि जोराजोरानं श्वास घेत माझ्यामागे भलीमोठी रांग करून उभ्या आहेत, असं मला नेहमी वाटायचं. अर्थात, मी विदेशी होते हे ज्या तऱ्हेनं मी 'ओ' चा उच्चार करायचे त्यावरून दिसायचं. ज्या तऱ्हेनं मी पैसे घ्यायचे आणि ज्या तऱ्हेनं मी कपडे केलेले असायचे त्यावरून कळायचं. माझे लुकडे घोटे ह्यात भरच घालायचे. मग मी हातातली चिल्लर पर्समध्ये टाकायच्या आत त्या रांगेतून बाहेर पडायचे. एलिझाबेथ मला फासावर देईल, कारण तिनं मला ग्रॅनरी ब्रेड आणायला सांगितला होता.

त्राता जिझसबद्दलची आणि पवित्र ट्रिनिटीबद्दलची प्रवचनं काही थोड्या रात्री दिल्यानंतर मिस ॲशरनं रात्रीची प्रवचनं बंद केली, हे माझ्या लक्षात आलं. त्या छोट्या खोलीत जमिनीवर माझी ढोपरं पकडून नम्रपणे बसून मिस ॲशरनं बायबल-मधल्या वाचून दाखवलेल्या कथा मी ऐकायचे. त्या ज्ञानी पुरुषांतल्या एकाची बायको एलिशाला म्हणाली, "माझा नवरा, जो तुझा नोकर आहे तो मेला आहे; पण त्याचा सावकार माझ्या दोन्ही मुलांना गुलाम करण्यासाठी येत आहे."

गोष्टी सांगणाऱ्या आमच्या गावच्या 'जादान'प्रमाणेच मी त्या कथा ऐकायचे. त्याच्या गोष्टी दूरदेशच्या प्रवासाबद्दल आणि शौर्यानं भरलेल्या असायच्या. त्याच्यात अडथळा यायचा तो त्याने रबाब नावाचे तंतुवाद्य वाजवल्यामुळे. त्या तंतुवाद्याच्या तारा वाजवल्यानंतर एखाद्या स्त्रीच्या किंकाळ्यांसारखा एक अत्यंत खोल असा आवाज अंगणात भरून राहायचा.

मिस ॲशर त्या कथेतले काही शब्द अरेबिकमध्ये भाषांतरित करून सांगायची आणि मग त्या गोष्टी मूळच्या इंग्लिशमध्ये वाचायची. जरी मला थोडंसच कळलं, तरीसुद्धा निराळ्या भाषेचे स्वर मला ऐकायला आवडायचे. एका संध्याकाळी जणू मी काही मोठी गुप्त गोष्ट सांगतेय अशा थाटात मी मिस ॲशरला म्हणाले, "मी अलगूज वाजवते. तू वाचत असताना मी ते वाजवू का?"

आपल्या झालरवाल्या कॉलरचं वरचं बटण काजेत गेलेलं आहे की नाही ह्याची मिस ॲशरनं नीट खात्री करून घेतली. मग बायबल पलंगावर ठेवून ती म्हणाली, "मी पवित्र लिखाण वाचते आहे. तू ते काळजीपूर्वक ऐक आणि त्यातून काही शिक." तिनं छातीवर क्रॉसची खूण केली आणि ती कपडे काढू लागली. मी वळले आणि

खालच्या गादीवर पसरले. जहाजाच्या हलण्याची जाणीव होत होती आणि त्या गोल छोट्या खिडकीतून मला त्या लाटांचा लयबद्ध आवाज येत होता.

मी त्याला त्या चर्चजवळच्या छोट्या रस्त्यानं येताना पाहिलं. ''हॅलो'' मी जिमला म्हणाले.

''जिझस! तू मला दचकवलंस.'' तो म्हणाला.

मी त्याच्या करड्या डोळ्यांकडे, तुकतुकीत कातडीकडे आणि पोनीटेलकडे पाहिलं. आणि मला जाणवलं, की ती शनिवार संध्याकाळ इतकी दूर गेलेली होती. ती त्याच्या मनाच्या अडगळीच्या सामानाच्या खोलीत दडवलेली होती. मी माझ्या बॅगेचे पट्टे उगाचच चाचपडू लागले.

''मी घाईत आहे'' तो म्हणाला.

''हो, अर्थात'' मी म्हणाले. मला उगाचच चोरट्यासारखं वाटत होतं आणि मी माझा भार एका पायावरून दुसऱ्या पायावर टाकत होते.

''कधीतरी कपभर कॉफी घेऊ या?''

''मी खरंच हल्ली फार कामात आहे. भेटू या कधीतरी.'' असं म्हणून त्या फरसबंदी रस्त्यावरून घाईने खाली गेला.

कसाबसा त्याचा निरोप घेऊन मी त्या रस्त्यातून वर गेले. मी मागे वळून पाहिलं. मला त्याच्या करड्या रंगाच्या शर्टची पाठ, त्याचे लुकडे हात, त्याची नाजूक बोटं आणि व्यवस्थित शूज त्या कोपऱ्यावरून अदृश्य होताना दिसले.

परवीननं मला, 'कधीतरी भेटू या' ह्याचा अर्थ सांगितला होता. त्याचा अर्थ होता, की 'इथेच निरोप घेऊ या. गुड बाय!'

मी हॉस्टेलमधल्या एकमेव आरशात माझं प्रतिबिंब पाहिलं. माझं वजन खूपच कमी झालं होतं. माझे डोळे आणि नाक मोठे वाटत होते आणि माझी कातडी आणखी काळी झाली होती. मी इतकी बारीक झाले होते, की माझी पँट घसरत होती.

''वयात येणं हा प्रवास आहे.'' परवीन म्हणाली, ''चिनी माणसं त्याला छोटं मरण म्हणतात. ते तुम्हाला मोठ्या खऱ्या दणक्यासाठी तयार करतं.'' मी बाहेर फिरायला जाण्यासाठी तयार झाले. मी निळी जीन्स, टी-शर्ट घातला होता आणि माझा पांढरा पडदा हनुवटीखाली घट्ट बांधला होता. मी पुन्हा एकदा माझ्या प्रतिबिंबाकडे पाहिलं आणि मग हळूहळू माझ्या डोक्यावरच्या पडद्याची गाठ सोडायला लागले. मी तो काढून टाकला आणि तो पलंगावर ठेवला. मी माझे केस त्या इलॅस्टिक बँडमधून बाहेर काढून ते विंचरले आणि तसेच मोकळे सोडले. मी इतकी

बारीक झाले होते, की माझ्या कुरळ्या, काळ्या केसांनी माझा चेहरा संपूर्ण झाकून जायचा.

माझ्या वडिलांनी मला वापरायला सांगितलेल्या त्या पडद्याकडे मी पुन्हा एकदा पाहिलं. माझ्या आईने तो माझ्यासाठी आणला होता. मी तो घडी करून पलंगावर ठेवला. कपाळ चोळून मी बाहेर पडले. माझ्या डोक्यावर बऱ्या न झालेल्या दुखापती आहेत आणि मी वरची बँडेजेस काढून टाकली आहेत असं मला वाटत होतं. मला एखाद्या फालतू बाईसारखं घाणेरडं वाटत होतं. मला नाव नव्हतं, घराणं नव्हतं. मी स्वर्ग कधीही पाहू न शकणारी आणि मध आणि दुधाच्या नद्यांतलं काहीच पिऊ न शकणारी अशी पापीण होते. माझ्या जवळून जाताना एका माणसाने माझ्या केसांकडे पाहिलं तेव्हा माझ्या डोक्याच्या कातडीला एकदम हुळहुळलं. मी त्या रस्त्यावरच्या फरसबंदीवर बसून, माझं डोकं धरून कितीतरी वेळ रडले.

इक्स नदीला फुटलेल्या दोन फाट्यांमधून एक छोटं बेट तयार झालं होतं. त्या शांत जागेवर हिरवं गवत, रानफुलं आणि त्याच्या किनाऱ्याला ब्रिच, चेस्टनट आणि ओक आणि रोवनची झाडं होती. मी माझ्या जॅकेटवर बसून किनाऱ्याकडे धावणाऱ्या पाण्याचा आवाज ऐकत राहिले. मला घरी जाऊन लिझचा सामना करायची भीती वाटत होती. ती कदाचित मला जिमबद्दल विचारेल. तो म्हणाला, ''पुन्हा भेटू.'' आणि ते बोलणं, 'तू कुणाबरोबरही झोपतेस' या अर्थी आहे असं मला वाटत होतं.

मी इतकी सवंग आणि सहज मिळण्यासारखी होते का? कदाचित, मी खूप काळी आणि माझ्या कुरळ्या केसांमुळे आणि कापूरकचरीच्या चहामुळे परदेशी वाटत होते. मी जास्त कठोर आणि अप्रिय होते का? कदाचित मी फारच अननुभवी होते का? माझ्या स्वच्छतेच्या वेडामुळे तो कदाचित दुरावला होता.

प्लॅस्टिकच्या पिशवीतून मी चीजचे तुकडे आणि ब्रेड बाहेर काढला. मग मी माझ्या हातानं त्या ब्रेडचे तुकडे करून चघळू लागले. मी लायब्ररीतून हिडन ग्रीस हे पुस्तक आणलं होतं. ते बाहेर काढून त्यातील चित्र पाहायला लागले. द्राक्षांच्या वेली, जुनी घरं, थंड वाटणाऱ्या पांढऱ्या रंगानं रंगवलेल्या कमानी, सदैव सुतक पाळतायंत असं वाटणाऱ्या स्त्रिया आणि टेकडीवरचे थंड झरे पाहायला लागले.

मार्गरिट, रिबेकाची मोठी मुलगी, जहाजावर मला शोधत असायची. मी तिला शिकवलं होतं त्याप्रमाणे ती सलाम गायची. मग माझा हात धरून मला डेकवर घेऊन जायची आणि तिच्यासाठी काही संगीत अलगुजावर वाजवण्यासाठी विनंती करायची. मी तिचं नाव मा-र-गा-रे-ट असं अलगुजावर वाजवायचे. ती आपल्या सोनेरी वेण्या हलवत हसायची. मिस ॲशरकडून दुपारी घेत असलेल्या धड्यांपेक्षा जास्त इंग्लिश

मी मार्गारिटकडून शिकले. "वूऽर्ड" असं नाही म्हणायचं "वर्ल्ड"

एक दिवस असं अलगूज वाजवत असताना एक उंच रुबाबदार माणूस माझ्याकडे हात पसरून चालत आला. "माझं नाव महोनेय आणि मी ह्या जहाजावरचा पाद्री आहे. तुला अलगूज वाजवताना मी अनेक वेळा ऐकलं आहे आणि मला त्याच वेळी तुझ्याशी ओळख करून घ्यायची होती."

मी अनेक वेळा हा रुबाबदार माणूस कोण असं मनाशी आश्चर्य केलं होतं. तो नेहमी समुद्राकडे पाहत असायचा. "मी सल्मा आणि ही माझी मैत्रीण मार्गारिट."

त्यानं चौकसपणे आपल्या भुवया उडवल्या. मार्गारिट अकरा वर्षांची होती आणि मी पंचविशीची होते. "तुला भेटून आनंद झाला." त्यानं तिच्याशी हस्तांदोलन केलं.

"तू कुठून आलीस?" त्यांनी मला विचारलं.

काय बोलावं ते मला कळेना; परंतु मिस ॲशरनं मी तिची मुलगी असल्याचं मला शिकवलं होतं. "हिंग्लिश." मी म्हणाले.

"मी आयरिश आहे." ते म्हणाले.

"कुठे?"

"समुद्राच्या पलीकडे, वेडे." मार्गारिट म्हणाली.

ते माझ्या तोंडाकडे इतकं टक लावून पाहत होते, की त्या डोक्यावरच्या पांढऱ्या पडद्याखाली मला गरम वाटू लागलं. मी मार्गारिटचा हात धरून तिला म्हणाले, "तुला झोपायला उशीर झालाय."

आम्ही टाऽटा केला आणि जिन्यानं धावत खाली आलो. मिस ॲशरने न्यू टेस्टामेंट बंद केलं. "तू लवकर परत आलीस, तुम्ही दोघी."

मी चहाचा कप घेऊन टी.व्ही.वर एक कार्यक्रम पाहत होते. सादरकर्तीनं एक चकचकीत हिरवा सूट घातला होता आणि आपल्या केसांचा रंगही बदलला होता. ह्यावेळी तो तपकिरी होता. हरवलेली कुटुंबं परत भेटल्याचं त्या कार्यक्रमात दाखवलं होतं आणि ते मी थंड चहाचे घुटके घेत पाहिलं. अमंदाची लहान बहीण मॉली युद्धात हरवली होती आणि ती एका ऑस्ट्रेलियन जोडप्यानं दत्तक घेतल्याचं लक्षात आलं होतं आणि आता ती सिडनीत राहत होती. दहा वर्षांपूर्वी तिनं आपल्या बहिणीला शोधायला सुरुवात केली होती. सादरकर्ती हसून म्हणाली, "अमंदा, तुझी लहानगी बहीण मॉली ही आज आमच्याबरोबर आहे. ये मॉली." अमंदा आणि मॉली एकमेकींकडे अविश्वासानं पाहत राहिल्या. एकमेकींकडे धावत गेल्या आणि त्यांनी मिठी मारली. टी.व्ही. बंद करून मी त्या दमट भिंतीकडे, त्या लहान टेबलाकडे, त्या आरशाकडे आणि त्या अंधाऱ्या खिडकीकडे पाहिलं. तो पडदा लावायच्या आधी एक

काळी सावली रेल्वेच्या रुळांशी उभी असल्याचं माझ्या लक्षात आलं. कुणालाही त्या रुळांशी जाण्याची परवानगी नव्हती. मी पडदे लावले आणि दिवा लावला. विजेच्या बल्बमधून खाली चादरीवर पाणी ठिबकत होतं. मी त्या तारेभोवती उशीचा अभ्रा बांधला आणि लिझला सांगण्यासाठी धावत खाली आले.

लिझ सोफ्यावर हातात पत्र घेऊन डुलक्या घेत होती. तिची डायरी जमिनीवर पडलेली होती. त्या खालच्या घाणेरड्या गालिच्यावर मला एक रिकामी दारूची बाटली आणि ग्लास दिसला.

''लिझ.'' असं म्हणत मी तिचा खांदा हलवला.

तिनं डोळे उघडले आणि ती म्हणाली, ''कैसे नो?''

''लिझ जागी हो.''

तिनं डोळे चोळत विचारलं, ''मी कुठे आहे?''

''तुझ्या घरात, एक्स्टरमध्ये.'' मी म्हणाले.

ती उठून बसली आणि रडायला लागली. ''माझ्या डोक्यावर वाचायचा चष्मा नाही. प्लीज, हे पत्र मला वाचून दाखव.'' तिची जीभ त्या शब्दावर अडखळली. ती प्यायली होती आणि थकली होती.

मी वाचायला लागले. ''डार्लिंग! डार्लिंग! मी तुला उपाह म्हटले, ते तुझ्या पांढऱ्या चमकदार कातडीमुळे. ती चंद्रप्रकाशात चमकत होती. मला तुझा सोहळा करायचाय, पूजा करायचीये आणि तुला जपायचंय.''

''थांब.'' असं म्हणून तिनं ते पत्र खेचून घेतलं.

''तू काय करतेस असं तुला वाटतं? काय? आणि तेही ह्या घडीला?'' लिझचा चेहरा घामानं डवरला होता. तिच्या कातडीखालच्या लाल नसा रक्ताळलेल्या होत्या. ''चल, मी तुला जिन्यानं जायला मदत करते आणि गादीवर झोपवते.'' मी म्हणाले.

''नको, मी माझी काळजी घ्यायला समर्थ आहे.'' ती माझा हात घट्ट पकडत म्हणाली.

तिला वर खेचून मी तिचा हात माझ्या खांद्याभोवती टाकला आणि तिला जिन्यानं वर जायला मदत केली. तिच्या झोपायच्या खोलीत जाताना एखाद्या मनाई केलेल्या विभागात आपण परवानगी न घेता जातोय, असं मला वाटत होतं. तिथे नुसता गोंधळ होता. चुरगळलेल्या चादरी, घाणेरडे कपडे खाली जमिनीवर पडलेले होते. थंड झालेल्या पिझ्झ्याचा भाग प्लेटवर होता आणि दारू सांडलेल्या पिवळट गालिच्यावर गडद डाग पडले होते. तिथे खोलीत धुळीचा, लव्हेंडरचा, साबणाचा आणि दातांची कवळी धुण्याच्या द्रवाचा वास पसरला होता. तिच्या आजोबांकडून मिळालेला, रुपेरी धातूचा, मोठे व्हिक्टोरियन पर्सर किंज बेड अत्युत्कृष्ट होता. त्याला तपकिरी पॉलिश केलेलं होतं. त्याच्या डोक्यावरच्या बाजू आणि पायाकडच्या बाजूंना

मोठी गोल पदकं होती. त्यावर व्ही, आर आणि आय ही ओतीव अक्षरं होती. व्हाईसरॉय टु इंडिया ही सर्व अक्षरं ओतीव स्वरूपात अर्धगोलात होती. त्यांच्या शेवटी फुलांसारखी सजावट होती. बाजूच्या जुन्या टेबलावर रबरबँड लावून बांधलेलं पत्रांचं एक बंडल एका उघड्या गुलाबी सॅटीनच्या पेटीत ठेवलेलं होतं. लिझनं माझ्याकडे पाहून त्या पेटीचं झाकण बंद केलं. "बस एवढं पुरेसं आहे, थँक्स." ती म्हणाली.

आपली कवळी बाहेर काढून तिनं ती बिछान्याच्या बाजूच्या टेबलावर ग्लासमध्ये ठेवली. आपले केस मोकळे सोडले आणि सर्व कपड्यांनिशी ती त्या पांढऱ्या झालरवाल्या रजईखाली अलगद शिरली. त्या रजईवर पिवळे आणि लाल डाग पडलेले होते. हातात ते जुनं पत्र ठेवून तिनं तो पलगांजवळचा जुना धुळीनं भरलेला दिवा घालवला.

दुसऱ्या दिवशी मी माझ्या खिडकीतून त्या हिरव्या टेकड्यांकडे पाहिलं. त्यावर पांढऱ्या मेंढ्या आणि काळ्या गायींचे ठिपके दिसत होते. त्या दिवशी ऊन होतं आणि गाड्यांच्या डब्यांपलीकडून मला दिसणारी नदी अगदी स्वच्छ रुपेरी वाटत होती. ती तिथे होती का? मी त्या गार जिन्यावरून धावत स्वयंपाकघरात आले आणि माझ्यासाठी कॉफी बनवली. मी थोडं खाल्लं, पाणी प्यायले आणि कपडे घातले. माझं वजन पुन्हा कमी होतंय हे माझ्या लक्षात आलं. मी कित्येक महिने न वापरलेल्या निळ्या जीन्स आता मला व्यवस्थित होत होत्या. सोमवार हा दिवस तसा कठीण जायचा, कारण मॅक्सची, माझ्या बॉसची मन:स्थिती ठीक नसायची. म्हणून मग मी पुन्हा एकदा माझ्या अंगावर डिओडरन्ट शिंपडलं. मी मेंढीच्या लोकरीचं कापड माझ्या अंगावर टाकलं, *अंडरस्टॅन्डिंग पोएट्री* हे पुस्तक आणि माझं अलगूज मोठ्या पिशवीत टाकलं. आज मी जेवणाची सुट्टी मिळावी म्हणून आग्रह धरणार होते. त्यामुळे मला थोडं वाचता येणार होतं. मी माझा टी-शर्ट खाली ओढला. माझ्या शूजच्या लेस बांधल्या आणि मग ते ट्युना मासा घातलेलं, फॉइलमध्ये गुंडाळलेलं सँडविच फ्रीजमधून बाहेर काढून बॅगमध्ये कॉफी-थर्मासबरोबर ठेवलं. मी समोरचा दरवाजा उघडून सकाळची हवा माझ्या नाकात भरून घेतली.

"गुड मॉर्निंग, सल्मा." पोस्टमन जॅक म्हणाला.

"सरतेशेवटी का होईना, तुला माझं नाव बरोबर म्हणता आलं." मी हसून म्हणाले.

"मी काही फारसा हुशार माणूस नाही." असं म्हणून त्यानं माझ्याकडे बघत डोळे मिचकावले.

आता हिमामध्ये सकाळ टळून गेली असेल. माझी आई टेकड्यांवर फिरून जळण आणि सुकलेल्या लांब काठ्या गोळा करत असेल आणि ती मोळी आपल्या पाठीवर बांधत असेल. मी उठेन, खिडकी उघडेन आणि कोंबड्यांचं आरवणं आणि कबुतरांचा आवाज ऐकेन... माझी कल्पनाचित्रं रंगत होती. माझ्या आईनं मला एकदा सांगितलं होतं, की ती कबुतरं असं म्हणतात, ''अल्लाचा जयजयकार असो.'' माझ्या कल्पनाचित्रांत मी विहिरीकडे गेले. थोडं पाणी काढलं. माझा चेहरा धुतला. शेगडीत कोळसे पेटलेले होते आणि आई तिच्या सुजलेल्या खरबरीत बोटांनी पीठ मळत होती.

''गुड मॉर्निंग, मदर'' असं म्हणून मी तिच्या कपाळाचा मुका घेतला. ती हसली आणि तिनं मधात आणि लोण्यात ठिपकत असलेली पहिली रोटी मला दिली. मी ती खाल्ली. खाताना ती ते पीठ हवेत कसं उडवते आणि मग ते पीठ पातळ पसरून तिच्या दोन्ही हातांवर कसं पसरते ते पाहत होते. ती ते मग गरम लोखंडी पत्र्यावर ठेवायची. तो पत्रा काळजीपूर्वक विस्तवाच्या बाहेर ठेवलेला असायचा. ती रोटी मग ताबडतोब सुर्र असा आवाज करायला लागायची आणि मग ती एखाद्या तपकिरी गोल चंद्रासारखी फुगायची आणि त्या थंड सकाळी तिचा वास दरवळायचा.

मी कोरडा ब्रेड चावत आठवडे काढले, सूप पित राहिले, गोळ्या घेत राहिले आणि परवीनच्या टेप्स ऐकत राहिले. मी त्या एकामागोमाग एक वाजवल्या. रिलॅक्स, लाईक ए व्हर्जिन, सेक्शुअल हिलिंग, रॉक द कॅसबाह, टॉक विथ यू, मी ती गाणी लिहिली. काही शब्द डिक्शनरीत बघितले. पुन्हा कॅसेट लावून ती गाणी पाठ केली.

मी हे करत असताना परवीन गात आत आली. ''सल्मा, ती गाणी बरोबर शिक.'' बाजारहाटाची पिशवी पलंगावर ठेवत ती म्हणाली, ''आजही नशिबी नाही.''

मी थकल्यागत पलंगावर बसले आणि म्हणाले, ''शांतपणे घे. काहीतरी वाटणीला येईल.''

''आपण युक्ती बदलायला हवी. तुझं काय? तू काय करू शकतेस?''

''मी शेती करू शकते, मेंढ्या चरायला नेऊ शकते, घोड्यांची आणि गाईंची काळजी घेऊ शकते.''

कपाळावरची बट मागे सारून ती म्हणाली, ''ती खेडेगावातील कुशल कामं.'' मग तिनं माझ्याकडे पाहिलं आणि ती म्हणाली, ''तो पांढरा ड्रेस, जो तू तुझ्या उशाखाली ठेवतेस, तो कुणी शिवला?''

''तू तो कसा पाहिलास? मी नसताना खोली धुंडाळलीस का?''

''नाही, मी पलंगावरची चादर बदलून लाँड्रीत टाकणार होते, मूर्ख मुली.''

''तुला ड्रेस आवडला?''

"हो, तो फार सुंदर आहे."

"मी मूर्ख नाही, मी तो बनवला. पुन्हा मला मूर्ख म्हणू नको."

माझे हात धरून ती म्हणाली, "सॉरी, मी मस्करी करत होते. आत्ता मी गंभीरपणे बोलत नव्हते."

"मी मूर्ख नाही, मला कुटुंब, जमात" पुन्हा माझं इंग्लिश अडखळलं.

"सॉरी."

"मी मूर्ख नाही, मी देवाबद्दल विचार करते."

गजांच्या खिडकीवर पडलेल्या चंद्राच्या किरणांच्या प्रतिबिंबाकडे पाहत असताना मौन धारण केलेली व भूकबंदीवर असणारी मी देवाचा विचार करत होते. तुरुंगाचे गव्हर्नर सलीम यांना रात्रीचा रखवालदार भेटला आणि ऑफिसर सलीम ह्यांची गाडी वेगानं बाहेर पडताच त्यानं त्यांच्यामागे तुरुंगाचा दरवाजा लावला. तो मुख्य दरवाजा ढकलून बंद करण्यात आला आणि त्याला रात्रीची कडी घातल्याचा आवाजही मला ऐकू आला. मुंग्या हे पृथ्वीवर रेंगत अन्न आणि निवारा शोधत होत्या. ह्या मुंग्यांना पूर, भगभगता सूर्य, दुष्काळ आणि परस्परांविरुद्ध त्यांचा तसा निरुपायच होता. त्या पंचमहाभुतांपुढे त्यांना काही करता येत नव्हतं. आम्हीही पंचमहाभुतांपुढे उघड्या पडलेल्या जखमेसारख्या अशाच असहाय पडलेल्या होतो. त्यांनी आम्हाला तुरुंगात टाकलेलं होतं. आमची मुलं त्यांनी नेली होती. आम्हाला ठार मारलं होतं आणि तरीही आम्हाला म्हणावं लागे, की देव त्याच्या सच्च्या भक्तांची परीक्षा घेतोय, पण हे हृदय. हे रक्तासारखं लाल हृदय माझं होतं आणि माझ्या उपासमारीमुळे त्याचं स्पंदन अनियमित होत होतं आणि मीच त्याची उपासमार करत होते.

हेल्लेना हे आमचं जहाज मार्सेलीस या फ्रेंच शहरात काही तासांसाठी थांबलं. ते जुनं बंदर लोकांनी आणि मालानं गजबजून गेलं होतं. काही प्रवासी गँग वे मधून धावत त्यांच्या प्रिय व्यक्तींना भेटण्यासाठी गेलेले मी पाहिले. आणि त्यांचे कुटुंबीय भेटल्यामुळे आनंदाच्या आरोळ्याही मी ऐकल्या होत्या. मिठ्या, चुंबनं, फ्रेंच आणि इंग्लिश शब्दांची होणारी उधळण... मी माझा पांढरा टी-शर्ट माझे नितंब झाकण्यासाठी खाली ओढला. माझ्या डोक्यावरचा पडदा नीट करून मोठ्या धीरानं तो जहाजाचा कठडा घट्ट पकडला. आता फ्रान्स दूर जात होतं. निळ्या आणि हिरव्या छत्र्या असलेलं ते समुद्राजवळचं कॅफे आता छोटंछोटं दिसू लागलं होतं. मी मिस ॲशरबरोबर सूर्यप्रकाश असलेल्या डेकवर गेले.

तिचे निळे डोळे थकलेले वाटत होते. ती म्हणाली, "मुली, मला तुझ्याशी बोललंच पाहिजे." मी तिथल्या एका पांढऱ्या खुर्चीवर तिचं प्रवचन ऐकण्याच्या तयारीत

बसले. सूर्य आता हळूहळू खाली जात होता आणि समुद्रात वणवा पेटल्यासारखा वाटत होता. मिस ॲशर म्हणाली, ''माझ्या हे लक्षात आलंय, की तू धर्माबद्दल उदासीन आहेस. आजूबाजूला पहा, हा अफाट समुद्र कोणत्यातरी शक्तीनं बनवला आहे.''

मी समुद्राकडे पाहिलं. लाटा उसळत होत्या, फुटत होत्या; सूर्य मावळत होता. मी म्हणाले, ''मी देवाबद्दल ह्या आधी कधीच विचार केलेला नाही.''

नंतर केबिनमध्ये त्या गोल खिडकीतून बाहेर पाहताना माझं अलगूज माझ्या उरोजांमध्ये लोंबत होतं. त्याबरोबर माझ्या आईचं पत्र आणि माझ्या बाळाच्या केसांची बटही होती. मला बरं वाटलं. डेकवर होते, तेव्हा तिथे श्रीमंत, परकीय लोक ज्या तऱ्हेनं बोलत आणि कॉफी पीत होते, तिथल्या दृश्याचा विस्तीर्णपणा आणि डोळ्यांना दीपवणारा समुद्र ह्यामध्ये काहीतरी असह्य होतं; पण त्या छोट्या केबिनमध्ये गोलाकार खिडकीतून दिसणारं ते दृश्य छोटं आणि मर्यादित असल्यामुळे मला ते सुसह्य वाटलं होतं. ''अल्ला शेवट भला करो.'' माझी आई म्हणाली होती. तिच्या चेहऱ्यावरचे मोकळे भाव, तिचे सदैव हसणारे डोळे आणि नाराजी व्यक्त करताना तिच्या ओठांतून येणारा चमत्कारिक आवाज. तिच्या कपाळाच्या पट्टीवर चिकटून बसलेला वेलचीच्या दाण्यांचा वास हा वास ती कॉफीचे दाणे खलबत्त्यात दळत असताना चिकटला होता. तिचे तण गोळा करण्यामुळे, कापणीमुळे आणि दळणामुळे खरखरीत झालेले हात ती माझ्या तोंडावरून फिरवायची.

सकाळी अकरा वाजण्याच्या दरम्यान मॅक्स जपानी लोकांबद्दल थोडासा शांत झाला आणि काम करायला लागला. एका गिऱ्हाइकाबरोबर त्यानं फोनवर बऱ्याच गप्पा मारल्या, तेव्हा तो सिगरेटही ओढत होता. जेव्हा ते पिवळं निकोटाईन खिडकीच्या तावदानावरून ओघळायला लागलं, तेव्हा बॉस चांगल्या मन:स्थितीत असल्याचं आणि बोलायलाही तयार असल्याचे माझ्या ध्यानात आलं.

मी तो रेशमी, अंजिरी स्कर्ट खुर्चीवर ठेवला आणि मॅक्सकडे गेले. मी त्याच्याकडे पगारवाढ मागायलाच हवी होती. अर्थात, ही पगारवाढ वाढणाऱ्या महागाईला धरूनच होती. दहा टक्के पगारवाढ मागायचा मी विचार केला होता. अर्थात दर महिन्याला किती वाढ ह्याचा हिशोब करण्याच्या भानगडीत मी पडले नव्हते. ''मॅक्स, मला तुझ्याशी बोलायलाच हवं.''

आपल्या नाकावरून घरंगळलेला चष्मा वर सारून तो म्हणाला, ''आता नको, जरा ती इस्त्री इकडे सार, सारशील ना?''

मी ती वाफेची इस्त्री उचलली आणि त्याच्याकडे सारली.

मॅक्स नेहमीच माझ्याशी दयाळू बुद्धीनं वागला होता. जेव्हा दुसऱ्या कुणी मला नोकरी दिली नव्हती, तेव्हा त्यानं मला नोकरी दिली. तो मला ख्रिसमसला भेटवस्तू

द्यायचा आणि कार्ड द्यायचा आणि माझ्या स्वत:साठी स्कर्ट, पॅन्ट करायला मदत करायचा आणि जेव्हा मी कधीकधी गप्प असायचे, तेव्हा तो हेंगाड्या पाकिस्तानी इंग्लिशमध्ये मला विनोद सांगायचा.

''तुझी बायको घाणेरडी आहे का? माझी बायकोसुद्धा घाणेरडी आहे.'' मला त्याच्या ह्या विनोदाला हसावं की रडावं हे कळायचं नाही. मी स्वत:ला सावरायचे आणि म्हणायचे, ''आपण थोडं काम करावं, नाहीतर आपली गिऱ्हाइकं तक्रार करायला लागतील.''

''मॅक्स, मला तुझ्याशी बोलायलाच हवं.''

''एवढी घाई काय आहे?''

मी माझं पोट आत ओढलं. एक दीर्घ श्वास घेऊन मी थरथरत्या आवाजात म्हणाले, ''मला पगारवाढ हवी आहे, मॅक्स.'' मी विनवलं.

त्यानं ती वाफेची इस्त्री त्या करड्या कॉलरवर दाबली, तोंडातल्या सर्व सुया जमिनीवर थुंकून तो म्हणाला, ''अशी परिस्थिती असताना मी तुला पगारवाढ नाही देऊ शकत.''

''धंदा तर चांगला चाललाय.''

''हो, पण प्रत्यक्ष पैसे कुठे हातात येतायंत?''

''पण तू तर नेहमीच कॅशच मागतोस. तू टॅक्सच्या आणि इतर भीतीनं चेक्स घेत नाहीस.''

''हे बघ सल्मा, ज्यांना काम पाहिजे अशी अनेक इंग्लिश मुलं आहेत. ही संधी ते उडी मारून घेतील. डार्लिंग, जे मिळालंय त्याचा विचार कर.''

मी माझ्या खुर्चीकडे गेले, तो निळ्या सिल्कचा स्कर्ट माझ्या मांडीवर ठेवला आणि त्याची किनार शिवायला लागले. खरंच, जे मिळालंय त्यात मी समाधानी असायला हवं होतं. चार वर्षं पगारवाढ न घेता काम केलं होतं. दर महिन्याला मला पाचशे पौंड मिळायचे. घरभाडं दर महिन्याला पंचेचाळीस पौंड एवढं वाढलं होतं. त्याशिवाय बिलं होतीच. साठ पौंड दर महिन्याला टॅक्सेस वर जायचे. त्यात इतर टॅक्सेस मिळवले, की चारशे पौंड महिना इथंच व्हायचे. माझ्या खाण्यासाठी, जाण्या-येण्याच्या खर्चासाठी, पुस्तक विकत घेण्यासाठी आणि युनिव्हर्सिटीची फी देण्यासाठी फक्त शंभर पौंड उरायचे. जर मॅक्सनं मला पन्नास पौंड जास्त दिले, तर सर्व कसं सुलभ होणार होतं. मी शिवण थांबवलंय हे माझ्या लक्षात आलं. मी माझ्या पायातल्या शूजकडे पाहिलं. त्यांच्या लेसेस दिवसेन्दिवस लांब होत होत्या. एक तर माझे पाय बारीक होत होते किंवा त्या शू लेसेस खेचून लांब झाल्या होत्या.

मॅक्स फोनवर आपल्या बायकोशी बोलण्यात गर्क होता. ''डार्लिंग, मी निघण्यापूर्वी पैसे स्वयंपाकघरातल्या टेबलावर ठेवले होते.'' त्याने ती मोजायची टेप गळ्याभोवती

घट्ट ओढली. "ते कुणी उचलले? कुत्र्यानं?"

त्या निळ्या स्कर्टवर काही ओले डाग असल्याचं माझ्या लक्षात आलं. मी घाबरले. सर्वांसमोर रडायचं नाही अशी मी एकदा शपथ घेतली होती. मी धावतच जिन्यावरून खाली जाऊन टॉयलेट गाठलं. त्या कमोडवरचं झाकण खाली केलं, फ्लश ओढला आणि त्या फळीवर एखाद्या मूर्ख माकडासारखी तोंड हातात लपवून बसले. पुन्हा टाकी भरत असताना पाणी जोरात भरलं जाण्याचा आवाज त्या टॉयलेटच्या थंड रिकाम्या जागेत भरला. मी पुन्हा स्वत:ला सावरलं. मग माझे हात आणि तोंड थंड पाण्याने धुतले. माझे केस रबरबँडनं बांधले. एक दीर्घ श्वास घेतला आणि जिन्यानं घाईगर्दीत वर आले. मी आता संध्याकाळचं काम पकडणं भाग होतं.

मी डोळे मिटले. माझ्या आईचे खरखरीत हात माझ्या तोंडावरून फिरतायंत अशी कल्पना केली आणि त्यामुळे माझा राग आणि भीती रबरानं खोडावं तशी नाहीशी झाली.

"मुलगी झाली." दाईने सांगितलं आणि ती जमिनीवर थुंकली. मुलगी जन्माला आल्यामुळे तिला काही बरीच बक्षिसी मिळणार नव्हती. "मुलीचं ओझं हे जन्मापासून मरेपर्यंत असतं." माझे वडील म्हणायचे. माझ्या आईला जेव्हा त्यांनी तिला मुलगी झाली असं सांगितलं होतं, तेव्हा ती बाळंतपणाच्या वेदना विसरली होती. माझे सुजीर बंद डोळे मी पहिल्यांदा उघडल्याचं तिनं पाहिलं, तेव्हापासून तिचं हृदय पूर्वीसारखं राहिलंच नाही.

पुढे मी मोठी झाल्यावर ती मला बसवायची, माझ्या वेण्या सोडायची, आपल्या हातात थोडं ऑलिव्ह तेल ओतायची, ते माझ्या केसांना चोळून माझे केस विंचरायची. "अल्लाचा जयजयकार असो. तो दयाळू आहे. तो चांगला आहे." ती म्हणायची आणि मग ती ते थंड पाणी माझ्या डोक्यावर ओतायची. मग माझ्या केसांवर साबण लावून त्यांचा फेस काढायची. ती माझ्या कानामागे धुवायची. "तुझं अंघोळीचं पाणी थंड आहे, गारवा देणारं आहे, शेख." ती गाऊ लागायची, "मी तुला लहान मोठ्या पापांतून मुक्त करत आहे." असं म्हणून ती आणखी पाणी माझ्या डोक्यावर ओतायची. मग ती माझ्या वडिलांनी तिला लग्नात भेट म्हणून दिलेल्या कपड्यांच्या तुकड्यानं मला पुसायची.

जेव्हा मी कपडे करायचे, तेव्हा माझे वडील मला बोलवायचे, "सल्मा नाइ'मन" मला अंघोळीची पप्पी कुठे दिलीस?" मी त्यांच्या हाताचं चुंबन घ्यायचे मग ते मला वर धरून आपल्या ऊबदार मांडीवर बसवायचे.

"माझी जेवणाची सुट्टी माझी आहे आणि मी त्यात मला हवं ते करीन." मी

घाईनं मॅक्सला म्हणाले. त्याने सिगरेटचा धूर आत खेचला; तो काही बोलला नाही. याचा अर्थ नक्की 'होय' असा होता. पिशवी खांद्याला लावून मी दुकानातून बाहेर पडले आणि त्या मोठ्या चर्चजवळ आले. आकाशात ढग होते. सूर्य कुठेच दिसत नव्हता. हवेत धुकं होतं. एक कॅफे मध्येच होतं. तिथे फरसबंदीवर काही पांढऱ्या टेबलखुर्च्या होत्या. तिथे सूर्यप्रकाश नव्हता, की ते एखाद्या रहदारीच्या रस्त्यालगतही नव्हतं; परंतु ते कॅफे युरोपियन लोकांची आवडती जागा असल्याचं आव आणत होतं. मी मार्सेलीस बंदरात पाहिलेल्या, मागेमागे जाणाऱ्या फ्रेंच कॅफेसारखं काही हे नव्हतं. करड्या आणि निळ्या सुटात असलेले काही धंदेवाले लोक (ते सूट नक्कीच आमच्या दुकानात बनवलेले नव्हते.) हातात वर्तमानपत्र आणि जेवण घेऊन मागच्या बाजूला जात होते. ज्यांच्याकडे पैसे होते, ते हॉटेलच्या बारकडे जात होते आणि ज्यांच्याकडे पैसे नव्हते, ते सरळ हिरवळीवर जात होते, गवतावर बसत होते आणि त्यांनी बरोबर आणलेली ट्युना मासा घातलेली सँडविचेस् खात होते. एक काळा लांब जॅकेट घातलेला माणूस एका जुन्या गाण्यावर टॅप डान्स करत होता.

''जर मी मागे वळून पाहिलं, तर मला काय दिसतं?
हिरवी झाडं आणि तजेलदार कुरणं
जर मी पुढे पाहिलं, तर मला काय दिसतं?
वाऱ्यावर पडणारी थरथरणारी पाने
जर मी तुझ्याकडे पाहिलं, तर मला काय दिसतं?
मी जो कोणी माणूस पूर्वी होतो तो दिसतो.''

म्हाताऱ्या स्त्रियांनी आशाळभूतपणे त्याच्याकडे पाहिलं आणि त्या नाचात एक कठीण असलेला पदन्यास त्यानं लीलया घेतल्यावर त्या खुदखुदल्या.

परवीननं त्या हॉस्टेलमधल्या नोकराला काहीतरी 'यलो पेजेस' हे आणायला सांगताच त्यानं तिला एक जाडजूड पिवळं पुस्तक आणून दिलं. ती ते चाळू लागली. त्यात टेलर्स आणि ऑल्टरेशन ती पाहत होती. तिनं वाचायला सुरुवात केली. किंग्ज्, लॉर्ड्स टेलर्स, एक्स्टर, मेक अँड मेंड, मे, डोनाल्ड, व्हिपल जे अँड कंपनी, कंप्लीट आल्टरेशन सर्व्हिस. लॉर्ड्स हे ह्या वरच्या रस्त्याच्या दुसऱ्या टोकाला आहे. तुला काय वाटतं, सल्मा?

मी खांदे उडवले. घेतलेल्या गोळ्यांमुळे सर्व सहज वाटत होतं, ''का नाही?'' मी म्हणाले, ''पण तू माझ्याबरोबर आलं पाहिजेस.''

''अर्थात, उद्या सकाळी नक्की.'' ती हसून म्हणाली.

मला त्या जुन्या ओक झाडाचा शेंडा दिसत होता. तो ओला होता आणि त्या फिक्या सूर्यप्रकाशात चमकत होता. इथे सूर्यप्रकाश आणि उष्णता नसताना प्रत्येक

गोष्ट कशी वाढते ह्याचं मला आश्चर्य वाटायचं. हा त्या पाण्याचा आणि परवीननं सांगितलेल्या खतांचा गुण असावा. ते पिवळं पुस्तक टेबलावर उघडंच होतं. ती खोली स्वच्छ आणि नीटनेटकी होती; पण तरीही तिथे कुबट वास होता. महोनेय पाद्रींनी (ते आपला सर्व वेळ तुरुंगात असलेल्या परदेशींना भेटण्यात घालवायचे.) दिलेल्या काही पौंडांतून मी खरेदी केलेलं ते रजईचं कव्हर हे जांभळ्या रंगाचं होतं. त्याच्या कडांवर रुपेरी फुलं काढलेली होती. परवीनच्या रजईच्या कव्हरावर अगणित नारिंगी आणि पिवळ्या रेषा होत्या. तिनं पुन्हा रात्री रडायला सुरुवात केली, पण तेही आपले अश्रू दडवून. त्यामुळे मी तिला सूर्यप्रकाशात ती कुरणं किती हिरवी दिसत होती किंवा ते ढग किती पांढरे असायचे आणि ते निळं आकाश किती विस्तीर्ण होतं हे मी तिला सांगू शकत नव्हते. मी माझ्या अलगुजावर 'रॉक द कॅसबाह' ही धून तिच्यासाठी वाजवू शकत नव्हते. मी तिच्या चेहऱ्यावर माझी बोटं फिरवू शकत नव्हते. मी त्या रजईखाली पडून तिचे दबलेले हुंदके ऐकत रहायचे.

'तुमच्या प्रदेशापासून दूर असलेली अनोळखी नदी ओलांडताना तिच्या पृष्ठभागावरची प्रक्षुब्धता बघा आणि त्या पाण्याची निर्मळता बघा. घोड्यांच्या वर्तणुकीकडे लक्ष द्या आणि झुंडीनं हल्ला होण्याच्या शक्यतेकडे लक्ष द्या.

ओळखीच्या नदीच्या उतारावर दुसऱ्या किनाऱ्यावर असणाऱ्या सावल्यांकडे नीट बघा आणि त्या उंच गवतातल्या हालचालींकडे लक्षपूर्वक पाहा. तुमच्याजवळ असणाऱ्यांचा श्वासोच्छ्वास नीट ऐका आणि त्या एकट्या हल्लेखोरापासून सावध राहा.

मी वाचत राहिले. हा सुझुमे नो-कुमोनं लिहिलेला भाग हे जपानी कवितेचं उदाहरण होतं. ती बहुधा छोटी आणि संक्षिप्त असून प्रतीकात्मकतेवर तिचा भर असतो.

माझी जेवणाची सुट्टी संपली होती. थंड झालेली कॉफी पिऊन मी थर्मासचं झाकण घट्ट लावलं आणि सँडविचला गुंडाळलेला कागद कचऱ्याच्या डब्यात टाकला. पुस्तक बॅगेत टाकून मी कामाच्या दुकानात आले. जेव्हा मी हमदानचा श्वासोच्छ्वास ऐकला, तेव्हा मी त्याच्या वर्तणुकीकडे लक्ष दिलं नव्हतं, म्हणून माझी फसवणूक झाली होती. मला खिंडीत गाठलं गेलं होतं. त्या एकट्या हल्लेखोराबद्दल सांगायचं, तर तो माझ्या मागोमाग कामाच्या जागेकडे आला होता. त्याचे चामडी बूट फाटलेले होते. त्याचे पाय वाळवंटातल्या धुळीनं भरलेले होते. त्याची पायाच्या अंगठ्यांची नखं लांब, तुटलेली आणि घाणीनं भरलेली होती. त्याची रायफल खांद्यावर होती. मी लॉर्ड्सला येईपर्यंत तो माझ्याबरोबर चालत होता.

इंग्लिश चहा

गिरणीचा उजेड दूरवर पसरलेला होता, तरी त्या टेकड्या अंधारलेल्या होत्या. त्या टेकडीच्या बाजूवर एकत्र बसलेल्या गाईंच्या आकृत्या मला दिसत होत्या. आता ती नदी शांतपणे धावत होती आणि गाड्याही थांबून थांबून येत होत्या. क्वचितच एखादी कार येत जात होती. बाकी सर्व झोपी गेले होते. साऊदॅम्पटन बंदराच्या दिव्यानं झगमगलेल्या जमिनीकडे हेल्लेना जहाजानं हळूच प्रवेश केला. इंग्लड दिव्याच्या झाडासारखं दिसत होतं. मिस ॲशर हसली. आपली कॉलर तिनं नीट लावली आणि आपला स्वेटर आपल्या मोठ्या उरोजांवरून खाली ओढला. यारीना अडकवलेले सामान उजवीकडे, डावीकडे आणि मध्यावर उतरविले जात होते. छोट्या केबिनमध्ये बसलेले लोक एका ठिकाणाहून दुसरीकडे खोकी नेत होते. लाकडांचे ढीग, पेट्या आणि मशिन्स उचलली जाण्याची वाट पाहत होती.

मला भास होत होता, की आपण दुसऱ्या ग्रहावर उतरलोय. इथे तरुण मंडळी यंत्रवत काम करत होती. राक्षसी याऱ्यांनी आकाशात गर्दी केली होती. मी मिस ॲशरचा हात धरला. ती हसून म्हणाली, "आपण लवकरच इथून बाहेर पडू." पण तिचा अंदाज चुकला होता. तिला सबंध रात्र त्या बंदरात काढावी लागली होती आणि सकाळी ती मदत मिळवण्यासाठी बाहेर गेली होती. मला मात्र त्या बंदरावरच्या तुरुंगात दोन महिने काढावे लागले होते.

त्या लोखंडी पुलावरून चालताना ते मोठे चर्च आणि डेव्हानची मोठी हिरवी कुरणं मला दिसत होती. ती पाहून पोस्टकार्डावरच्या छापील चित्रांचा भास झाला. जरी माझ्याकडे त्यांचे पत्ते नव्हते, तरीही मी लैला आणि नौराला पत्र पाठवत राहिले होते. एखादा म्हातारा अरब पोस्टमन माझी दया येऊन कदाचित त्यांना शोधण्याचा प्रयत्न करेल. काल मी नौराला एक पोस्टकार्ड पाठवलं. त्यात मी तिला स्वान कॉटेजमध्ये भाड्याने घेतलेल्या खोलीसंबंधी, तसंच माझ्या प्रेमळ बॉसबद्दलही

लिहिलं होतं आणि माझ्या खिडकीतून दिसणाऱ्या टेकडीवरच्या गाईंचं वर्णन केलं होतं. ''गाईंकडून गाईंकडे.'' तिचा दूरवरून येणारा आवाज मी ऐकू शकले. तिला मी फक्त हे लिहिलं नव्हतं, की मला पगार इतका कमी मिळत होता, की महिन्याच्या शेवटी माझ्याकडे काही शिल्लक राहत नव्हतं. जिमला ह्यापुढे माझ्याशी संबंध ठेवायचा नव्हता आणि मी अजूनही एकटीच राहत होते. माझ्या बेडरूमपासून ती रेल्वे लाईन शंभर यार्ड दूर होती आणि स्टेशनमध्ये येणाऱ्या आणि जाणाऱ्या प्रत्येक ट्रेनबरोबर माझी बेडरूम कंप पावायची.

मी आणि परवीन त्या शिंप्याच्या दुकानाकडे चालत गेलो, तेव्हा बाहेर जरी थंड होतं तरी सूर्यप्रकाश होता. त्या दुकानाच्या दरवाज्यावर ऑल्टरेशन आणि दुरुस्ती-बद्दलचे भाव लिहिले होते. आम्ही तो काचेचा दरवाजा उघडताच एक अदृश्य घंटी वाजली. हिमा गावाला असताना मिस निलाह शाळेच्या दिवसाच्या सुरुवातीला आणि शाळा संपल्यावर ही घंटी वाजवायची तशी वाजली. निळा पट्टेरी सूट घातलेला, सोनेरी चष्मा लावलेला आणि डोक्यावरचे केस पातळ झालेला एक जाडजूड माणूस स्वागत-कक्षाच्या मागच्या अरुंद जिन्यानं खाली आला.

''गुड मॉर्निंग.'' तो तोंडात पिना धरून ठेवत म्हणाला.

''गुड मॉर्निंग.'' परवीन म्हणाली.

''मी तुमच्यासाठी काय करू शकतो?'' स्पाँजच्या पिन कुशनमध्ये पिना खोचत त्यानं विचारलं.

मी एका पायावरून दुसऱ्या पायावर भार देत उभी होते. माझ्या तोंडावर ओढून-ताणून आणलेलं हसू होतं.

''ही माझी मैत्रीण सल्मा. ही शिंपीकाम करते आणि तिला काम हवंय.'' परवीन घाईनं म्हणाली.

''म्हणजे तुम्ही गिऱ्हाईक नाही तर.'' असं म्हणत त्यानं आपला चष्मा वर सारला.

''नाही; पण मी चांगली काम करणारी.'' मी हसून म्हणाले.

''अरे देवा, ही इंग्लिशही बोलू शकत नाही.'' तो म्हणाला.

''इथं इंग्लिश महत्त्वाचं नाही. ती कपडे शिवेल, बदल करेल, दुरुस्त करेल.'' परवीन म्हणाली आणि तिनं तो पांढरा ड्रेस प्लॅस्टिकच्या बॅगमधून बाहेर काढून स्वागतकक्षाच्या काऊंटरवर ठेवला.

त्यानं तो हातात धरला. आपला चष्मा खाली घेतला. खिसे आणि बाह्या तपासल्या आणि घाईनं तो परत देत तो म्हणाला, ''जागा नाही.''

''तुम्ही पगार न देता एक महिना तिला काम देऊन पाहत का नाही?''

त्याची विजार ढोपरांजवळ सैल असल्याचं मी पाहिलं आणि त्याचे खिसे खूप मोठे होते.

"मिस, तुम्ही माझा वेळ फुकट घालवताय." तो म्हणाला.

तिनं तो पांढरा ड्रेस बॅगेत टाकला आणि म्हणाली, "आम्ही काळ्या आहोत म्हणूनच ना? कारण ती इंग्लिश गुलाबाचं फूल नाही."

जेव्हा तो बोलला, तेव्हा त्याच्या चेहऱ्यावर लाल पट्टे उमटले होते.

"माझ्या दुकानातून चालत्या व्हा!"

"जातीय आणि वंशवादी लैंगिक व्यभिचारी डुक्कर." ती म्हणाली.

साऊदॅम्पटन बंदरातल्या तुरुंगाचा तो इमिग्रेशन अधिकारी सारखा विचारत होता, "तुझं नाव काय?"

मी त्याच्याकडे गोंधळून पाहिलं, "मी मुस्लीम." मी म्हणाले.

त्यानं आपली बोटं आपल्या कडक कॉलरवर फिरवली; जणू काही ती तो सैल करणार होता. इतर प्रवासी त्या इमिग्रेशन कंट्रोल काऊंटरवरून सस्मित बाहेर जात होते.

"नाव?" त्यानं विचारलं.

"होय, सल्मा इब्राहिम." मी माझी मान हलवली आणि मला त्याचा प्रश्न समजल्याचं दाखवलं.

मिस ॲशर पटकन मध्येच म्हणाली, की माझं नाव सॅली ॲशर आहे. मग काही वेळ दोघं काहीतरी बोलत होती आणि काही पेपर्सही दाखवले गेले. तिनं तो ॲडॉप्शन शब्द हा वापरला. तो तिनं मला शिकवला होता. त्या अधिकाऱ्यानं आपलं पुस्तक पटकन बंद करून कुणाला तरी फोन केला. एक पोलीस सरकत्या काचेच्या दरवाज्यातून तिथे आला. मी तिथे उभी राहून प्लॅस्टिकच्या झाडावरून बोट फिरवत होते. त्या पोलीसानं मला एका बाजूला ढकललं, माझी झडती घेतली आणि माझ्या हातात बेड्या ठोकल्या. त्या बेड्यांचा थंडगार स्पर्श मला माझ्या मनगटांभोवती जाणवला. मिस ॲशरनं माझ्याकडे धीर देत बघितलं; पण माझ्या लक्षात आलं, की ती दुःखी होती. "काळजी करू नको." मला त्या काचेच्या दरवाज्यातून ओढून नेत असताना ती म्हणाली.

ते मला एका अरुंद प्रकाशित अशा बोळातून घेऊन गेले आणि मग जड दरवाजा त्यांनी उघडला. त्यांनी मला आत जायला सांगितलं; बेड्या काढल्या आणि दरवाजा बंद करून कुलूप घातलं. ती खोली छोटी होती; पण स्वच्छ होती. तिच्या एका कोपऱ्यात पलंग होता. मी बसले आणि मिस ॲशर दरवाज्यावर ठोकेल म्हणून वाट पाहिली. त्या खोलीला खिडक्या नव्हत्या आणि तो अदृश्य पंखा रात्रभर फिरत होता.

काही तासांनंतर त्या पलंगावर पडून माझं सगळं शरीर ब्लँकेटमध्ये गुंडाळून घेण्याचा प्रयत्न केला; पण ते अपुरं होतं आणि माझे उघडे राहिलेले पाय गोठून गेले. ह्या बंदरावरच्या तुरुंगात आणि जो तुरुंग मी मागे सोडला होता, त्यात बराच फरक होता. ही खोली अगदी स्वच्छ होती. तिला मुताचा वास येत नव्हता. तिच्या भिंती चकाकत्या धातूच्या पत्र्यानं झाकलेल्या होत्या. तिला गजांच्या खिडक्या नव्हत्या. इथे पंख्याचा आवाज सोडला, तर शांतता होती; पण मी एकटी होते.

मॅक्सनं मला दोन बाह्या शिवायला दिल्या. मी जेवणासाठी वेळ घेतला होता त्याची भरपाई तो करवून घेत होता. ती बाह्यांची जोडी मी हलक्या हातानं व्यवस्थित शिवली. ती टेबलावर ठेवून, माझ्या वस्तू घेऊन बाहेर पडले. मॅक्स फोनवर बोलत होता. मला जवळजवळ अर्धा तास उशीर झाला होता.

मी रॉयल हॉटेलमध्ये त्याच्या भक्कम दरवाज्यातून आत स्वागतकक्षाकडे गेले. एक मध्यमवयीन गृहस्थ घाईनं माझ्याकडे येऊन म्हणाला, ''मी तुम्हाला काही मदत करू शकतो का?''

माझ्या संवेदनाशील कानांना ते शब्द, 'मी तुला घालवून देऊ का?' असेच वाटले.

''हो, मला बार मॅनेजरना भेटायचंय.''

''ह्या बाजूने या.'' मग मला जाड गालिच्याच्या दरवाज्यातून एका छोट्या अस्ताव्यस्त खोलीत नेण्यात आलं, ''तो आता येईल.''

दुसरा एक मध्यमवयीन, तेल चोपडून केस मागे सारलेला माणूस माझ्याकडे पाहून यंत्रवत हसला. त्याला पाहून म्हाताऱ्या स्त्रियांना हसवणाऱ्या त्या टॅप डान्सरची मला आठवण झाली.

''मी तुम्हाला काही मदत करू शकतो का?'' त्यानं अगदी सफाईदार इंग्लिश उच्चारांत मला विचारलं.

माझी हनुवटी थरथरू लागली आणि मी कसंबसं म्हणाले, ''माझं नाव सल्मा आहे.''

''हो, बरं मग?''

''मी संध्याकाळसाठी काम पाहतेय.''

''तुझं नाव जॉब एजन्सीकडे किंवा जॉब सेन्टरमध्ये नोंदवलेलं आहे का?''

मी नकारार्थी मान हलवली.

तो मला घालवणारच होता. मग त्याचा विचार बदलला.

''तू इंग्लिश नाही वाटतं?''

''मी ब्रिटिश आहे; पण मूळ अरब आहे.''

''अस्सं.''

हिडन ग्रीस ह्या मासिकातल्या चित्रांमुळे प्रोत्साहित होऊन मी पुन्हा प्रयत्न केला. काम मिळालं, तर त्या तिथे उंच पर्वतावर उभी राहून मी माझी मातृभूमी पाहिली असती. ''मी एका शिंप्याच्या दुकानात काम करते. मला जास्त पैशांची जरुरी आहे एवढंच.''

''ठीक आहे.'' असं म्हणून त्यानं आपल्या गुळगुळीत केसांवर हात फिरवला.

मी जेवढं तोंड फाकवता येईल तेवढं फाकवून हसले. त्यानं सिगार उचलला. तो त्या काळ्या टेबलावर आपटून म्हणाला, ''शुक्रवारी, शनिवारी आणि बहुधा गुरुवारीही तू सात ते साडेअकरापर्यंत ग्लास गोळा करायचे आणि धुवायचे.''

''आभारी आहे, खूप आभारी आहे.'' असं म्हणत मी उभी राहिले आणि त्याचं मन बदलण्याआधी त्या दरवाज्यातून घाईनं बाहेर पडण्याच्या मी तयारीत राहिले.

''काहीतरी नीट कपडे घालून ये.'' तो म्हणाला, ''पांढरा शर्ट आणि काळा स्कर्ट.''

''ठीक आहे.'' मी म्हणाले.

''आपण शुक्रवारी भेटू या.'' असं म्हणून त्यानं सिगार पेटवली.

जेव्हा मी हॉटेलमधून बाहेर पडले, तेव्हा माझ्या लाल झालेल्या चेहऱ्यावर थंड वाऱ्याची झुळूक आली.

लैला, माझी मुलगी तिथे बाहेर मुसमुसत, रडत होती आणि पाय ठेवायला जागा पाहत होती. मला तो वारा माहीत होता. एक थंड लहर माझ्या अंगात शिरशिरत आत शिरली. त्या वाऱ्यानं थपडी खाल्ल्यागत मी पुढे वाकले आणि माझ्या ताठ झालेल्या स्तनाग्रांना पकडलं. माझ्या उरोजांमध्ये जिथे माझ्या बरगड्या मिळाल्या होत्या, तिथले स्नायू प्रसरण पावले. जणू काही मी आतल्याआत दबल्यासारखी संकुचित नजरेनं पाहण्याची संधी मिळण्याच्या आत वॉर्डननं तिला अनौरस मुलांच्या संस्थेत नेलं होतं.

ईदच्या सणाला मेंढे कापतात आणि त्यांचं रक्त जसं वाहत असतं; मी अगदी त्या अवस्थेत जमिनीवर पडलेली होते. नौरा, मॅडम लामा, नैमा आणि इतरांनी मला खाली दाबून धरलं होतं आणि माझा अडकून बसलेला श्वास सुटावा म्हणून त्या माझ्यावर थंड पाणी ओतत होत्या. मग त्या प्रार्थना करू लागल्या आणि माझं शरीर धुऊ लागल्या, ''अल्लानं सल्मावर दया करावी, तिचं दुःख कमी करावं, देवा! तिचा भार हलका कर. तिची छाती मजबूत कर आणि तिला हे विसरण्याची शक्ती दे.'' त्या सर्व एका सुरात पुटपुटत होत्या. माझं अंग फेसानं भरून जाईपर्यंत त्यांनी माझे केस, माझे खांदे, माझे हात, माझी पाठ आणि माझे पाय साबण लावून चोळले. ''खड्ड्यात गेल्या तुमच्या प्रार्थना. ती अजूनही श्वास घेत नाहीये.'' मी मरणापासून दोन

श्वास दूर होते. तेव्हा मी काही अंतरावर बंदुकीचा आवाज ऐकला. तुरुंगाच्या अधिकाऱ्यांनी सोडलेली आणखी एक मुलगी तिच्या धाकट्या भावानं ठार केली होती. मी तोंड उघडलं आणि माझ्या फुप्फुसांना ताण देत श्वास घेतला.

ग्वेनकडे लगोलग जाऊन तिचा दरवाजा ठोठावला. तिच्या पावलांचा जमिनीवर येणारा आवाज मी ऐकला. ''कोण आहे?'' तिनं विचारलं.

''मी सल्मा, दरवाजा उघड.''

तिनं दरवाज्याची साखळी काढली आणि म्हणाली, ''ओ, हॅलो सल्मा.'' मी तिला घट्ट धरली आणि तिला त्या अंधाऱ्या बोळातून गोल फिरवत नेलं.

''तुला काय झालंय काय?'' तिनं विचारलं.

''ए, सॉरी हं ग्वेन. मी तुझ्या संधिवाताबद्दल विसरलेच. मला रॉयल हॉटेलात पार्ट टाईम काम मिळालं.''

''तिथे तू नक्की काय करणार?''

''रिकामे ग्लासेस गोळा करायचे आणि धुवायचे.''

''हे काम एवढ्यावरच राहिलं तर ठीक आहे.'' असं म्हणत तिनं किटली लावली.

''ग्वेन, मला सुट्टी हवीये. मला ग्रीसला जायचंय आणि भूमध्य समुद्रावरून पलीकडे पाहायचंय.''

''मला वाटलं, की तुझं हे बऱ्याच काळापूर्वीचं स्वप्न तू सोडून दिलं होतंस.'' असं म्हणून ती खाली बसली. त्या स्वयंपाकघरातल्या टेबलावर बेक्ड बीन्सचा उघडा डबा होता, भाजलेल्या ब्रेडचे दोन तुकडे होते आणि चहाचा कप होता.

''मी तुझ्या जेवणात अडथळा आणला, सॉरी.''

''ठीक आहे, मी कधीही ही बीन्स गरम करत नाही. तुझ्यासाठी चहा कर, करशील?''

मी माझ्यासाठी चहा केला आणि बसले. ''तुला इंग्लिश लोक माहीतच आहेत. हे कर ते करू नको असं त्यांचं फार असतं.''

''तू ठाकठीक कपडे करून जा, वरच्या स्तरातली आहेस अशी वाग. कधीही घट्ट स्कर्ट घालू नको. गिऱ्हाईकांशी बोलू नको आणि शक्यतो लुडबूड करू नको. मॅक्सला सांगू नको आणि पहिल्या दिवशी तुझ्या हातून ग्लासेस फुटू नयेत अशी मी परमेश्वराकडे प्रार्थना करते.''

श्वेत-धवल फोटोंचा एक जुना अल्बम टेबलावर उघडा पडलेला होता.

''बघ.'' ती म्हणाली.

मी तो अल्बम उचलला आणि ग्वेनचे ते फोटो बघितले. एका सुस्थितीतल्या माणसाच्या अस्पष्ट फोटोकडे बोट दाखवत ती म्हणाली, ''माझे वडील. ते फार

मोठे होते.'' एक उंच शिडशिडीत आणि बुद्धिमान डोळ्यांचा माणूस विमानाजवळ उभा होता.

मी चहा प्यायले. तिच्या गालाचा मुका घेऊन घाईनं बाहेर पडले.

मी जेव्हा ग्वेनच्या घरातून बाहेर पडले, तेव्हा मी एलिझाबेथला रस्त्यावरून त्या बेकायदा वस्तू विकणाऱ्या दुकानाकडे कुणीतरी पाठलाग करताय अशा रितीनं हळूच चोरट्यागत जाताना पाहिलं.

''हॅलो, लिझ.'' मी ओरडले.

''तू ग्वेनकडे गेली होतीस का?'' तिनं विचारलं.

''हो.'' मी उत्तर दिलं.

''बाजारबुणगे एकमेकांना धरून राहतात.'' ती म्हणाली आणि फरसबंदीवर चढताना चांगलीच अडखळली.

आता सात वाजले होते तरीही लिझ आताच पिऊन तर्र झाली होती. ती धडपडत दुकानात शिरली आणि सादिकने चतुरपणे हसतच तिचं स्वागत केल्याचं मला त्या काचेच्या दरवाज्यातून दिसलं.

साऊदॅम्पटनच्या तुरुंगात मला रात्री झोप लागलीच नाही. मला पुन्हा त्या हलणाऱ्या पडद्यांच्या आणि बिपबिप आवाज करणाऱ्या मशिननं भरलेल्या जागेत नेण्यात आलं. त्या मेजामागे खुर्चीवर बसलेला तो इमिग्रेशन अधिकारी पांढराफटक आणि थकलेला वाटत होता. त्याचे डोळे सुजलेले आणि लाल झाले होते. त्याची कांजी घातलेली ताठ कॉलर मळली होती आणि त्याचे तेलकट केस डोक्याला चिकटले होते. त्यानं आपले हात एकमेकांत गुंफले. त्या थंड झोप नसलेल्या रात्रीनंतर मी कशी बसतेय ते तो पाहत होता.

''सल्मा, तू ब्रिटनला का आली आहेस?''

मला त्याचं ''का आली आहेस?'' हे कळलं नाही. तेव्हा मी फक्त मान डोलावली.

''तू राजकीय आश्रयासाठी आल्येस का?''

मिस ॲशरनं शिकवलेलं काय बोलायचं ते आठवण्याचा मी प्रयत्न करत होते. त्या बारीकसारीक गोष्टी म्हणजे गुड मॉर्निंग आणि तुमचं जेवण चांगलं झालं का? ह्या पटकन तोंडावर होत्या; पण तिनं जो योग्य शब्द उपयोगात आणायला सांगितला होता, तो काही केल्या मला आठवत नव्हता. ''ॲडॉप्टेड'' सरतेशेवटी मी म्हणाले.

''ॲडॉप्टेड?'' त्यानं कागदाच्या चळतीतून जात विचारलं.

''हो, हो, ॲडॉप्टेड, मिस ॲशर.''

त्या गजांच्या खिडकीवर प्रतिबिंबीत झालेल्या त्या निळ्या दिव्याकडे पाहत नौरा

सांगायला लागली. ह्या सगळ्याची सुरुवात झाली होती, ती त्या कबाबच्या दुकानात. रात्रभर बाटल्या धुवत असताना राजधानीतीले दिवे बंद होत असताना ती पाहत असायची. भांड्यांचा तेलकटपणा नाहीसा व्हावा, म्हणून दुकानाच्या मालकानं तिला भांड्यांना रॉकेल आणि लिंबू चोळायला सांगितलं होतं. ह्या रॉकेल आणि लिंबांच्या ढिगात वेढलेली ती आपल्या रात्री त्या धुरकट घरांच्यामधून दिसणाऱ्या आकाशाकडे पाहत घालवायची. जेव्हा आकाशात पहिला किरण दिसायचा, तेव्हा ती आपला ॲप्रन गुंडाळायची, हात धुवायची आणि घरी जायला निघायची, कारण रिमा आणि रामीला शाळेत सोडायचं असायचं. त्या सकाळच्या वेळी बसेस नसायच्या. त्यामुळे घराकडे ते तीन मैल तिला धावत जावं लागायचं.

प्रिय नौरा,

सतरा वर्षांपूर्वी आपण तुरुंगात भेटलो. तुझ्यावर वेश्या व्यवसाय केल्याचा आरोप होता आणि माझ्यावर लग्नाआधी लैंगिक संबंध ठेवल्याचा. तुला मी आठवते का? तू भूक हरताळ केला होतास आणि तुला बळजबरीनं जेवण भरवलं गेलं होतं. मी माझा भूक हरताळ थांबवला, तेव्हा तू हसलीस. तू मोती लावलेले कंगवे मला दिलेस आणि एक अत्तराची कुपीही. माझ्याकडे ते अजूनही आहे. मी ते सर्व आणि माझ्या बाळाच्या केसांची बट आणि माझ्या आईचं पत्र हे सर्व एका चिनी, रेशमी पेटीत ठेवलं आहे. तुझी मुलगी आता चोवीस वर्षांची आणि मुलगा सव्वीस वर्षांचा असेल. माझी लैला सोळा वर्षांची झाली आहे. दोन वर्षांत ती युनिव्हर्सिटीत दाखल होईल. तिनं मेडिसिनला जायचं ठरवलंय. मी म्हणाले, "का नाही?" त्या सर्व वर्षांनंतर आता तुझं जीवन सुखी असेल, अशी मी आशा करते. तुझी मुलं तुझी नीट काळजी घेत असतील, त्यामुळे तुला आता आणखी धडपडावं लागत नसेल. कधीतरी एक दिवशी आपण भेटू.

प्रेम,

सल्मा.

मी ते पाकीट थुंकी लावून बंद केलं, मग नौराचा असलेला एकमेव पत्ता लिहिला : तो जुना देश.

रात्रीचं जेवण घेण्याआधी मी पोस्टाची पेटी होती तिकडे जाऊन पत्र टाकले. जेव्हा तो निळ्या मेलनं जाणारा एरोग्राम त्या पोस्टाच्या पेटीच्या उघड्या लाल तोंडानं गिळला, माझे हात कापायचे थांबले. आता मी जाऊन जेवण घेऊ शकत होते.

संध्याकाळच्या सुरुवातीला ती कॉटेज थंड आणि अंधारी असायची. मी माझ्या झोपायच्या खोलीत गेले आणि टी.व्ही. लावला. लंडनच्या पूर्वेकडे राहणाऱ्या लोकांवर कार्यक्रम होता. ते त्यांच्या नेहमीच्या उद्योगांत गुंतलेले होते. आईबापांशी, मित्रांशी,

बायकांशी मारामाऱ्या, बहिणींच्या नवऱ्याबरोबर धंदे करणे आणि मग ह्या सर्वांवर पांघरूण घालत काही घडलंच नाही असा आव आणणे.

ती संध्याकाळ तशी दीर्घ वाटत होती आणि क्षितिजापर्यंत पसरली होती. तिथे गाई उघड्या कुरणात झोपलेल्या होत्या. दिवस मोठे होत होते. त्यामुळे एक निळाशार प्रकाश आकाशात सदैव असायचा. त्या प्रकाशाच्या कडा विझलेल्या ज्योतीसारख्या वाटायच्या. माझं जेवण म्हणजे पास्ता, टोमॅटो आणि लसणीचा सॉस असं होतं. हे माझं जेवण घेत असताना मी टी.व्ही. पाहत होते.

तो सुट्टीसंबंधी कार्यक्रम होता. तो ग्रीक बेटावर होता. मी कधी का होईना, हिडन ग्रीसवर नजर टाकू शकेन का? आयुष्यात पहिल्यांदा विमानानं जायचं, म्हणून विचार करताना मी उत्तेजित झाले होते. ''मी रविवारी विमानानं स्पेनला जातोय.'' असं मॅक्स वर्षांतून एकदा सांगायचा. त्या वेळी तो आपल्या कुटुंबाला इबीझाला घेऊन जायचा. मी माझं संध्याकाळचं काम नीट करेन. मी चांगल्या स्तरातली दिसावी म्हणून चांगले कपडे घालीन, माझं तोंड बंद ठेवून थोडासाच मेकअप करीन. माझे कुरळे केस घट्ट बांधेन आणि मी जरी बोलले, तरी मी सावकाश आणि काळजीपूर्वक बोलेन, त्यामुळे मी इंग्लिश आहे असं वाटेल. मी विचारेन, 'सर, तुमचं हे झालंय का? थँक्स, खूप खूप थँक्स, सर.'

मी मॅक्सला परवीनच्या नोकरीच्या मुलाखतीसंबंधी सांगितलं. त्यानं मला दुपारची सुट्टी द्यायचं कबूल केलं. तिनं अनेक ठिकाणी कामासाठी अर्ज केले होते, पण तिला यश आलं नव्हतं. तिनं अजून जरा व्यवस्थित दिसायला हवं असं म्हणून मी ती मोठी प्लॅस्टिक बॅग उघडली. ''तुझ्यासाठी एक सूट आणलाय. तुझ्या जुन्या कपड्यावरून मापं घेतली होती.''

ती वर्तमानपत्र वाचत होती. तिनं तोंडानं श्वास सोडत डोक्यावरची बट वर उडवून आधी माझ्याकडे मग वर्तमानपत्राकडे पाहिलं. तिचे केस निस्तेज होते. कातडी कोरडी पडलेली होती. तिच्या नखावर नेलपॉलीश नव्हतं आणि किंचित पोकही होतं तिला.

''मी तुझ्या मुलाखतीसाठी रजा घेतलीय. प्लीज परवीन, मला आज दुपारी तुझ्याबरोबर येऊ दे.'' सरतेशेवटी थांबून ती म्हणाली, ''मला तयार व्हायला हवं.''

''मी मदत...''

ती सार्वजनिक बाथरूममध्ये अंघोळीसाठी गेल्यावर मी तो कॅसेट रेकॉर्डर लावला. आणि प्ले-बटण दाबलं. संगीतानं खोली भरून गेली. त्यातला वाद्यवृंद एकमेकांवर लक्ष ठेवण्याबद्दल आणि मोडलेल्या वचनांबद्दल गात होता.

ती पायजमा घालून खोलीत आली. तिचे केस टॉवेलमध्ये गुंडाळलेले होते. मी

तिला बसवलं, तिची गुलाबी मेकअप बॉक्स उघडून तिच्या शेजारी ती पलंगावर ठेवली. तिनं क्रीमची बाटली बाहेर काढली, पुन्हा आत ठेवली, मग पुन्हा बाहेर काढली आणि ते क्रीम ती तोंडाला चोळू लागली. मी तिच्यासाठी एक कपभर कॉफी तयार केली आणि रूम आवरू लागले.

तिनं माझ्याकडे पाहिलं आणि ती म्हणाली, ''हे गाणं आहे स्टिंगनं पोलीस डिपार्टमेंट सोडण्यापूर्वीचं.''

''त्यानं पोलीस फोर्स सोडलं?'' मी विचारलं.

''नाही, पोलीस बँड.'' असं म्हणून हसली.

जेव्हाजेव्हा लंडन ट्रेन त्या दरीतून जायची, तेव्हा क्षणभर माझं आयुष्य थांबायचं आणि त्या मार्गाच्या शेवटी काय आहे ह्याची आठवण करून द्यायचं. तिथे एक ऐसपैस रेल्वे स्टेशन होतं. त्यावर एक फुलं विकण्याचा गाळा होता आणि छोटं कॅफे होतं. जेव्हा मला थकल्यासारखं वाटायचं, तेव्हा मी त्या स्टेशनवर जाऊन त्या कॅफेमध्ये बसून गाड्यांचे येण्याजाण्याचे आवाज ऐकत रहायचे. एक काळा माणूस लयबद्धतेनं खालची मळलेली जागा काठीला लावलेल्या फडक्यानं साफ करायचा. मग तो फडका मध्येच साबणाच्या पाण्यानं भरलेल्या बादलीत बुडवायचा. त्या लाऊड स्पीकरवरून काय करायचं, कुठे जायचं हे जाहीर केलं जात असायचं. ते कानाला बरं वाटायचं. मी चहाचे घुटके घ्यायचे आणि वरच्या छताला लावलेल्या जाळीत अडकलेल्या कबुतरांच्या पंखाचा आवाज, प्रवाशांचे हॅलो आणि बायबाय, गार्डची शिट्टी आणि शंटिंग होणाऱ्या गाड्यांचे आवाज ऐकायचे. स्टेशनवर जिथे प्रवाशांचे कुटुंबीय आणि मित्रमैत्रिणी वाट बघत असायच्या, तिथे मला घरच्यासारखं वाटायचं. ती कोपऱ्यात असलेली पोस्टाची पेटी, सात समुद्रांच्या पलीकडे असलेल्या माझ्या प्रियजनांना जोडणारा दुवा होता. जमावाचा आवाज, गाड्यांचं शंटिंग होणं आणि त्या शिट्ट्या हे सारं माझा पाठलाग करणाऱ्या भूताला घाबरवून सोडायचे. प्रवासात किंवा सार्वजनिक जागेत म्हणजे स्वागतकक्ष, प्रतीक्षालय आणि प्रेक्षागृह इथे मी आज आणि उद्याच्या मध्ये अडकलेली असल्यामुळे मला आनंद व्हायचा.

तुरुंगातून सोडलेल्या एका मुलीच्या डोक्याकडे वेगाने जाणाऱ्या बंदुकीच्या गोळीचा मी आवाज ऐकला आणि तिची हृदयद्रावक किंकाळी मी ऐकली. ''ओ! या अल्ला!'' तेव्हापासून मी मरणाचा विचार करायचं सोडलंच. मी माझं तोंड पुसलं आणि त्या घाणेरड्या भिंतींना म्हणाले, ''लैला, मी तिला लैला म्हणणार.'' मी माझं अलगूज बोचक्यातून बाहेर काढलं आणि कापणीच्या वेळी वाजवतात ती धून वाजवू लागले. नाजूक हात-पाय असलेल्या सल्मानं एका सौम्य आणि प्रकाशित रात्री लैलाला जन्म

दिला. त्यानंतर मी बोलले नाही किंवा मला झोपेची डुलकीही आली नाही. मी त्या तुरुंगाच्या अंधाऱ्या खोलीत भिंतीला टेकून बसायचे आणि त्या गजाच्या उंच खिडकीतून आकाश पहायचे. जर का त्या आकाशाला तकाकी असली, तर तो अरब महिन्याचा पंधरावा दिवस असायचा. त्या दिवशी स्त्रिया प्रेतभक्षक राक्षसिणी व्हायच्या आणि प्रवाशांना खायच्या. जेव्हा माझी पाळी पुन्हा सुरू झाली, तेव्हा मी स्वच्छ कापडांचे तुकडे मिळतात का ते पहायचे. मी स्वत:ची गुंडाळी करून त्या अंधारात पडून असायचे. इतर कैदी स्त्रियांना मी तिथे जागी आणि दुखावलेल्या स्थितीत पडलेली आहे ह्याचा विसरच पडायचा. एका रात्री मॅडम लामाजवळ नौराला बोलताना मी ऐकलं, ''तुला वाटतं का की ती मला कधी क्षमा करेल?''

''तुझा हेतू चांगला होता.'' मॅडम लामा म्हणाली. ''पण दोन्ही विकल्प हे कारल्यासारखेच कडू होते.''

''तिला त्याची सवय होईल.'' मॅडम लामा म्हणाली.

''मला वाटलं, की जर का तिच्या मुलीच्या ओठांचा तिच्या स्तनाग्रांना स्पर्श झाला तर ती तिला कधीच विसरणार नाही. जर का तिनं तिला वर्षभर अंगावर पाजलं असतं, तर तिनं तिला सोडलंच नसतं.'' नौरा म्हणाली.

''पण काही काळ तिला मुलीला पाजण्यात आनंद झाला असता.'' मॅडम लामा म्हणाली.

''अल्लानं मला माफ करावं. मी नैमाला त्या मुलीला ताबडतोब नेण्यासाठी पैसे दिले.''

मी उठले आणि नौराच्या अंगावर चालून गेले.

''काय अडचण काय आहे?'' त्या प्लॅस्टिक सर्जननं विचारलं. मी लिझकडे रहायला आल्यावर स्पेशालिस्टची अपॉईंटमेंट घेण्यासाठी मी एका डॉक्टकडे गेले होते. मला त्याची अपॉईंटमेंट मिळायला पाच महिने गेले आणि आता त्याच्याकडे गेल्यावर एवढं थांबावं लागल्यामुळे माझी वाचाच बंद झाली होती. त्यानं आपलं रुपेरी पेन आपल्या पांढऱ्या कोटाच्या खिशातून बाहेर काढलं आणि फिरवून ते उघडलं. ''तुझं नाव काय?''

''सल्मा अल- मुसा'' मी म्हणाले.

मेजावरचा दिवा लावून तो म्हणाला, ''मी तुझ्यासाठी काय करू शकतो?''

मी माझे उरोज पकडले.

''तुझ्या छातीचं माप कमी करायचं आहे का?'' त्यानं विचारलं.

जेव्हा मी मानसिक दबावाखाली असायचे, तेव्हा माझं इंग्लिश चुकायचं.

''नाही, निपल्स लहान करायची आहेत.''

"तुला निपल्स लहान करायची आहेत का?" असं विचारून त्यानं नर्सला खूण करून आपल्या बाजूला उभं रहायला सांगितलं आणि तो म्हणाला, "मला ती जरा बघू दे."

मी माझ्या शर्टची बटणं काढली; पण तो अंगावरच ठेवला. माझ्या ब्राचे हूक काढले. त्याचे पट्टे शर्टच्या बाह्यांतून ब्रा निघेपर्यंत बाहेर काढले. माझी स्तनाग्रं काळी, ताठ आणि लांब अशी काळ्या, लांब केसांच्या झुबक्यात, गोलाच्या मध्ये उभी होती.

तो दिवा माझ्या स्तनांकडे वळवून त्यानं माझ्या स्तनाग्रांना त्याच्या थंड बोटांनी स्पर्श केला आणि ती मोजली. आधी नर्सकडे मग माझ्याकडे पाहून तो म्हणाला, "तुझ्या स्तनाग्रांना काहीही झालेलं नाही. ती फक्त इतरांपेक्षा दीड सेंटिमीटर लांब आहेत; पण मला तरी ती तशी ठीक वाटतात."

"मला ती कमी करून हवीयेत. ती कापा, डॉक्टर प्लीज." मी कापऱ्या आवाजात सांगितलं.

"का?" आता त्यानं तो दिवा माझ्या तोंडासमोर धरला होता.

"तुम्हाला इतर बायकांची निपल्स दिसू शकत नाही. माझी मात्र काळी आणि बाहेर आलेली दिसतात. त्यांचे तुकडे करा, ते बरं." मी म्हणाले. माझे डोळे पाण्याने भरले होते.

"तिला ताबडतोब एखाद्या मनोविकृती चिकित्सकाला दाखवावं असं मला वाटतं." असं नर्सशी बोलताच त्यानं दिवा बंद केला.

मी माझ्या शर्टची बटणं, ब्राचा हूक लावण्याआधी आणि पट्टे नीट बसवण्या-आधी बंद केली. मी जेव्हा वर पाहिलं, तेव्हा तो डॉक्टर आणि नर्स माझ्याकडे टक लावून पाहत होती.

"मी वेडी नाही." मी माझ्या ब्रानं माझी छाती झाकण्याचा प्रयत्न करताना म्हणाले.

दुसऱ्या दिवशी मॅक्सने जेजे काम मला दिलं होतं ते मी पटापट आणि चूपचाप पुरं केलं. मला माझी ताकद दुसऱ्या कामासाठी शिल्लक ठेवायची होती; पण हे कठीण झालं होतं, कारण मॅक्सला गप्पा मारण्याची लहर आली होती. पार्किंगच्या जागेत असलेल्या एका जुन्या रोल्स राईसबद्दल तो बोलत होता. "ओ, आपले बाप आणि त्यांचेही पूर्वज हे जास्त कुशल होते. जर का तू त्या कारमध्ये पाहिलंस, तर तुला कुठेही एक टाका दिसणार नाही आणि एका काचेच्या तावदानाखाली तिथे कापड आणि शूजचे ब्रश ठेवण्यासाठी एक छान पेटी आहे. ओहो! आम्ही एके काळी स्वामी आणि मालक होतो. आता आमच्याकडे पहा."

"हो ना! तुम्ही जगावर राज्य करत होतात." मी परवीनची नक्कल करत म्हणाले.

"हो, ब्रिटिश साम्राज्यात सूर्य कधी मावळत नसे." हातातल्या विजारीची बरोबर लांबीवर घडी घालून शिवत असताना तो म्हणाला.

"परवीन म्हणाली, की तुम्ही ताडाची झाडं, सुरूची झाडं आणि नारळ ह्यावर राज्य करत होतात." मी म्हणाले.

"हो, तुझ्यासारखे नारळ." तो म्हणाला आणि मिस्कीलपणे हसला.

"मी नारळ नाही." मी म्हणाले.

"आम्ही आता हिरव्या लतांनी वेढलेल्या इमारतींवर आणि पांढऱ्या हत्तींवर राज्य करतो."

महोनेय पाद्री यांच्या संगतीत मला कधी परकं वाटत नव्हतं. त्यांचा छोटा चष्मा, त्यांचं तोंड भरून हसणं, त्यांच्या गमतीदार कथा आणि त्यांच्या अमर्याद दयेमुळे मला ते आठवायचे. जरी ते धार्मिक माणूस होते, तरी ते दयाळू आणि समजूतदार होते, की मी त्या सकाळी बंदरावरच्या तुरुंगात एखाद्या घाबरलेल्या कुत्र्याच्या पिल्लासारखी दिसत होते असं ते म्हणताच मी हसले.

"काळं पिल्लू." मी म्हणाले.

"ओ, इथं आजूबाजूला काही काळी पिल्लं आहेत." माझा थंड हात हातात घेऊन ते म्हणाले. "तू काळजी करू नको. लवकरच ह्या तात्पुरत्या तुरुंगातून आम्ही तुला बाहेर काढू." मी माझा हात काढून घेतला आणि त्यांचे आभार मानले. नंतर मला कळलं, की माझ्यासाठी मिस अ‍ॅशर, लिटील सिस्टर्स आणि क्वेकर पंथाचे महोनेय पाद्री ब्रिटिश सरकारविरुद्ध कोर्टात गेले होते. माझे दत्तक विधानाचे कागद कायदेशीर होते; पण इमिग्रेशन अधिकाऱ्यांना त्यांच्या खरेपणाबद्दल संशय होता.

मिस अ‍ॅशरनं मला सांगितलं, की महोनेय पाद्रींनी माझी केस आणि त्यावरचे मुद्देही व्यवस्थित मांडले आणि तिनं त्यांच्या भाषणाची प्रत मला दिली. मी त्यातले शब्द ऑक्सफर्ड-अरेबिक डिक्शनरीत बघितले आणि ते पुन्हा पुन्हा वाचले. मग मला त्यांचा अर्थ कळू लागला.

"जरी तुम्हाला ह्या दत्तकविधानाबद्दल शंका असल्या, अर्थात हे हास्यास्पद आहे तरी तिला राजकीय, सामाजिक किंवा धार्मिक आश्रय, तुम्ही जे काही त्याला नाव द्यायचं असेल ते द्या, तो द्यावा. तुम्ही हे उदाहरण घालून द्यावं, कारण शेकड्यांनी नव्हे, तर हजारांनी स्त्रिया दर वर्षी मारल्या जात आहेत. तुम्ही तिला आसरा द्यायलाच हवा, कारण जर तुम्ही तिला परत पाठवलंत, तर ती दिसताच तिला गोळी घातली जाईल."

सार्वजनिक प्रसाधनगृहात जाऊन मी काळा लांब स्कर्ट, एक झालरचा पांढरा शर्ट आणि सपाट शूज घातले. केस बांधून त्यांचा बुचडा केला. मग हलकासा मेकअप केला. मी आता माझ्या पूर्वीसारखी दिसत होते, हिमातली मेंढपाळीण. फरक काय पडला होता, तो त्या सुरकुत्यांमुळे. जणू काही एका कोंबडा त्याच्या पिंजऱ्यात जाण्याआधी माझ्या चेहऱ्यावर नाचला होता आणि त्यानं सुरकुत्यांचं जाळं मागे सोडलं होतं. मी चीज बर्गर खाल्ला आणि एक मोठा कोक प्यायले. संध्याकाळच्या कामाबद्दल विचार केला. माझ्या मनाला परवीन म्हणायची तसं तयार केलं आणि हॉटेलकडे चालत आले. मोठ्या धीरानं तो भक्कम दरवाजा उघडल्याचं पाहिल्याबरोबरच तिथल्या रिसेप्शनिस्टनं माझ्याकडे बघून एक यंत्रवत हास्य फेकलं आणि ती म्हणाली, "तू बार मॅनेजर मिस्टर राईटना भेट." मी मान हलवली.

"पुढच्या वेळी बारच्या बाजूच्या दरवाज्याचा वापर कर." तिनं ऑफिसचा जुना, धुळीनं भरलेला दरवाजा उघडला. तिथे वाईनचं खोकं, प्लॅस्टिक ग्लासेस, टेबलावर पसरण्याच्या चटया होत्या. त्यामध्ये मिस्टर राईट केस चापूनचोपून व्यवस्थित काळा स्वच्छ सूट घालून आणि बो-टाय लावून बसलेले होते. ते जाहिरातीतल्या धनदांडग्या-सारखे फोनवर बोलत होते; जणू काही ते जगाच्या एका टोकावरून पर्शियन गालिचेच मागवत होते. मिस्टर राईट हे एखाद्या म्हाताऱ्या, सभ्य गृहस्थाच्या बटलर-सारखे दिसत होते; पण ते नोकरीत नसल्यागत वागत होते. त्यांनी फोन खाली ठेवला; माझ्याकडे पाहिलं. मी माझ्या सवंग काळ्या पर्सचे बंद धरून त्या छोट्या ऑफिसमध्ये उभी होते. त्यांच्या करड्या डोळ्यांत माझ्याबद्दलची नापसंतीची छटा दिसली.

"गुड इव्हीनिंग, सल्मा" ते माझ्या नावाचा चुकीचा उच्चार होऊ नये म्हणून सावकाशपणे बोलले.

"गुड इव्हीनिंग, मिस्टर राईट." मी म्हणाले.

"प्लीज, मला ॲलन म्हणत जा." त्यांनी चापूनचोपून बसवलेले केस जागेवर राहण्यासाठी आपल्या दोन्ही हातांनी दाबले. आपलं नाक चोळतच ते म्हणाले, "तू आज लवकर आलीस. जा आणि बारमधले ग्लासेस आणि बाटल्या स्वच्छ कर. मी तुला तासाला तीन पौंड देत जाईन."

"थँक्स." असं म्हणून मी जवळजवळ धडपडतच बाहेर पडले.

अनेक बाटल्या आणि ग्लासेसचा खच माझ्यापुढे पडलेला होता. मी त्यानं दिलेले रबराचे मोजे घातले आणि ग्लासेस पुसायला लागले. "जेव्हा तू बाहेर ग्लासेस गोळा करायला जाशील तेव्हा हे वापरू नको. फक्त काऊंटरच्या मागे असताना ते वापर." ते म्हणाले. अर्ध्या तासानंतर गिऱ्हाइकं येऊ लागली. मिस्टर राईट आणि बॅरी नावाचा एक माणूस बारमध्ये उभा राहून ड्रिंक्स देण्याचं काम करत

होता. मी ग्लास स्वच्छ करणं आणि पॉलिश करण्याचं काम करत होते. करड्या रंगाचे सूट, गुलाबी शर्ट, पट्टेरी टाय आणि थकलेल्या चेहऱ्याची माणसं कडवट दारू पीत होती आणि हसत होती. ते त्यांच्या सिगार्स ओढत होते आणि त्यामुळे तिथली सर्व जागा तंबाखूच्या वासानं भरली होती. धुरांच्या ढगात आणि ग्लासेसच्या किणकिणांटात आणि गिऱ्हाइकांच्या बडबडीत मी अदृश्य झाले होते. त्यांना फक्त एक काळा, कृश हात टेबलावर त्यांच्या हातांना आणि कोपरांना जागा करण्यासाठी रिकामे ग्लास उचलताना दिसायचा.

"पाऊस जोरात पडतोय." मी महोनेय पाद्रींना एका सकाळी म्हणाले. ते शेगडीच्या जवळ बसले होते. त्यांना त्यांच्या आईकडून वारसाहक्कानं मिळालेलं ब्रासकुंबेतील घर हे जुनं आणि मोठं होतं. त्यात एक व्हिक्टोरीयन धर्तीची विटांनी बांधलेली, विस्तव पेटविण्याची जागा होती. "तिला ही शेगडी खूप आवडायची." रेनकोट आणि शूज काढून त्यांनी आपले बारीक पाय विस्तवाजवळ लांब केले. "तू जायचा आग्रहच धरलायस." हात चोळत आणि त्या विस्तवाच्या पेटत्या कोळशांकडे पाहत ते म्हणाले. "मी वचन दिल्याप्रमाणे तुझ्यासाठी एक्स्टरचं परतीचं तिकीट विकत आणलंय." ते म्हणाले. त्यांनी मला खर्चासाठी सत्तर पौंड, *ऑक्सफर्ड ॲडव्हान्स लर्नर्स डिक्शनरी ऑफ करंट इंग्लिश* हे पुस्तक आणि तिथल्या स्थानिक लोकांनी चालवलेल्या स्वस्त हॉस्टेलचा पत्ता दिला. "मी त्यांना पत्र लिहिलंय. ते तुझी वाट पाहत असतील." ते वर न पाहता म्हणाले, "परतीचं तिकीट एवढ्यासाठीच, की जर तुझ्यावर काही संकट आलं, तर तुला परत येता यावं म्हणून."

कडेनं पिवळट पडलेलं ते तिकीट अजूनही माझ्या रेशमी चिनी पेटीत आहे. ती पेटी परवीननं मला वाढदिवसाची भेट म्हणून दिली होती. त्यात माझ्या आईचं पत्र, लैलाच्या केसांची बट, नौरानं दिलेले मोती लावलेले कंगवे, अत्तराची कुपी, मेरी क्वांट लिपस्टिक आणि फ्रांकॉईसनं दिलेला चांदीत घातलेला निळ्या मण्यांचा नेकलेस हे सर्व होतं. मी कपडे बदलले. माझ्या वस्तू महोनेय पाद्रींनी दिलेल्या एका बॅगेत भरल्या. ते मला कारनं जवळच्या रेल्वेस्टेशनवर घेऊन गेले. आम्ही जेव्हा तिथे उतरलो, तेव्हा तिथे खूप पाऊस पडत होता. त्यामुळे त्यांनी त्यांचा रेनकोट उघडला आणि मला जवळ यायला सांगितलं. माझे डोकं आणि शरीराचा काही भाग त्यानं झाकला गेला. आम्ही प्लॅटफॉर्मवर आलो. त्यांना पुस्तकांचा, शेगडीच्या विस्तवाचा, लव्हेंडरचा, मध आणि वाइनचा वास येत होता. जेव्हा गार्डनं शिट्टी दिली, तेव्हा मी स्वत:ला बाजूला केलं. त्यांना मिठी मारून ट्रेनमध्ये शिरले. "तुझी काळजी घे, मुली." हे त्यांचे मला शेवटचे शब्द होते.

ह्यापूर्वी मी कधी ट्रेनमध्ये बसलेली नव्हते, म्हणून मी एका म्हाताऱ्या बाईमागून

गेले आणि तिच्या बाजूला बसले. "टॉयलेट, प्लीज." मी असं विचारताच तिनं सरकत्या काचेच्या दरवाज्याकडे बोट दाखवलं. मला तिथली खूण दिसली. मी दरवाजा उघडला, आतून बंद करून कडी घातली. कमोडची फळी टाकली, त्यावर बसून रडायला लागले.

दूध आणि मध

मी तो बारच्या मागे असलेला डिशवॉशर इतक्यांदा लावला, की मला ग्लासेस दिसत नसत. फक्त त्यांची चमक दिसायची. साबण, निकोटिन बिअर आणि श्वासोच्छ्वासांचा वास त्या छोट्या बारमध्ये भरून राहिला होता. मी माझी पाठ ताठ करून उभी राहिले आणि स्वत:लाच काही सूचना केल्या. समुद्र ओलांडू नको! सोडून जाऊ नको! तुला आज रात्री परवानगी नाही. माझ्या मनानं तिथलं हास्य, आरडा-ओरडा, धूर आणि पायपुसण्याच्या शिळकट वासाकडे संपूर्ण दुर्लक्ष केलं आणि ते प्रवास करून सरळ तुरुंगाकडे गेलं.

प्रत्येक गुरुवारी नौराबरोबर मी तो तुरुंग स्वच्छ करायचे. तो झाडण्यासाठी झाडू, दोन पाण्यानं भरलेल्या बादल्या, लादी-पुसणी आणि काही निर्जंतुकं घेऊन नौरा खोल्या साफ करायची आणि मी ढोपरावर बसून खालची जमीन पुसायचे. नौरा मॅडम लामाची मोठी ब्रा हवेत उडवून मोठ्यानं हसायची. मी डोकं खाली घालून सिमेंटच्या जमिनीतल्या फटीतली घाण काढायला बघायचे. जमिनीवर बसत तो रखवालदार मला काठीनं ढुसकायचा, "तू काय कोळ्यांसाठी कोपरे सोडून देतेस की काय?"

"कोळ्यांशिवाय मला दुसरी कशाचीच भीती वाटत नाही." नौरा म्हणाली.

"छान, मी एक बादलीभर कोळी तुझ्यासाठी घेऊन येईन." तो रखवालदार म्हणाला.

मी जेव्हा परवीनला तो जनरल प्रॅक्टिशनर डॉ. चार्ल्स काय म्हणाला होता ते सांगितलं, तेव्हा परवीन चकचकीत मासिक वाचत होती. इथला हॉस्टेलचा सफाई कामगार म्हणाला, की 'विदेशी लोक हे ह्या देशाच्या पैशावर जगतायत' आणि तो डॉक्टर म्हणाला, 'मी परकीय, नॅशनल हेल्थ सर्व्हिसचे पैसे वाया घालवत आहे.'

तिनं कपाळावरची बट उडवून, ते मासिक नीट बंद करून ते रॅकमध्ये ठेवलं. आपल्या सलवार, खमीसवरून हात फिरवला आणि माझा हात घट्ट धरून त्या

जिन्यावरून घाईनं ती वर जायला निघाली. त्या डॉक्टरच्या क्लिनिकचा दरवाजा उघडून ती आत शिरली. आमच्याकडे दुर्लक्ष करून तो लिहित राहिला.

"माझ्याकडे पहा." ती शांतपणे म्हणाली, "जरा माझ्याकडे पहा!" त्यानं चष्मा काढला आणि वर पाहिलं.

"तिनं तुम्हाला सांगितलं, की तिला धडधडतं, रात्री घाम येतो, झोप येत नाही; सांगितलं की नाही?"

"हो."

मग त्याला पुढे बोलू न देता ती म्हणाली, "तुम्ही स्वत:ला डॉक्टर म्हणवता ना? ही स्त्री आजारी आहे आणि तुम्ही तिला औषधही न देता परत पाठवता. आपल्या बजेटमधले काही पैसे खर्च होतील, अशी तुम्हाला धास्ती वाटते का?"

ताठ बसलेले ते गुबगुबीत डॉक्टर मोठ्या खुर्चीत छोटे वाटत होते; पण ते उभे राहिले, तेव्हा परवीनपेक्षा ते उंच होते हे लक्षात आलं..

"खाली बसा आणि ऐका." ती असं तिनं शांतपणे म्हणताच ते खाली बसले.

"बंदूकधारी माणसं मिस ॲशरला मारण्यासाठी तिचा पाठलाग करतायंत, असं तिला वाटतं." ती म्हणाली.

"फक्त हॉस्टेलमध्येच." मी म्हणाले.

"बरोबर, तर तुम्ही पुढच्या तीन महिन्यांसाठी औषधं लिहून देऊन योग्य ती गोष्ट करणार ना?"

मग डॉक्टर एका छोट्या कागदावर लिहू लागले. "हे घ्या आणि आता चालत्या व्हा." ते म्हणाले आणि त्यांनी परवीनला तो कागद दिला.

"तुम्हाला असंही वाटतं, की आम्ही पाकीज नॅशनल हेल्थ सर्व्हिसचे पैसे वाया घालवत आहोत. ठीक आहे, मग मी तुम्हाला एक बातमी देते. आम्ही दोघी ब्रिटिश आहोत आणि लवकरच आम्ही तुमच्या खुर्चीत बसू."

मी उत्तेजित झाले होते. मी परवीनला म्हणाले, "ही औषधं ठीक असतील?"

"तुम्हाला आम्ही टॅक्स द्यायला हवा, आम्ही तो तुम्हाला विष्ठेच्या रूपात देऊ, कारण आम्हाला ह्या घडीला तेच मिळतं आहे." तिनं केसांची बट उडवली. मला त्या जिन्यावरून आणि वेटिंगरूममधून बाहेर खेचलं.

तो डॉक्टर मोठ्याने ओरडत असलेला मी ऐकला. "तुम्हाला तेच मिळो. चमत्कार... पैसे नाहीत... बरं होणं... हृदयविकार... त्यापेक्षा पाकिस्तानातच रहा ना."

"तुला ते लखलाभ होवो, चुत्या." परवीन किंचाळली. गोऱ्यामोऱ्या झालेल्या रिसेप्शनिस्टनं आम्हाला बाहेर काढलं आणि दरवाजा लावला.

आम्ही केमिस्टकडे गेलो तोपर्यंत परवीनचे तपकिरी डोळे भरले होते. तिनं त्याला प्रिस्क्रिप्शन देऊन सनक्रीम असलेल्या हिरव्या शेल्फमागे ती लपली.

"मला जरुरी आहे उंदराच्या विषाची." मी म्हणाले.

"ओ! जरा गप्प रहा." ती त्या भरलेल्या शेल्फमागून म्हणाली.

"फ्लोक्सेटाईन वीस मिलिग्रॅम आणि इ-४५ क्रीम." तो शीख केमिस्ट हसून म्हणाला.

माझ्याकडे पाहून ॲलन म्हणाला, "तू थकलेली दिसत्येस. मला वाटतं, की तू घरी जावंस. काही झालं तरी आज तुझा पहिला दिवस आहे."

मी म्हणाले, की "मी ठीक आहे; पण मला टॉयलेटला जायचंय." जेव्हा मी तिथे गेले, तेव्हा मी आरशात माझ्या चेहऱ्याकडे पाहिलं, केसांच्या बटा माझ्या घामेजलेल्या कपाळावर आल्या होत्या. माझे डोळे डोळ्यांच्या खोबणीत खोल गेले होते आणि माझा चेहरा निस्तेज झाला होता. मी माझे केस पिना लावून नीट बसवले, थंड पाण्यानं माझं तोंड धुतलं आणि टॉवेलनं ते हळूच टिपलं. मग वर जाऊन पुन्हा ग्लासेस गोळा करणं आणि धुणं हे काम सुरू केलं. जेव्हा शेवटचं गिऱ्हाईक बारमधून निघून गेलं, तेव्हा ॲलननं मला हातात ग्लास घेऊन खूण केली. "ही वाइन घेऊन बघ." तो म्हणाला.

"मला फक्त सॉफ्ट ड्रिंक दे." मी म्हणाले.

त्यानं डोळे विस्फारलं आणि विचारलं, "तू पित नाहीस का?"

"मी थकलेय एवढंच." मी खोटं बोलले.

त्यानं माझ्यासाठी एका उभट ग्लासात फेस येणारे मिनरल वॉटर ओतलं. त्यात बर्फ आणि लिंबू घालून ते मला दिलं. मी स्टुलावर बसले आणि ते एका दमात संपवलं.

"हे बघ, हे तुझं बारा पौंड." असं म्हणून त्यानं मला पैसे दिले. सांगितल्याप्रमाणे तो वागला होता आणि मी घालवलेला जास्त वेळ त्यानं विचारात घेतला नव्हता हे माझ्या लक्षात आलं.

"आभारी आहे, ॲलन." मी म्हणाले. "मी घरी जाण्याआधी तुला मी आणखी काही काम करायला हवंय का?"

"हो." तो म्हणाला, "ते स्वच्छ ग्लासेस बाजूला ठेव."

मी त्या सैनिकांच्या जुन्या कॉटवर हॉस्टेलमध्ये पडलेली असताना सारख्या लाटांमागून लाटा माझ्या शरीरातून वाहायच्या आणि मी एक मांस आणि हाडांची रास बनायचे. माझी अवस्था कापलेल्या, झटके देत उड्या मारणाऱ्या कोंबडीसारखी व्हायची. मी माझ्या वक्षस्थळांवर हात ठेवून स्वत:ला हिंदकळवायचे. तेव्हा मी माझ्या आईचं पत्र घोकत असायचे. माझ्या शरीरातून भीतीचं वारं जाईपर्यंत किंवा ताजी हवा त्या

खोलीत येईपर्यंत किंवा मी जरा व्यवस्थित होऊन श्वासोच्छ्वास घेईपर्यंत हे चालायचं. जेव्हा ते कोंबडं श्वास घेण्यासाठी धडपडायचं आणि मरायचं, तेव्हा त्याला काय वाटत असेल ते मला कळलं होतं.

मी हिमाजवळचे सर्व डोंगर चढून गेल्यागत थकून त्या हॉस्टेलकडे चालत गेले. आज रात्री माझ्या खोलीतून मी चालत बाहेर पडण्याची शक्यता मला तरी दिसत नव्हती. मी आश्चर्य करत कॉटवर पडले. माझ्या कुटुंबीयांना माझा पत्ता कळला तर काय होईल? मला जर ह्या खोलीतून बाहेर पडायला लागून काम शोधावं लागलं तर काय? मी माझ्या आईचं पत्र, माझं अलगूज आणि तुरुंगातील वॉर्डन नौमी कापू शकली होती ती लैलाच्या केसांची बट घट्ट धरून माझ्या कॉटवर मागे-पुढे व्हायचे. ती खिडकी खूप लहान होती. ती कॉट छोटी होती. ते जग लहान होतं आणि मी मेल्यावर ते थडगं मला गुदमरून टाकेल, कारण मी पापी होते.

जवळजवळ मध्यरात्रीनंतर मी दुखऱ्या खांद्यांनी, हातांनी आणि पाठीनं कशीबशी घराकडे चालून आले. ''जो काही माझा भाग आहे तो दुखतोय.'' माझी आई म्हणायची आणि बुग्लासचा काढा घ्यायची. फुटपाथवरच्या उंच भागावर मी उभी होते. तो काही वर्षांपूर्वी मुख्य रस्ता होता आणि तिथल्या हिरव्या कठड्यावर वाकून मी स्वतः कुठे आहे ते पाहू शकले. हा प्रदेश मला अटकाव करत होता, ते बरोबरच होतं. मला जवळ करायला तो नाकारत होता, कारण माझ्यातलं काहीतरी त्याला नाकारत होतं आणि मी कधीच ह्या देशाची होणार नव्हते.

माझी ओळख ह्या देशाशी पहिल्यांदाच झाली होती, ती त्याच्या पत्रा लावलेल्या तुरुंगाच्या चार भिंतींशी. तिथेच चुकलं होतं. जर का मला पॅरेशूटनी ब्रान्सकुंबमध्ये जिथे महोनेय पाद्री राहतात, त्या समुद्राकडे जाणाऱ्या हिरव्या दरीत सोडलं असतं, तर मी इंग्लंडच्या प्रेमात पडले असते. आता आम्ही एकमेकांच्या रागाची सवय झालेल्या दोन मित्रांसारखे होतो. माझी अवस्था फटीतून उगवलेल्या शेवाळासारखी केल्याबद्दल, मला त्याच्या शहरातून पाच ते सात फिरण्याचं स्वातंत्र्य दिल्याबद्दल, मला टाच आणि तिचा तळवा ह्यामधल्या जागेत कोंडून ठेवल्याबद्दल मी ब्रिटनला क्षमा करायची आणि वर्ल्ड कपमध्ये मी इटलीला पाठिंबा दिला म्हणून ब्रिटनने मला क्षमा करायची. मी इटलीला पाठिंबा दिला होता, कारण तो देश मला माझ्या देशाच्या त्यातल्या त्यात जवळ आहे असं वाटलं होतं.

परवीन त्या काचेच्या दरवाज्यातून आत गेली आणि मी तिच्या पाठोपाठच होते. ''आज दुपारी माझी मुलाखत आहे.'' कस्टमर सर्व्हिस काऊंटरवर असलेल्या त्या तरुण स्त्रीला ती म्हणाली.

तिचा अंदाज घेऊन ती मुलगी म्हणाली, ''प्लीज जरा थांबा.''

एक काळ्या सूटमधला काळा शर्ट आणि करडा टाय लावलेला माणूस आमच्याकडे आला. मी परवीनसाठी बनवलेला सूट जरा ढिला आणि घाणेरडा वाटत होता; पण परवीनने आपली पाठ ताठ ठेवली होती, हनुवटी उंचावली होती, त्यामुळे तो सूट महागडा आणि छान दिसत होता.

''मार्क पार्क्स, असिस्टंट मॅनेजर.'' असं म्हणून त्यानं आपला डावा हात पुढे केला.

हस्तांदोलन करून परवीन म्हणाली, ''परवीन खान.''

''मिस खान, ह्या बाजूनं या.'' असं म्हणून तो तिला एका बोळातून आत घेऊन गेला.

मला तिच्याबरोबर जावं की तिथेच थांबावं हे कळत नव्हतं. आपला हात मागे ठेवूनच तिनं निरोप घेतला.

मी तिथे त्या बोळाकडे पाहत राहिले. परवीन ठीक असेल ना असा विचार करत राहिले. मला टॉयलेटला जाण्याची खूप गरज भासत होती; पण तिथून हलण्याची इच्छा नव्हती. ती बाहेर पडल्यावर आमची चुकामूक झाली तर!

''मी तुला मदत करू शकते का?'' त्या कस्टमर सर्व्हिस काऊंटरवरच्या बाईनं विचारलं.

''हो, माझी मैत्रीण बाहेर आली, तर प्लीज सांगा मी लघवीला.'' पुन्हा इंग्लिशचा घोटाळा झालाच.

''मी तिला सांगेन, की तू लेडीज मध्ये गेली आहेस.'' असं म्हणून तिनं पैशाच्या मशिनचं बटण दाबलं. एका काळ्या ड्रावरनं 'डींग' असा आवाज केला आणि तो बाहेर आला.

टी. व्ही.वर ग्रेट एक्स्पेक्टेशन्स पाहत असतांना मी माझी *ॲडव्हान्स्ड लर्नर्स डिक्शनरी* उघडली आणि महोनेय पाद्रींनी त्यावर लिहिलेलं वाचलं. ''सल्मा, हा देश तुला सुखदायी होवो.'' मग मी इ वर्णाक्षराखाली पाहिलं. एक्स्पेक्टेशन ह्या शब्दाचा अर्थ, काहीतरी घडेल अशी आशा करणं किंवा त्याला काहीतरी मिळेल अशी एखाद्यानं खात्री बाळगायची असा होता. लिझ आशा करत होती, की हा देश बदलणार नाही, लिझचं वैभव कमी होणार नाही आणि स्वान कॉटेजवर सूर्य कधीही मावळणार नाही. तिची अशी इच्छा होती, की तिचा भारतातला वाडा आणि घोडे हे विकलं गेलेलं नसावं आणि तिचे नोकर परकीय आणि आज्ञाधारक असावेत.

ग्वेनला शाळेतल्या मुलांना चांगलं शिकवायचं होतं. त्यामुळे ते त्यांच्या आयांवर प्रेम करू शकतील, त्यांना ती मुलं वारंवार भेटतील आणि प्रेमानं मिठ्या मारतील. माझी अपेक्षा होती, की दूध आणि मध रस्त्यावरून वाहत असेल आणि

प्रत्येक कोपऱ्यावर सुख वाट पाहत असेल. आश्चर्य असलं, तरी सुखाचा संसार आणि तीन मुलांनी माझं जीवन सुखी करावं अशी मी अपेक्षा करत होते. परवीनला काम हवं होतं. आहे तशीच तिला स्वीकारणारं असं कुटुंब आणि स्थिर लग्न परवीनला हवं होतं. परवीनचं शिक्षण योग्य तऱ्हेनं झालं होतं. ती मोठ्या संस्थेत गेली होती. ती ए लेव्हल पास झाली होती आणि ती पळून आली, तेव्हा ती सोशिऑलॉजीची डिग्री घेण्यासाठी त्यांच्या जमातीच्या कॉलेजमध्ये शिकत होती. ती नेहमी म्हणायची, ''ह्या देशात सुरुवातीला सारं काही शक्य वाटत होतं; परंतु ही संभोगातली उत्कटता... ती जास्त काळ टिकत नाही.''

मी स्टोअर क्रेडिट कार्डसंबंधीचं एक पत्रक वाचत होते, तेवढ्यात परवीन बाहेर आली. अंगठा वर करून तिनं मला डोळा मारला. मला कळलं, की तिला काम मिळालं होतं. जेव्हा आम्ही त्या काचेच्या दरवाज्यातून बाहेर पडलो, तेव्हा ती ओरडली, ''हो, च्यायला मिळालं.'' आणि तिनं हवेत उडी मारली. ''माझी बेदुइनी मैत्रीण, आज हे यश साजरं करायला हवं.''

''मस्त, मस्त.'' असं म्हणत मी तिला मिठी मारली.

हातांत हात घालून आम्ही शहरातल्या एका उत्तम कॅफेत शिरलो. उंच खिडक्यांतून मुख्य रस्ता दिसू शकेल अशा स्टुलांवर आम्ही बसलो होतो. परवीन वेटरला म्हणाली, ''मला गरम चॉकलेट क्रीम घालून आण आणि गुलाबी फुलवाला चॉकलेट बार आण.''

आपला ट्रे खाली ठेवून त्यानं मला विचारलं, ''आणि मॅडम आपल्यासाठी?''

''मध आणि लोणी घातलेलं दूध मला पाहिजे.''

''आम्ही असलं काही करत नाही, मॅडम.''

आपला आखूड स्कर्ट खाली ओढून परवीन म्हणाली, ''निदान तुम्ही निरनिराळ्या फ्लेवर्सचं दूध तरी तयार करत असाल?''

''हो, आम्ही करतो. तुम्हाला कोणता फ्लेवर हवाय?''

''तर मग कॅरॅमलचं दूध आण.'' ती हसून म्हणाली. मी तिचा हात धरला आणि म्हणाले, ''मला तुझ्यासाठी आनंद झालाय.''

आपला हात बाजूला घेऊन म्हणाली, ''सार्वजनिक ठिकाणी माझा हात धरू नको की स्पर्श करू नको. त्यांना वाटेल, की आपण लेस्बो (समलिंगी) ग्रहावरून आलोय.''

ते गरम चॉकलेट आल्यानंतर पांढऱ्या क्रीमच्या थरामुळे ते खूपच जास्त वाटत होतं. त्या गुलाबी कापसाच्या लोकरीसारखे तुकडे त्या उंच ग्लासमध्ये तरंगत होते. चॉकलेटचा एक बार बशीत ठेवलेला होता. तो बार उचलून ती खायला लागली

आणि क्षणात त्याचा भुसा त्या पांढऱ्या क्रीमवर आणि नॅपकीनवर सांडला.

माणसांनी भरलेलं कॅफे उबदार, प्रकाशित, स्वच्छ आणि सुंदर होतं. सूर्यकिरणांनी काऊंटर उजळून निघाला होता आणि पाण्याच्या भांड्यातून तो परावर्तित झाला होता. कॉफीचा आणि कॅरॅमलचा वास, अक्रोड आणि गरम दुधाचा वास हवेत भरला होता. मी त्या दुधाचा आणि मधाचा घोट घेतला तेव्हा त्याची चव इस्लामी स्वर्गासारखी वाटली. येणाऱ्या-जाणाऱ्यांकडे पाहून आम्ही हसलो. आमच्या दातांचा पांढरा स्वच्छ रंग आमच्या सावळ्या रंगामुळे उठून दिसत होता. प्रत्येक घोट घेत असताना परवीन आपला ग्लास उंचावून अदृश्य प्रेक्षकवर्गाला कुर्निसात करत होती आणि मीही न राहवून तिच्या ह्या कृत्यात सामील झाले. रंगानं काळ्या आणि सायीच्या मिश्या आलेल्या आम्ही दोघी कामात व्यग्र असलेल्या येणाऱ्या-जाणाऱ्यांकडे बघत, डोळे मिचकावत, हात हलवत तिथे बसलो होतो.

त्या दिवशी सकाळी माझ्याकडे पाहून मॅक्स म्हणाला, ''तू सकाळीच थकलेली दिसतेस, मुली. तू काय करत होतीस?''

''मला झोपायला उशीर झाला.'' आणि सुटलेली एक बट मी कानामागे सारली.

''कोण होता हा? अरबांपैकी कुणी?''

मी मान हलवली.

''मला त्यांचा का राग येतो, हे तुला माहीत आहे. ते टोळधाडीसारखे इथे येतात, घरं घेतात, गाड्या घेतात. त्यांची घरं, गाड्या विकतात आणि आम्हा कष्ट करणाऱ्या इंग्लिश लोकांना त्यातून एक पैसा मिळत नाही. ते इस्टेट एजंटकडे किंवा विक्रेत्यांकडे जात नाहीत, तर आपापसांत सौदा करतात.''

''मला इथले कुणी अरब माहीत नाहीत.'' असं म्हणून मी खाली बसले.

''हे विचित्रच आहे की नाही?''

मी मखमली बॉल गाऊनच्या चुरलेल्या बाजू आत दुमडत होते. तो जांभळा होता; पण तो गाऊन उजेडात धरला, की त्याचा रंग फिका व्हायचा आणि मग मोरांच्या पिसांच्या रंगासारखा गडद हिरवा व्हायचा. मी त्या गाऊनच्या मालकिणीचं चित्र डोळ्यांसमोर आणलं. एक उंच गोरी भुर, की फिक्या केसांची स्त्री, तिची शरीरयष्टी अगदी दोषविरहित होती आणि तिच्या लांब पायात बॅलेरिना शूज घातलेले होते, तिचे केस मखमली पट्ट्यानं बांधलेले होते आणि तिचे गुलाबी ओठ आणि तिच्या कानातले इअरिंग्ज हा जणू मोत्यांचा धबधबा होता. ती खेड्यातल्या एका मोठ्या घरात, एका जुन्या धर्तीच्या सोफ्यावर बसून शँपेनचे घुटके घेत असलेली वाटत होती आणि तिच्या हाताचं मर्यादशीलपणे चुंबन घेणाऱ्या युरोपातल्या अगदी लायक अशा अविवाहित तरुणांचा गराडा तिच्या भोवती पडलेला होता. तिचे आरक्त

झालेले गाल हेच काय ते ती उत्तेजित झाल्याचं लक्षण. ती एखाद्या गुलाबी चिनीमातीच्या देवतेसारखी, गूढ, हळुवार आणि महागडं हसू तोंडावर आणेल.

"तुझं माझ्या बोलण्याकडे लक्ष नाही, हो ना?"

मॅक्सनं त्याच्या जाड ओठांत सुई धरली. त्याचे डोळे थकलेले दिसत होते आणि त्याच्या त्या बायफोकल चष्यामुळे ते सुजलेले वाटत होते आणि त्याचे करडे केस विरळ झालेले होते. त्याच्या कुटुंबाचा फोटो भिंतीवर टांगलेला होता. त्याचा एक पाय शिवणाच्या मशिनवर होता. एका ब्राऊन पेपरच्या पिशवीत त्याची सार्डिन घातलेलं सँडविचेस आणि संत्र्याचं जेवण होतं. ती पिशवी जमिनीवर त्याच्या मागच्या बाजूला होती. त्या सार्डिनचा तेलात मुरलेला तिखट वास माझ्या नाकात भरला. तो अभिमानानं सांगायचा, "मला खारट पाण्यातला मासा नाही चालत." कधीकधी मी विजारींच्या पायावर वाफेची इस्त्री फिरवायचे. त्या वेळी मॅक्सच्या ह्या सार्डिनचा वास सुटायचा.

"मी हा ड्रेस पुरा केला. तो टांगून ठेवू का?"

"हो, त्याला लेबलही लाव मुली. त्यावर शॅरॉन हे पण लिही." त्या देवतेचं नाव शॅरॉन होतं तर! सोफिया, ॲल्कसिया, नदिन किंवा नताशाही नव्हते. ते सॅली, सल्मा, ट्रेसी हेही असणं शक्य नव्हतं, कारण ती वेगळ्या जातकुळीची होती. तो ड्रेस शॅरॉनचा होता.

मी आज जेवणावर दोन पौंड खर्च करायचं ठरवलं आणि डिपार्टमेंटल स्टोअरमधल्या कॅफेत गेले. सूप, ब्रेडचे दोन स्लाईसिस आणि एक ग्लासभर ऑरेंज ज्यूसची ऑर्डर दिली. त्या सर्वांचं मिळून दोन पौंड आणि सत्तर सेंट बिल झालं. माझा ट्रे घेऊन मी त्या आत येण्याच्या दरवाज्याकडे पाहत वरच्या बाजूला बसले. मी माझं *मारी क्लेअर* बाहेर काढलं. त्याचा कोपरा दुमडलेला होता. ह्या उन्हाळ्यात समुद्रकिनाऱ्यावर असताना आपल्या कातडीची कशी काळजी घ्यायची हे त्यात दिलं होतं, ते मी वाचायला लागले.

त्या मॉडेलचे केस लांब होते, खूप लांब आणि भुरे होते आणि सूर्यप्रकाशात ते वितळलेल्या सोन्यासारखे दिसत होते. तिची कातडी गुळगुळीत आणि सुबक, उन्हानं रापलेली होती. तिची स्तनाग्रं दिसतही नव्हती. ती कोणत्या समुद्रकिनाऱ्यावर होती, तिथली वाळू साखरेसारखी पांढरी होती आणि समुद्राचा रंग निळा होता. नक्कीच तो भूमध्य समुद्र होता.

मागवलेल्या गाजराच्या सुपाचा घोट घेऊन मी वर पाहिलं तेव्हा मला ती दिसली. डॉ. जॉन रॉब्सन, माझे युनिव्हर्सिटीतील ट्युटर एका लहानखुऱ्या; छोटे, भुरे केस असलेल्या आणि मोठे निळे डोळे असलेल्या एका तरुणीबरोबर तिथे आले होते.

त्या तरुणीचा बांधा सडपातळ होता. तिनं सैलसर टी-शर्ट आणि निळी जीन्स घातली होती. तो काऊंटरवर असलेल्या अन्नपदार्थांची निवड करत असताना ती त्याला चिकटून उभी होती. मी जेव्हा अर्धवेळ युनिव्हर्सिटी डिग्रीसाठी नाव नोंदवायला गेले होते, तेव्हा त्याला एकदाच भेटले होते.

मी माझं लक्ष सुपावर एकाग्र करून ते पिऊ लागले. फळं आणि सॅलड ट्रेमध्ये घेऊन ते दोघं बसले. मी त्या मासिकातल्या मॉडेलकडे पाहत राहिले. मॉडेलचा फोटो हवेत झेपावल्यागत वाटत होता आणि तिचे हात आणि पाय एखाद्या टांगलेल्या, लोंबकळणाऱ्या पक्ष्यागत पसरलेले होते. तिरक्या डोळ्यांनी मी पाहिलं, की ती दोघं आरामात बसली होती आणि त्यांनी खायला सुरुवात केली होती.

मी उरलेला ब्रेड नॅपकिनमध्ये गुंडाळला. तो त्या मासिकाबरोबर बॅगेत ठेवला आणि घाईनं त्या सरकत्या काचेच्या दरवाज्यातून बाहेर पडले. बाहेर बारीक पाऊस रिमझिमत होता. ते मोठं चर्च तसं शांत होतं. फक्त तिथून ऑर्गनची दर्दभरी सुरावट येत होती. बावरलेल्या स्वत:ला सावरून मी खिडकीच्या गडद रंगाकडे पाहिलं. तिथे निळ्या आणि लाल रंगात मीनाकाम केलेल्या ख्रिस्ताच्या कपाळातून रक्ताचे थेंब पडत होते. मी त्या वेदीजवळ गेले. जमिनीवर उशी ठेवून खाली वाकले आणि म्हणाले, ''अल्लानं सल्मावर दया करावी! तिचं दु:ख कमी करावं. देवा! तिच्या दु:खाचा भार कमी कर. तिचं मन मोठं कर! आणि तिला विसरण्याची शक्ती दे.''

नाक शिंकरून त्या थंडगार चर्चमधून बाहेर पडले. अजूनही बारीक बारीक पाऊस रिमझिमत होता. तुम्ही त्याकडे साधारणपणे दुर्लक्ष केलं असतंत तर मग पार भिजून गेला असतात. रस्त्याच्या कडेची फरसबंदी ओली होती. ते रस्ते ओले होते, खिडक्या ओल्या होत्या. कोपऱ्यावरच्या हॉटेलच्या पावसाच्या वाफेनं धुरकटलेल्या खिडक्यांतून आतल्या बाजूच्या टेबलावरच्या दिव्यांच्या उबदार उजेडाकडे पाहताना मी मनानं मॅक्सच्या रागाला तोंड देण्याची तयारी केली. मला अर्धा तास उशीर झाला होता.

आत शिरून डोकं हलवून केसातलं पाणी काढून टाकताना मॅक्सनं ''तू रडत होतीस? हो ना?'' असं विचारून मला आश्चर्याचा धक्का दिला. तो चिडला नव्हता. ह्या चांगल्या संस्थेतून आणि ह्या देशातून घालवून देण्याची धमकी त्यानं दिली नव्हती किंवा तुला तुझ्या मालकाबद्दल आदर नाही किंवा शेकड्यांनी इंग्लिश पोरं हे काम मिळवण्यासाठी वाटेल ते करतील ह्यातलं तो काहीही बोलला नव्हता. तो एवढंच म्हणाला, ''हे माझ्यासाठी शिवण, शिवशील ना?''

मी मॅक्सच्या डोळ्याला डोळा देऊ शकले नव्हते. मला रागाला कसं तोंड द्यायचं ते माहीत होतं; पण मला दया सहन करणं शक्य नव्हतं. दयेला मी पात्रही नव्हते. त्यानं माझ्या अंगावर ओरडून मला 'फालतू बाई' असं म्हणायला हवं होतं. माझी शुद्ध जाईपर्यंत मला पोटात लाथा घालायला हव्या होत्या. मी दयेला पात्र नव्हते.

मी घरी जाऊन अंघोळ केली. माझ्या पायांवरचे केस काढले आणि केस धुतले. माझ्या अंगाला क्रीम चोळलं आणि अंगावर डिओडरंट शिंपडलं. अंगभर सुगंधी पावडर शिंपडली. केस वाळवून ते चांगले फुलवले. अंगता काळ्या टाईट्स, एक काळा स्कर्ट आणि उंच टाचेचे काळे शूज घातले. एक हात नसलेला झालरवाला पांढरा शर्ट घातला आणि डोळ्यांभोवती रंग लावला. मी आरशात पाहिलं. त्यातून एक विदूषक माझ्याकडे पाहत होता. कदाचित, आज रात्री माझ्यावर हल्ला होण्याची शक्यता होती. कदाचित, माझ्यावर जमावानं बळजबरी करून मला ठार मारलं जाण्याची शक्यता होती. त्यांना माझा मृतदेह नदीकाठच्या झाडाखाली सापडण्याची शक्यता होती. माझ्याकडे पाहत एलिझाबेथ म्हणाली, ''सॅली, तू हल्ली जरा जास्तच आगाऊपणानं वागतेस, हो ना?''

ॲलनने आपला हात आपल्या चोपडलेल्या केसांवरून फिरवला. ''सल्मा.'' त्यानं आपला घसा खाकरला, ''तू छान दिसत्येस.'' आदल्या रात्री त्यानं मला त्याच्या ऑफिसमध्ये बोलावलं होतं आणि माझ्या दिसण्यावरून त्यानं मला भाषणच दिलं होतं. ''आमच्या गिऱ्हाइकांना त्यांच्या अवतीभवती सुंदर स्त्रिया असाव्यात असं वाटतं. ते सर्व सिनेमाला जातात आणि त्या जाहिरातीतल्या बॅकार्डी मुली पाहतात. एखाद्या हवाई सुंदरीसारखी तू निदान छान तरी दिसायला हवीस. जेव्हाजेव्हा मी विमानानं जातो, तेव्हा माझी सरबराई केली जाते; त्या मुली काळजी घेतात. त्यांचे डोळे रंगवलेले असतात. त्या घट्ट स्कर्ट वापरतात आणि त्यांचे ओठ भरीव लाल दिसतात.''

मी पांढरी, सुंदर बाहुली कशी बनू शकणार? मी फक्त शॅंडी आहे, एक काळी बाहुली, एक काळी, फालतू बाई. तिनं खूप रंगरंगोटी केली आहे आणि ती पटकन कपडे फेडायला तयार आहे. मी जिमबरोबर झोपले होते, नाही का? परंतु ग्वेननं मला एखाद्या घरेलू बाईसारखा दिसण्याचा सल्ला दिला होता.

''ठीक आहे.'' मी म्हणाले.

''ॲलन, प्लीज मला ॲलन म्हण.''

''हो, ॲलन.''

ॲलनला माझे पसरलेले भन्नाट केस आणि आखूड स्कर्ट आवडला. आपल्या कल्पनाशक्तीला ताण देऊन तो आता मला हळू आवाजात बोलणाऱ्या आणि प्रेमाचे चाळे करणाऱ्या एखाद्या हवाई सुंदरीच्या स्वरूपात पाहत होता. त्याची सरबराई करणारी, त्याला ड्रिंक आणून देणारी आणि आपल्या लिपस्टिक लावलेल्या ओठांनी त्याला 'गुड नाईट' करणारी हवाई सुंदरी. ज्या तऱ्हेनं ॲलनचे डोळे माझा पाठलाग करत होते, त्यावरून मी आता गूढ, गहन अशी विदेशी उरलेली नव्हते, तर आता मी एक स्त्री होते. तिचा रंग काळासावळा की गोरा ह्याला महत्त्व नव्हतं. माझा रंग दिसेनासा

झाला होता आणि तिथे आता कमानदार आकार, मांस आणि पुढच्या आशा होत्या.

परवीनला नोकरी लागल्यापासून ती मला तशी फारशी भेटत नव्हती. आमच्या घड्याळाचा गजर सकाळी साडेसहाचा लावलेला असायचा. आम्ही उठायचो आणि त्या सार्वजनिक स्नानगृहाकडे एकमेकींचा पाठलाग करायचो. तिथे असलेल्या रांगेत उभे राहून वाट पाहायचो. पटकन कपडे करून आम्ही थोडं कॉर्नफ्लेक्स खायचो, दात घासायचो, केस विंचरायचो, सँडविचेस तयार करून घ्यायचो आणि ती आमच्या बॅगेत ठेवायचो. परवीन सकाळच्या बातम्या ऐकायची, मध्येच म्हणायची, ''काय मूर्ख, बुद्धु, चुत्या आहे.'' मला त्यातलं काही कळत नव्हतं. त्यामुळे मी भांड्यातल्या कॉर्नफ्लेक्सशी पकडापकडी करायचे आणि तिचं जास्त-जास्त वैतागणं ऐकत राहायचे. तिचं वजन आता जरा वाढलं होतं. त्यामुळे तिच्यासाठी मी शिवलेला सूट आता खरंच चांगला दिसायचा. खोलीतून बाहेर पडण्याआधी ती माझ्याकडे पाहून म्हणायची, ''आता तू कधी रायफल घेतलेली माणसं पाहिली आहेस का?''

''नाही.'' मी खोटं बोलायचे.

''तू गोळ्या घेतेस ना?''

''हो.'' मी सांगायचे.

''छान.'' असं म्हणून ती ब्रीफकेस घ्यायची आणि घाईनं बाहेर पडायची.

मॅडम लामा रबराच्या गादीवर भिंतीला टेकून बसली होती आणि गजांच्या खिडकीकडे पाहत होती. हे दिवस उन्हाळ्याचे असावेत, कारण त्या रात्री खूप गरम होत होतं आणि रातकिड्यांचे कर्कश आवाज वातावरणात भरले होते.

''मॅडम लामा, तुम्हाला तहान लागलीय का? हे घ्या थोडं पाणी.'' नौरा म्हणाली आणि तिनं एका पत्र्याचा कप भरून तरटानं गुंडाळलेल्या मातीच्या मडक्यातलं पाणी तिला दिलं.

''धन्यवाद, देव तुझं भलं करो.'' ती म्हणाली. ती पाणी पिऊन आपल्या बाहीनं तिनं तोंड पुसलं. मग तिनं स्वत:ला नीट बसतं केलं. आपले करडे केस झाकण्यासाठी डोक्यावरचा स्कार्फ नीट करून ती म्हणाली, ''माझ्या साईजची ब्रा बाजारात मिळत नाही. माझी एक मैत्रीण माझ्यासाठी ब्रा बनवायची. तू काल माझी ब्रा हवेत हलवत असताना मी पाहिलं.''

''आम्ही काहीतरी गंमत करत होतो. आम्हाला तुमच्याबद्दल फार आदर वाटतो.'' नौरा म्हणाली.

''त्यांनी मला मुख्य रस्त्यावरच्या दिव्याखाली नग्नावस्थेत उभी राहिलेलं पाहिलं.

त्यांना वाटलं, की मी देहविक्री करणारी वेश्या आहे.''

''आम्हाला ते माहीत आहे. तू एखाद्या खऱ्याखुऱ्या सीट्ट (कुलीन स्त्री)सारखी दिसतेस; पण तू रस्त्यात नागडी का उभी होतीस?'' नौरानं विचारलं.

''मी पाच मुलांना जन्म दिला. नवऱ्याचं घर स्वच्छ ठेवायचे. त्याच्यासाठी रोज ताजं अन्न बनवायचे. जेव्हा तो पलंगावर वळायचा, मी त्याच्यासाठी माझं हृदय उघडंच ठेवायचे; पण हे पुरेसं नव्हतं.'' असं म्हणून तिनं कपाळावरचा घाम पुसला.

''पुरुष हे नेहमी अतृप्तच असतात, नाही का?'' नौरा म्हणाली.

''काही वर्षांनंतर माझं वजन वाढायला लागलं. पहिल्यांदा माझं पोट वाढलं आणि मग माझ्या सर्व शरीरावर मांस वाढलं. माझे केसही गळायला लागले आणि डोळ्यांतलं तेज मंदावलं. इतकंच नाही, माझं भरभर चालणंही मंदावलं.''

''ते काय होतं? सीन इल या स: म्हणजे पाळी जाण्याची वेळ!''

''डॉक्टर म्हणाले, हो ते सीन इल या स च होतं. पाळी जाण्याची वेळ, झोप न येणं, धडधडणं, रात्री घाम फुटणं वगैरे. माझ्या वरच्या ओठांवर, माझ्या स्तनाग्रां-भोवती आणि माझ्या पोटावरही सर्वत्र काळे केस आले.''

''मग?''

''त्यानं माझ्याबरोबर झोपणं बंद केलं. मला तुझा तिटकारा वाटतो. किळस येते.'' असं म्हणून त्यानं माझ्याकडे पुन्हा येणं बंद केलं. मग माझ्या कानांवर बातम्या आल्या, की तो दुसरी बायको बघत होता.

''आणखी थोडं पाणी घे.'' नौरानं पाणी दिलं.

मॅडम लामानं पाणी प्यायलं आणि चेहरा रुमालानं पुसला. आपली मोठी वक्षस्थळं घट्ट पकडून ती म्हणाली, ''त्यानं मला घरातून बाहेर फेकलं तर, जर ती दुसरी बायको येऊन ह्याच छपराखाली राहू लागली तर, जर इतक्या वर्षांनंतर त्यानं मला तिची दासी, नोकर बनवलं तर, माझ्या मुलांना ती आवडू लागली तर, भीतीनं मी ग्रासली गेले. मग मी रात्ररात्र तांदूळातले खडे आणि घाण वेचत राहायचे, बाहेरून आलेले पक्षी आकाशात शोधत राहायचे आणि उत्तरांचा पाठलाग करत राहायचे.''

''तो चुत्या रातकिडा.'' नौरा म्हणाली, ती सांगू लागली, ''आपण गप्प राहावं, म्हणून ते आपल्याला दुसऱ्या बायकोची धास्ती दाखवतात.''

''एका रात्री मी कोठीच्या खोलीत गेले. प्रत्येक पोतं उघडलं. मग घरभर तांदूळ, आटा, साखर, डाळी पसरल्या. मनुका, बेदाणे, बदाम, अक्रोड असा सुकामेवाही टाकला. मी माझे कपडे काढून टाकले आणि अल्लानं जसं मला बनवलं होतं, तशी मी घरातून बाहेर पडले. त्याच्या विस्तीर्ण आकाशाखाली उभी राहून मी तारे पाहू लागले. न्यायाधीश म्हणाले, की हे कामुक कृत्य होतं आणि आता मी इथं मैत्रिणी, प्रेमाचं कुणी माणूस किंवा सोबतीशिवाय आहे.'' असं म्हणून तिनं मान वळवली.

"मला वाटतं, की मी तुझ्यासारखी गोल, जाड झाले असते तर!" मी म्हणाले.
तिनं दोन्ही हातांनी आपलं तोंड झाकून घेतलं.
"तो चुत्या रातकिडा." नौरा ओरडली.

माझे काळे केस गिऱ्हाइकांच्या ड्रिंकमध्ये जवळजवळ पडायचे, त्या वेळी ते सुजीर डोळ्यांनी माझ्याकडे पाहायचे. त्यांचे ओठ ओले करायचे आणि हसायचे. मीही हसायचे आणि ते रिकामे ग्लास उचलायचे. तिथे अगदी क्वचितच स्त्री-गिऱ्हाईक असायच्या आणि ज्या होत्या त्यांचे कपडे माझ्या कपड्यांहून जास्त मर्यादाशील होते. या आणि माझ्या उरोजांमध्ये बघा, माझा गोल पार्श्वभाग, माझे लांब काळे केस आणि माझे कृश घोटे पहा. का नाही पाहत तुम्ही? एका वयस्क माणसाचा माझ्या पाठीवर आलेला हात दूर करताना मला ॲलननं पाहिलं. तो वयस्क गृहस्थ ज्या सलगीनं वागत होता, ते त्याला आवडलं नाही. मी बारच्या मागे जाऊन ग्लासेस मशीनमध्ये धुवायला टाकले, तेव्हा ॲलन म्हणाला, "बारमध्येच थांब. बॅरी ग्लासेस गोळा करायला जाईल." मी ॲलनकडे कृतज्ञतेनं पाहिलं. त्याचं नीटनेटकं रूप, त्याचे चोपडलेले केस आणि बो-टाय घातलेला ॲलन हा तसा खरा सभ्य माणूस होता. माझी कामाची पाळी संपल्यावर मी एक कप कॉफी घेतली आणि एका उशी ठेवलेल्या खुर्चीवर बसले. माझे शूज काढून टाकले आणि माझे पाय वर ठेवले. ॲलन तो मोठा, भक्कम दरवाजा लावत होता. आपले हात एकमेकांवर चोळून त्यानं दुसरी खुर्ची ओढली आणि त्यावर तो बसला.

"तू उंच टाचेचे शूज घातले नाहीस तरी चालेल."

"देव तुमचं भलं करो!"

तो हसून म्हणाला, "जर हे सर्व माझ्यावर अवलंबून असतं, तर तुला मी हवं ते वापरून दिलं असतं; पण ह्या हॉटेलचा मॅनेजर मिस्टर ब्राईटवेल सारखा आपल्या प्रतिमेबद्दल बोलत राहतो."

"मी त्या दारू प्यायलेल्या लोकांत वावरत असते, तेव्हा मला काहीतरी व्यवस्थित कपडे हवेत."

"ब्राईटवेल बारमध्ये आला आणि त्यानं तुला गबाळ्या अवस्थेत पाहिलं, तर त्याला ते आवडणार नाही."

कॉफी संपवून माझे सपाट शूज बॅगेतून काढले. घरी परत जायला मला तीस मिनिटं लागली. मला हे चालणं नेहमी आवडायचं. आज मात्र मला हे काम कठीण वाटत होतं. मी माझ्या आईची शाल माझ्या खांद्यांभोवती गुंडाळली, माझी बॅग लावली आणि ॲलनच्या खांद्यावर हात ठेवले. त्यानं मला काम दिलं होतं आणि बारमागे, दारू प्यायलेल्या लोकांच्या नजरेपासून आणि हातांपासून दूर ठेवलं होतं

म्हणून मी कृतज्ञ होते. ''गुड नाईट बॅरी, गुड नाईट ॲलन.''

आम्ही कॅफेमध्ये चहा पित आणि चर्चा करत बसलो होतो. आम्ही हॉस्टेलमधून बाहेर पडल्यानंतर माझी आणि परवीनची तशी गाठभेट होत नव्हती. ती आपल्या नव्या कामात गर्क होती. जेव्हा आपल्या प्लॅस्टिक पेनचं टोक ती चावत बसायची, तेव्हा मी तिचे लाल झालेलं तोंड पाहायचं.

तिनं माझ्या डोळ्यांत पाहत विचारलं, ''वाङ्मयच का?''

''कारण मला इंग्लिश भाषा समजण्याची गरज आहे.''

''तुला भाषेचाच अभ्यास करायचा असेल, तर वाङ्मय न वाचताही करता येईल.''

''नाही, कथा चांगल्या. त्या तुम्हाला भाषा शिकवतात आणि इंग्लिश मुलीसारखं वागायला शिकवतात.''

तिनं तोंडानं वर हवा सोडली, केसांची झिपरी सारून ती म्हणाली, ''परंतु सल्मा, हे बी.ए. इंग्लिश भाषेतून नाही. ते तुला इंग्लिश शिकवणार नाहीत. देवाशपथ, ते आहे यीट्‌स, जॉईस, स्त्रीत्व, शेक्सपियर ह्यांच्याबद्दल.''

मी कॉफीचे घुटके घेतले. ''मला शेक्सपियर शिकायचंय, मला कथांबद्दल माहिती करायचीये.'' असं म्हणून माझ्या कानाची पाळी ओढली.

''तुझी शपथ. ठीक आहे. आपण फॉर्म भरूया ना? सॅली ॲशर.''

''नाही. सल्मा इब्राहिम अल- मुसा.''

''तुझ्या इंग्लिश पासपोर्टमध्ये हे नाव लिहिलेलं आहे का? तू अगदी अचूक असायला हवं, नाहीतर परकीय विद्यार्थी म्हणून तुला बरेच पैसे खर्च करायला लागतील.'' ती म्हणाली आणि नावाच्या पुढे असलेल्या ओळीवर पेन धरून थांबली.

''नाही; पण मला अरब नाव हवंय.''

''ते शक्य नाही. ते तुला इथून हाकलवून देतील.'' असं म्हणत तिनं 'सॅली ॲशर' असं लिहायला सुरुवात केली.

मला माहीत होतं, की ती खोटं बोलतेय; परंतु मी माझं तोंड बंद ठेवलं, कारण फॉर्म ती भरत होती.

''तर मग तुला इंग्लिश वाङ्मयात बी.ए. करण्यासाठी अर्ज करायचाय?''

''हो.'' असं म्हणून मी खिडकीतून बाहेर दिसणाऱ्या पांढऱ्या बदलत्या आकारांच्या ढगांकडे पाहायला लागले. जोराचा वारा त्यांना एकत्र आणत होता आणि मिनिटांत पांगवत होता.

''तुझा पत्ताही व्यवस्थित हवा. सार्वजनिक हॉस्टेलचा पत्ता योग्य दिसणार नाही.''

मी परवीनच्या तोंडाकडे पाहिलं. तिच्या खाली घातलेल्या डोळ्यांच्या कुरळ्या पापण्या, तिचे लालसर तपकिरी डोळे, तिचं मोठं तोंड आणि मोठं कपाळ लपवत

होत्या. आता ढग काळे आणि दाट झाले होते. ते कॅफे सूर्यप्रकाश नसल्यामुळे मलीन वाटत होतं. जॅकेट अंगावर चढवून मी म्हणाले, ''मला आता दुसरीकडे जागा बघायला हवी.''

''मलाही कामाच्या जागेपासून जवळ राहायला यायला हवं.'' असं म्हणून तिनं ती लांब बट तोंडानं वारा घालून उडवली.

''आपण एकत्र घर घ्यायचं?'' मी विचारलं.

''ते फार महाग पडेल. आपल्याला एखाद्या घरात खोली घेणं परवडण्यासारखं आहे.'' असं म्हणून ती पुन्हा पेनचं टोक चावू लागली.

''चल, जाऊ या.'' मी म्हणाले. ''मला मॅक्सनं काढून टाकायला नको.''

''मार्कपण मी कुठे आहे म्हणून आश्चर्य करत असेल.'' असं म्हणून तिनं धावणाऱ्या ढगातून दिसणाऱ्या निळ्या आकाशाकडे पाहिले.

माझे पाय फोडांनी भरले होते, त्यामुळे मध्यरात्री मी घरी चालत जाण्याचा आनंद घेऊ शकत नव्हते. मी स्वत:ला समजावलं, की हिरवे डोंगर, झोपलेली मेंढरं आणि गाई ह्यांचा विचार कर. हवाई शर्ट आणि सफारी हॅट घालणाऱ्या, प्लॅस्टिक कार्ड घेऊन येणाऱ्या आणि आम्ही काहीतरी मत सांगावं म्हणून आम्हाला आग्रह करणाऱ्या त्या म्हाताऱ्या माणसाचा विचार कर. जरी वारा होता तरी आकाश मोकळं होतं. जणू काही अंधार कमी होण्यापेक्षा वाढत होता. त्या डोंगराचे शेंडे उजेडाच्या पट्ट्यांनी रेखलेले होते आणि काळोख आकाशाच्या मध्यावर बंदिस्त झाला होता. पडदे घट्ट बंद केलेले होते, खिडक्यांवरच्या पट्ट्यांचे पडदे खाली ओढलेले होते आणि ते सगळं शहर शांतपणे श्वासोच्छ्वास करत होतं. ते झोपलं होतं.

जेव्हाजेव्हा मी तिथून जायचे, तेव्हातेव्हा मी आशाळभूतपणे ते न्यू नॉर्थ रोडवरचं घर पाहायचे, त्या घराच्या बागेला आता नवीन, लाल विटांची भिंत घातलेली होती. डोळे बंद करून मी नुकत्याच कापलेल्या गवताचा ताजा वास छातीत भरून घेतला आणि त्या घरात राहण्याचं स्वप्न पाहिलं. त्या घरमालकाची बायको किंवा मुलगी असल्याची कल्पना केली. माझ्या तीन घाऱ्यागोऱ्या इंग्लिश मुली आपल्या पलंगावर गाढ झोपल्या होत्या आणि माझा नवरा ब्रँडीचे घोट घेत रात्री उशिराचा भयपट पाहत होता. मी नुकतंच गरम पाण्यानं स्नान केलं होतं. अंगावर स्वच्छ सुती कापडाची नाइटी घातली होती आणि मी माझ्या लग्नातल्या डबल बेडवर झोपायला जाण्याच्या बेतात होते. तिथल्या अंगावर घ्यायच्या चादरींना लिली ऑफ द व्हलीचा सुगंध येत होता. तेवढ्यात माझा नवरा हातात खंजीर घेऊन आत आला आणि मला भोसकण्यासाठी वाकला.

मी आमच्या रस्त्यावर आले, तेव्हा मी रस्त्यावर कोणीतरी पडलेलं पाहिलं. ती लिझ होती आणि तिच्या दरवाज्यासमोर पसरलेली होती. तिला स्वस्त दारूचा वास येत होता. तिचा निळा झंपर खराब झाला होता आणि तिचा स्कर्ट वर गेला होता. तिच्या उघड्या मांड्या आणि तिच्या पांढऱ्या सुती पँट्स दिसत होत्या. तिचे बूट कुठे पडलेत ते कळत नव्हतं. तिचा चेहरा निस्तेज वाटत होता आणि तिचे मिटलेले डोळे खोबणीत आत गेले होते. ती श्वास सोडायची, तेव्हा तो आवाज घोरणं आणि रेकणं ह्यामधला असायचा. मी खाली वाकून तिच्या गालावर थपडा मारायला लागले. ''लिझ, जागी हो.'' मी हळूच म्हणाले, ''तू अशी पडलेली कुणी बघितलं, तर तुला आवडणार नाही.'' सरतेशेवटी ती जरा हलली आणि जागी झाली. मी माझा हात तिच्या खांद्याभोवती टाकून तिला उभी केली आणि आत आणली. ''थँक्स लव्ह.'' ती पुटपुटली. मी तिला तिच्या पलंगावर झोपवलं. तिच्या अंगावर तिची मळकट, झालरवाली रजई टाकली आणि ओकरी आली. तरी ती गुदमरू नये म्हणून तिचं डोकं एका बाजूला केलं. बाजूच्या टेबलावरची ती गुलाबी पेटी जुन्या पत्रांनी भरलेली होती. ती पत्रं रबरबँडनं एकत्र बांधलेली होती. तिथे एलिझाबेथचं नाव असलेली हिरव्या रेशमी कव्हरची डायरी होती. मी हे सर्व त्या पेटीत ठेवून ती बंद केली.

जाणाऱ्या ट्रेनमुळे होणारा कंप मी जागी असल्यामुळे मला जाणवत होता. अर्धवट उघड्या पडद्यातून चंद्र नसलेलं ते विस्तीर्ण आणि स्वच्छ आकाश मला दिसत होतं. मी जिमबरोबर का झोपले होते? मी हे का केलं? तो तर माझं अस्तित्वच मान्य करायला तयार नाही. ते कापूरकचरीच्या चहामुळे तर नसेल? की तो निव्वळ भीतीनं वळवळणारा देह होता? बहुधा, माझ्या लांब कुरळ्या केसांची आणि वाकड्या नाकाची ही किमया होती. मी त्या कपड्यांच्या कपाटात पाहिलं आणि मला हमदानचा ओळखीचा चेहरा दिसला, माझ्या आत्म्याचं दुसरं रूप! तो उंच, मजबूत आणि काळा होता. मी त्याच्यासाठी हात पसरले. तो माझ्याकडे चालत आला. तो म्हणाला, ''माझी लहानगी टवळी, नाचणघुमरी कशी आहे?'' माझ्या देहानं त्याच्या शरीराच्या भाराचं, त्याच्या खरखरीत हातांचं आणि त्याच्या घाईचं स्वागत केलं. कस्तुरीनं माखलेल्या त्याच्या तोंडाचा, तेल लावलेल्या केसांचा आणि मेण लावलेल्या मिशांचा वास मी माझ्या नाकात भरून घेतला. मी एखाद्या खोलवर कोरड्या झालेल्या वाळवंटासारखं ह्या जोरदार पावसाचं स्वागत केलं. कल्पनेत त्या लांग वेलजवळ थंड पाण्यानं मी पुन्हा बादली भरत होते आणि ती माझ्या डोक्यावर ओतत होते आणि गुदमरलेल्या श्वासासाठी धडपडत होते. हमदाननं मला घट्ट धरलं. जेव्हा सकाळचा चकचकीत प्रकाश स्तरास्तरानं वर येऊ लागला, तेव्हा मी माझे आखडलेले हातपाय रजईनं झाकून झोपेच्या आधीन झाले.

जेव्हा मी आणि मिस ॲशर आत गेलो, तेव्हा हेल्लेना बोटीची खोली रिकामी होती. ते रविवारी बटाटे आणि डुकराचे मांस द्यायचे तसेच वाइनही द्यायचे. आता आम्ही साऊदॅम्पटनच्या अर्ध्या अंतरावर आलो होतो. मी मिस ॲशरने थोडी वाइन त्या भांड्यातून गलासमध्ये ओतली, एक घोट घेऊन ती म्हणाली, ''ही वाइन छान आहे. तू चव घेऊन बघ.''

''हे इस्लाम धर्मात मना केलेलं आहे. त्यामुळे तुमचा मनावरचा ताबा संपतो आणि तुम्ही काहीही पाप करता.''

तिनं आपलं बोट त्या ग्लासच्या कडेवरून फिरवलं आणि विचारलं, ''तू मला पाप करताना पाहिलं आहेस का?''

''नाही, परंतु मी वेगळी, मी मुस्लीम, मी भरकटेन असं अल्ला म्हणतो.''

''खाली बस मुली, काहीतरी खा.''

''डुक्कराचं मांस नको. ते घाणेरडे प्राणी आहेत.''

''ख्रिस्त म्हणाला, 'माणूस बाहेरून जे काही खातो त्यामुळे तो अस्वच्छ होत नाही.' पण मी तुला खात्रीनं सांगतो, की ह्या अन्नात डुक्कराचं मांस नाही. फक्त बकरीचं मांस आहे.''

''मी असं बकरीचं मांस खात नाही. मी मुस्लीम. मी फक्त हलाल मांस खाते, इस्लामी पद्धतीनं कत्तल केलेलं.''

मिस ॲशर आता वैतागलेली दिसत होती. ''मग ते बटाटे खा.''

''नाही, ते डुकराच्या मांसाबरोबर शिजवलेले आहेत.''

''दुसरं काहीच नाहीये.''

''मी खाऊ शकत नाही; घर आठवतं.''

''मला माहीत आहे बाळ, पण तू आपल्या मुलीसाठी मजबूत, धडधाकट राहायला हवं आणि त्यासाठी खायला हवं.''

''मी ते अन्न खाऊ शकत नाही. मुस्लीम मी.'' मी कांकू करत म्हणाले.

''देव म्हणजे प्रेम. तो तुझ्यावर प्रेम करतो बाळ. तो तुला काही केलं तरी क्षमा करेल.''

''अल्ला मला शिक्षा करेल. मला नरकात जाळेल. तो थडगं बंद करेल.''

''तो ख्रिस्ती देव असं नाही करणार. तो म्हणजे मूर्तिमंत प्रेम. तो तुझ्यावर प्रेम करतो आणि तुला क्षमाही करतो. येशू क्रुसावर गेला तो मानवजातीची पापं धुण्यासाठी.''

''देव माझ्यावर प्रेम करतो? मला नाही असं वाटत.''

''येशू ख्रिस्त तुझ्यावर प्रेम करतो बाळा. हे असं प्रवचनात सांगितलं आहे. ही त्या प्रवचनांची कॉपी आहे, ती कधीतरी वाच.''

मी ते गॉस्पेल घेतलं आणि ते पटकन टेबलावर ठेवलं. त्या ख्रिश्चन लिखाणाला

हात लावायलाही मला भीती वाटत होती.

“तुला हा डोक्यावर पडदा घ्यायला हवा का? देवानं तुला नीट जन्माला घातलंय आणि तो तुझ्या प्रत्येक अवयवावर प्रेम करतो. त्यात तुझे केसही येतात.”

“माझे केस हे औरा आहेत. ते मी झाकलेच पाहिजेत. जसं मी माझे गुप्त भाग झाकते ना तसेच.”

“येशूला क्रुसावर चढवलं ते मानवजातीच्या पापांसाठी. तो आपल्यासाठी मृत्यू पावला. आपल्या सर्व पापांना क्षमा केली जाईल.”

“येशूला क्रुसावर चढवला गेला नव्हता, ते असं दिसतं. ख्रिश्चनांना जे वाटतं ते खरं नाही.”

“काय मूर्खासारखं बोलतेस? ह्या अशा मूर्ख वक्तव्यानंतर मी तुझं मन कसं शुद्ध करणार?” ती म्हणाली.

“रागावलीस तू?” मी म्हणाले.

“नाही, ठीक आहे. तू आणखीही गोष्टींबद्दल विचार करतेस, त्या काही नेहमीच खऱ्या नसतात. एक दिवस तुला ज्ञान होईल आणि त्या दिवशी सत्य तुला मुक्त करेल.”

“सिस्टर, मी माझा पडदा बाजूला नाही करू शकणार. माझा देश, माझी भाषा, माझी मुलगी हा कापडाचा तुकडा नाही. नग्न वाटते मी.” मी म्हणाले.

“येशूला क्रुसावर मारलं. तो तुझ्यावर प्रेम करतो.”

“क्रुसावर चढवलेलं नाही, माझ्यावर प्रेम नाही.” मी म्हणाले.

मिस ॲशर उभी राहिली आणि तिनं माझ्या थोबाडीत ठेवून दिली. माझे जळजळणारे गाल धरून मी केबिनकडे धावले.

त्या हिरव्या टेकड्यांवर सूर्य तळपत होता. त्यामुळे मला हिमाची आठवण झाली. मी त्या जमिनीची माती हातात घेऊन घोळवायचे; पण आता हवेच्या फुग्यात जणू काही बंद केलेली मी त्या जमिनीपासून आणि झाडांपासून दूर राहत होते. मी फक्त पोस्टकार्डावरचं दृश्य पाहत होते आणि ती नदी काही यार्डांवर होती, तरी ती किती दूर आहे असा विचार करायचे. मी माझ्या शेतकरी जीवनाशी फारकत घेतली होती; पण अशा सकाळी माझ्या हाताच्या तळव्याला कोयता धरण्यासाठी खाज सुटायची आणि त्या चिखलाला आणि वेलींना स्पर्श करावा असं वाटायचे. माझे स्लिपर्स आणि बाथरोब घालून मी लिझच्या बेडरूमकडे हळूच आले आणि तिचा दरवाजा ढकलला. ती अजूनही झोपलेली होती आणि शांतपणे श्वासोच्छ्वास करत होती. मला बरं वाटलं. मी बाथरूममध्ये गेले आणि कमोडच्या सीटवर बसलेली असताना माझा शेक्सपियरच्या बहिणीवरचा निबंध द्यायची वेळ झाली आहे ह्याची

मला आठवण झाली. मी थोडेफार लिहिलं होतं; पण माझ्याकडे दाखवण्यासारखं काहीच नव्हतं. जिमबरोबर केलेल्या उद्योगांमुळे मी मागेच पडले होते. मला उशीर का झाला ते मला जॉनला सांगावं लागणार होतं. मी नाश्त्याकडे दुर्लक्ष केलं, पटकन थोडी कॉफी घेतली. माझी जीभ जरा भाजलीच... आणि मी घरातून बाहेर पडले.

"गुड मॉर्निंग, मॅक्स."

सन पेपर वाचताना खाली घातलेली मान त्यानं वर केली आणि मी कोण आहे हे न जाणताच त्यानं उत्तर दिलं. माझा बॉस आज मनाच्या वाईट स्थितीत नक्की नव्हता. मी काम करताना आपल्या ट्युटरची क्षमा कशी मागायची त्याचा विचार करायला लागले. तो उंच आणि रापलेला होता. अर्थात, हे जरा विचित्रच होतं; पण परवीननं मला सांगितलं, की ते त्याला सायप्रसला वर्षातून दोनदा शिकवायला पाठवतात. त्याचे केस विरळ होते. त्यानं बोकडदाढी ठेवली होती आणि तो अर्धचंद्राकृती चष्मा नेहमीच वापरायचा. तो चष्मा त्याच्या उंच नाकाच्या शेंड्यावरून घसरलेला असायचा. तो सांगायचा, "ह्या मुक्त विद्यापीठाचं ध्येय आहे, की उच्च शिक्षण हे देशाच्या सर्व भागांत पोहोचावं." मी त्याचा चष्मा पाहत होते. तो कोणत्याही घटकेला पडेल असं वाटत होतं. त्यानं डोकं खाली केलं. चष्म्यातून त्याचे करडे डोळे माझ्याकडे टक लावून पाहत होते. तो म्हणाला, "तू कुठून आलीस?"

मी काहीशा कृत्रिम आवाजात म्हणाले, "मी इंग्लिश आहे."

"मीपण इंग्लिश आहे." तो हसून म्हणाला आणि निघून गेला.

माझे शब्दोच्चार आणि माझ्या कातडीचा रंग हा माझ्यावरचा शापच होता. हे माझं दुर्दैव होतं. मी ते पालूपद नेहमी ऐकायचे. शेतकऱ्यांच्या बाजारात जसं विचारतात, "ह्या बाजारात भाज्या कुठून येतात हे तुम्हाला माहीत आहे का?" अगदी तसंच त्या मोठ्या चर्चमध्ये 'तू कुठून आलीस?' हा प्रश्न विचारला जायचा. कधीकधी त्या टेकडीवरच्या गायी रांगेत उभ्या राहायच्या, त्यांचे पाय एका तालात हलवायच्या आणि गायच्या, "तू कुठूल आलीस? तू? घरी जा!"

मी त्या वाफेच्या इस्त्रीकडे गेले आणि बंडखोर कडा, कॉलर आणि बाह्या सरळ करू लागले. त्या छोट्याशा खोलीतून त्या शहराचा मध्यवर्ती भाग दिसत होता आणि मी वाफेच्या कांजीच्या आणि निकोटीनच्या वासात गुरफटले होते. मी स्वत:चं स्थान शोधण्याचा प्रयत्न सोडून दिला. मी सल्मा नव्हते, साल नव्हते किंवा सॅलीही नव्हते, अरब नव्हते किंवा इंग्लिशही नव्हते. एखादी जादू व्हावी, तशी मी क्षणात पांढरा ढग बने.

माझी स्तनाग्रं ताठ झाली होती. ती मी माझ्या तळहातांनी हळुवारपणे चोळली. लैला माझ्यासाठी नक्की रडत होती. मी ते वाऱ्यावरून ओळखलं. ती तिथे बाहेरून मला बोलवत होती. नौरा म्हणाली, की आत्मे हे आपला राजा सॉलोमनचे ते शिपाई होते आणि त्यांच्याकडे एक अत्याधुनिक अशी संदेशवहनाची पद्धत होती. त्याच्या बापाच्या मृत्यूनंतर सॉलोमन राजा झाला. दुसऱ्या कोणत्याही राज्यापेक्षा त्याचं राज्य वेगळं असावं अशी त्यानं अल्लाकडे प्रार्थना केली. अल्लानं त्याची इच्छा पुरी केली. तो वाऱ्यावर सत्ता गाजवू शकत होता आणि तो पक्षी आणि प्राण्यांची भाषा समजू शकत होता. अल्लानं त्याला माणसांना आणि राक्षसांना जमिनीतून धातू काढायचं आणि त्याची हत्यारं आणि शस्त्रास्त्रं बनवण्याचं शिक्षण देण्याची सूचना केली. त्यानं त्याला एक तांब्याची खाण दिली. त्या काळात तो धातू विरळ होता. ज्ञानी सॉलोमनला एखादी मुंगी जेव्हा ओरडायची, "तुमच्या घराकडे पळा आणि लपा, नाहीतर सॉलोमन आणि त्याचे सैन्य तुम्हाला चुकून चुरडेल." तेही कळायचे. तो हसायचा, कारण अल्लानं त्या मुंग्यांना वाचवण्याचं ठरवलं होतं. मग नौरानं बोलणं थांबवून गजांच्या खिडकीकडे पाहिलं.

"एवढंच?" मी विचारले.

घसा खाकरून ती म्हणाली, "ज्ञानी सॉलोमन अचानक वारला. तो आपल्या काठीवर टेकलेला होता. लोकांना तो वारला हे लक्षातच आलं नाही. त्याची काठी जेव्हा मुंग्यानी खाल्ली आणि त्याचा देह खाली पडला, तेव्हा त्यांना ते कळलं."

डाळ आणि विलोची झाडे

परवीन ज्या डिपार्टमेंट स्टोअरमध्ये कामाला होती, तिथला असिस्टंट मॅनेजर परवीनचा दोस्त होता. तो जरा आडवा होता, पण जाड नव्हता. त्याचे केस दाट भुरे होते. त्याचे डोळे मोठे निळे होते. ओठ एवढे पातळ होते, की तोंड अगदीच छोटं वाटायचं. त्याचा जबडा रुंद वाटायचा. तिनं मोठ्या अभिमानानं ओळख करून दिली, ''हा माझा नियोजित वर, मार्क.''

मी हॉस्टेलमधून बाहेर पडल्यापासून परवीनला भेटलेली नव्हते. कित्येक महिन्यांत फोनही झालेला नव्हता. मी बेदुइनी अरब; ती आता व्यावसायिक झाल्यामुळे कदाचित माझ्याशी संबंध ठेवणं किंवा माझ्याबरोबर दिसणं तिला बरोबर वाटत नसावं.

''तुम्हाला भेटल्याबद्दल आनंद वाटला.'' असं म्हणत मी हात पुढे केला.

त्यानं जॅकेटची बाही वर सारली आणि हाडामांसाच्या ऐवजी एक धातूचा हूक हात म्हणून पुढे केला. परवीननं भुवया वर करून मी तो हातात घेऊन हलवावा अशी मला विनवणी केली. मी तो थंड धातूचा हूक हातात धरला आणि खाली वाकून कुर्निसात केला.

काऊंटरवर जाऊन त्याने थोडं सॅलड आणि फळांच्या रसाची ऑर्डर दिली. परवीननं मला डोळा मारत विचारलं, ''तो छान आहे की नाही?''

''ओ, पण तो गोरा आहे.'' मी म्हणाले.

''म्हणून काय झालं?'' ती म्हणाली.

''आणि...आणि...'' मी कुजबुजले.

''त्याला कॅन्सर झाला होता, त्यामुळे त्याचा हात कापावा लागला. आता त्याला तो रोग नाही.'' ती म्हणाली.

''अस्सं! छान! अभिनंदन!'' मी म्हणाले.

''तो अगदी उत्तम मॅनेजर आहे. त्याला खेळातील सामानाची प्रत्येक गोष्टीची

माहिती आहे. त्याचा धंदा कधी गडगडणार नाही, कारण इंग्लिश लोकांना खेळ आवडतो.'' ती म्हणाली

मी मान हलवली. तिनं आता फारसा मेकअप केला नव्हता आणि तिचा चेहरा भर दुपारच्या उन्हात चमकत होता. मार्क ट्रे घेऊन परतला. ट्रेमध्ये आम्हा तिघांना पुरेसं अन्न होतं. ''परवीननं मला सांगितलं, की तुम्हाला सॅलड खूप आवडतं.'' तो म्हणाला आणि तिथे बसला. त्यानं परवीनकडे पाहिलं, जेव्हा तिनं आपल्या पापण्यांचे कुरळे केस उंचावले आणि त्याच्याकडे पाहिलं, त्या वेळी तिच्या नजरेत पुरेपूर पसंती दिसत होती.

''ओय मिस, इतकी घाई नको.'' जेव्हा ती ते सॅलड भराभर खाऊ लागली, तेव्हा तो म्हणाला.

तोंडात सॅलड असताना ती म्हणाली, ''मला भूक लागली आहे.''

मी काय काम करते हे त्यानं मला विचारलं आणि जेव्हा मी लॉर्ड्स टेलर्सचं नाव घेतलं, तेव्हा तो म्हणाला, की लग्नाच्या सूटची ऑर्डर देण्यासाठी तो बहुधा आमच्या दुकानात येईल.

''आम्हाला तुझं काम करण्यात आनंदच होईल.'' असं म्हणून हसले.

जेव्हा आमचं खाणं संपलं, तेव्हा ती दोघं गप्प बसून माझ्याकडे पाहत होती.

पाणी पिऊन झाल्यावर मी विचारलं, ''काय? माझ्या डोक्यावर एखादा कोळी चालतोय की काय?''

''नाही.'' तो म्हणाला. ''पण आम्हाला तुला काही विचारायचं आहे.''

मी माझे केस माझ्या कानांमागे सारले.

''तू आमची करवली होशील का?''

त्यानं ब्राईड्स मेड हा शब्द वापरला होता. मेड म्हणजे नोकर हे मला माहीत होतं. ''मेड? म्हणजे मी काय करायचं.'' मी विचारलं.

''नाही, ते तसं नोकराबिकराचं काम नाही. तू मेड असशील ती मेड ऑफ ऑनर म्हणून. माझी खास मैत्रीण, जशी दुसरी महत्त्वाची व्यक्ती.''

''तुम्हाला मी नको. तुम्ही एखादी छान इंग्लिश मुलगी घ्या.'' मी म्हणाले.

परवीननं उठून मला कवटाळलं. ''मूर्ख बेदुइनी मुली, मला तुझ्याशिवाय दुसरं कोणी नको.''

मी युनिव्हर्सिटीत फार जात नव्हते, कारण माझा समज होता, की तिथे प्रत्येकाला प्रत्येक गोष्टीविषयी माहिती होती. जी मला समजत नव्हती, ती पुस्तकं त्यांनी वाचली होती. मी बोलू शकत नसलेली भाषा ते बोलायचे आणि माझं इंग्लिश कच्चं होतं, म्हणून ते माझ्याकडे तुच्छतेने पहायचे. ज्या वेळी मी युनिव्हर्सिटीकडे

जाणारी टेकडी चढू लागायचे, त्या वेळी माझं हृदय बेदुइनी खलबत्त्यात कॉफीच्या बिया कुणीतरी कुटत असल्यागत लयबद्ध धडधडायला लागायचं. त्या मनोरे आणि उंच छत असलेल्या मोठ्या इमारतीपुढे मला अगदी छोटं असल्यागत वाटायचं. मी त्या इमारतीत शिरले, तेव्हा थरथर कापत होते. थरथरत्या हातानं मी त्या शिपायाला माझ्याकडे असलेल्या सूचना दाखवल्या. अर्धपुतळे, भित्तपत्रिका आणि एकमेकांशी बोलत उभ्या असलेल्या विद्यार्थ्यांमधून एका मोठ्या खोलीतून एका चिंचोळ्या जिन्याकडे तो मला घेऊन गेला. ''ह्या जिन्यावरून वर जा, मग डावीकडे वळा.'' तो म्हणाला.

डॉ. रॉब्सनचे ऑफिस सापडेपर्यंत मी अगदी अवतारातच होते. माझं हृदय धडधडत होतं, माझे खांदे दुखत होते आणि माझ्या बगलथैलीतून कॉफी गळत होती. मला उकडत होतं आणि घाम फुटला होता. मला रडू फुटण्याआधीच मी दरवाज्यावर टकटक केलं.

''आत या.'' माझ्या शिक्षकानं ताबडतोब सांगितलं.

''माझा थर्मास फुटला असावा.'' मी त्याच्या विरळ झालेल्या केसांना म्हणाले.

त्यानं वर पाहिलं आणि कॉफी खालच्या गालिच्यावर ठिबकताना पाहिली. तो उठूनच त्यानं मला खेळाच्या बॅगेतून टॉवेल काढून दिला आणि म्हणाला, ''हा वापर.''

मी तो टॉवेल जमिनीवर ठेवला आणि माझी बॅग त्यावर काळजीपूर्वक ठेवली.

''आता त्यातलं सामान बाहेर काढ.''

मला त्या तिऱ्हाइताला माझ्या सर्व वस्तू दाखवण्याची तयारी नव्हती. माझ्या बॅगेत असलेली प्रत्येक वस्तू ही स्वस्त, मळकट आणि कॉफीत बुडल्यामुळे अगदी घाणेरडी दिसणार होती. मी माझा झंपर बॅगेतून काढला, मग आखूड स्कर्ट, पारदर्शक ब्लाऊज, मेकअप बॅग, *मेरी क्लेअर* आणि ज्यावर मी माफीची विनंती खरडली होती, ती फाइल बाहेर काढली. 'गेल्या आठवड्यात मी नवीन कामाची सुरुवात केली, त्यामुळे मी फार व्यग्र होते आणि माझा निबंध पुरा करू शकले नाही. मनापासून मागितलेल्या माझ्या माफीचा स्वीकार व्हावा.' ग्वेननं ह्यात आणखी भर टाकली होती ती म्हणजे *एक्सट्रीमली* आणि *सीन्सियर* हे शब्द घुसडले होते आणि *स्टार्ट* ह्या शब्दाला इडी लावून त्याचा भूतकाळ केला होता. मी कशीबशी बॅगेतून माझी निकर बाहेर काढली आणि सरतेशेवटी तो फुटलेला थर्मास.

आपला चष्मा हातात घेऊन तो म्हणाला, ''तुला नव्या थर्मासची गरज आहे.''

''हो, आहे.'' मी म्हणाले.

त्याच्यामागे जगाकडे पाठ करून उभ्या असलेल्या एका नग्न बाईचं भित्तिपत्रक लावलेलं होतं. तिची नजर तिच्या वाकलेल्या शरीराकडे झुकलेली होती, त्यामुळे तिच्या पाठीची रेषन्‌रेष दिसत होती.

“ठीक.” तो म्हणाला, “मला तुझा निबंध दे.”

जमिनीवर पडलेल्या माझ्या वैयक्तिक गोष्टींकडे पाहताना मी फसव्या शब्दांशी मनात झगडत होते. ‘सांग स्पष्टपणे, की मी ते केलेलं नाही.’ झालं! मी ते धीर करून बोलले.

“का?” त्यानं हळुवारपणे विचारलं.

“मी काम...” मी म्हणाले.

“ते कुटुंबामुळे की कुणाशी संबंधित आहे?”

“कुटुंबामुळे.” मी खोटं बोलले. “माझी मुलगी युनिव्हर्सिटीत आहे. ती मेडिसीनला आहे. मला तिचं सर्व बघावं लागतं आणि तिची काळजी घ्यावी लागते. मी संध्याकाळीही काम करते.”

“पुढच्या सोमवारी मला माझ्या टेबलावर निबंध हवा.” तो म्हणाला.

“हो.” मी माझे कपडे गोळा करत आणि ते बॅगमध्ये भरत म्हणाले. “हो.” मी दरवाज्याकडे जात असताना म्हणाले “हो.” आणि दरवाजा लावला.

“सॅली, थांब.” तो म्हणाला.

मी उत्तर दिलं नाही. माझं नाव सॅली नव्हतं.

एका संध्याकाळी आम्ही मजाडारा म्हणजे कांदा आणि डाळ घातलेला रिसेटो खाल्ला. नौरा वर त्या गजांच्या खिडकीकडे पाहत म्हणाली, “एक दिवस रामी आजारी झाला आणि मी त्याला हॉस्पिटलमध्ये घेऊन गेले. तो चार दिवस बेशुद्ध होता. मी रोज रात्री कबाबच्या दुकानात बाटल्या धुवायला जायचे आणि सकाळी घाईगर्दीनं हॉस्पिटलला जायचे. मी कधीच प्रार्थना करायचे नाही, पण त्या रात्री मी पहिल्यांदा प्रार्थना केली, ‘ह्या विश्वाच्या देवा, माणसांच्या आणि राक्षसांच्या देवा, पृथ्वीच्या आणि अमर्याद आकाशाच्या देवा, ह्या मुलावर दया कर आणि त्याची ह्या आजारातून कृपया सुटका कर. देवा, तू त्याला बरं केलंस तर मी बुरखा घेईन. गरिबांना झकात देईन आणि मक्केच्या यात्रेवर जाईन.’

“सकाळी रामी बरा झाला; परंतु माझं काम सुटलं होतं. रामीला मधुमेह होता. त्याला रोज इंजेक्शन्स द्यावी लागणार होती. कुणीतरी मला त्या सुगंधाच्या घराबद्दल सांगितलं. मग मी गेले आणि शपथ घेतल्याप्रमाणे बुरखा वापरण्याऐवजी मी कपडे फेडायला लागले. तुला माहीत आहे मी इथं का आहे ते? कारण मी माझं वचन मोडलं. मी अल्लाला दिलेलं वचन मोडलं. माझ्या नवऱ्यानं त्याच्या बरोबर आणि त्याच्या दुसऱ्या बायकोबरोबर राहण्यासाठी मुलांना न्यायचं ठरवलं आणि मी इथं ह्या यील्डीझ राजवाड्यात आहे.”

“यील्डीझ राजवाडा?”

“हा राजवाडा सुलतानाचा आहे. आणि तो तुर्कस्तानमधल्या एका तळ्याच्या काठी आहे.”

“इस्लाह तुरुंग आणि यील्डीझ राजवाडा सारखे आहेत, होय ना?” मी हसले.

“विशेषत: शहामृगांच्या पिसांच्या गाद्या आणि पाण्याच्या सोनेरी सुरया.” ती हसून म्हणाली. त्या हास्याचा स्वर काहीसा खुदखुदल्यासारखा आणि हुंदक्यांच्या मधला होता.

मी त्या ग्लास धुणाऱ्या मशीनमधल्या मोठ्या ड्रावरमध्ये ग्लासेस ठेवत असताना ॲलन म्हणाला, “मी तुला काही युक्ती सांगतो. जेव्हा तुझ्यावरचं हे शिक्षण मी संपवीन, तेव्हा तुला लोक राजकन्या असं समजण्याची चूक करतील.”

“खात्री आहे तुझी?” माझ्या पहिल्या गुरूला म्हणजे महोनेय पाद्रींना जे उत्तर दिलं होतं तेच उत्तर मी ॲलनला दिलं. माझे पहिले गुरू महोनेय पाद्री हे क्वेकर पंथाचे होते. लाकडाच्या भुशासारखा लागणारा नाश्ता संपवल्यावर मी थंड कॉफी प्यायले. माझे दात घासले आणि माझे केस मागे बांधले. मग मला बंदरावरच्या तात्पुरत्या तुरुंगाच्या दरवाज्याचा आवाज ऐकू आला. मी ती विस्कटलेली चादर नीट करताना माझ्या मनात आलं, की ती बहुधा मिस ॲशर असावी; पण तिथे आले ते एक उंच गृहस्थ. त्यांचे डोळे निळे होते. त्यांचे केस करडे होते. जेव्हा ते अरेबिकमध्ये म्हणाले, “अल जा बरदून हुना (येथील हवा थंड आहे.)” मी त्यांना ओळखलं. ते जहाजावरचे पाद्री होते. त्यांचं अरेबिक मिस निलाहच्या पुस्तकी अरेबिकसारखं जरा जास्त उच्च आणि प्राचीन असं वाटत होतं.

“हया बिना या सल्मा (चल जाऊ या सल्मा.)” ते म्हणाले.

“मा’अक?” मी विचारलं.

“होय, ना अम मा ई (माझ्या बरोबर.)” असं म्हणत त्यांनी दरवाजा उघडला. एक बेदुइनी मेंढपाळिणीचं राजकन्येत रूपांतर होईल, तिच्या तोंडावर हसू असेल, तेज असेल, ती चमकत असेल, तिची पाठ ताठ असेल आणि तिचे पोट सपाट असेल हे शक्यच नव्हतं.

“मुळात तुला चांगल्या रितीभाती आहेत, फक्त त्या थोड्या ठिकाणी तेवढ्या छान नाहीत.”

इस्लाह तुरुंगाचा मनात विचार चालला असताना मी ॲलनकडे बघून हसले. तिथे मी घाणीत पडले होते. पंधरवड्यातून मला एकदा अंघोळ करायला मिळायची. जेव्हा माझी मासिक पाळी यायची, तेव्हा मी माझे वापरलेले कपडे साबणाच्या पाण्याच्या बादलीत धुवायचे. हातानं अन्न खायचे आणि साध्या पाण्याच्या झऱ्याची स्वप्नं पाहत असायचे. अशा पाण्याच्या झऱ्यावर मी अगदी लहान असताना माझी

आई मला गाढवाच्या पाठीवर बसवून घेऊन जायची. तो झरा इतका स्वच्छ होता, की त्यातील प्रत्येक लहान मोठा, गुळगुळीत किंवा तळातला वाकडातिकडा दगड दिसू शकायचा. तिथे द्राक्षांच्या वेलींनी झाकलेल्या टेकडीच्या बाजूनं पाणी कारंजं उडाल्यागत बाहेर यायचं. कापलेली, पिकलेली कलिंगडं त्याच्या त्या बर्फवत थंड पाण्यावर कण्हेरीच्या फुलांसारखी तरंगत असायची. ही कण्हेरीची झाडं त्या ओढ्याच्या काठावर त्या दरीतल्या तळात असलेल्या कारखान्यापर्यंत होती. "आमच्या जमातीनं हा ओढा मुलाकडच्या जमातीला लग्नात आंदण दिला आहे. अरेरे! त्यामुळे तो आता आपला नाही." ती म्हणाली होती.

"मला लोकांशी कसं बोलायचं ते समजत नाही." हॉटेल बंद झाल्यावर रात्री कॉफी घेताना मी म्हणाले.

"तू ठीक बोलतेस." तो म्हणाला. त्यानं हळूच माझ्या थकलेल्या पायांवर नजर टाकली. ॲलन 'तो पुरुष आहे' ही मला आठवण करून द्यायचा, तेव्हा मला ते आवडायचं नाही. मला तो निव्वळ मित्र म्हणून हवा होता. त्यात भलती इच्छा किंवा चोरटे कटाक्ष नको होते.

"हो, पण आज मी माझ्या युनिव्हर्सिटीच्या ट्युटरला भेटायला गेले, तेव्हा अगदी मूर्खासारखी वागले."

ॲलनने आपल्या चापूनचोपून बसवलेल्या केसांवरून हात फिरवला. आपला बो-टाय नीट करून तो म्हणाला, "तू युनिव्हर्सिटीची विद्यार्थिनी आहेस का?" त्याच्या स्वरात कौतुक, गोंधळ आणि धिक्कार होता.

"हो, इंग्लिश वाङ्मयाची मी पहिल्या वर्षाची विद्यार्थिनी आहे. हे शिक्षण मी पार्ट टाईम करते. डॉ. रॉब्सन माझ्याशी त्यांच्या गबाळ्या ऑफिसमध्ये जसं बोलले असते, तशी बोलले"

"ओ! म्हणजे तू मग शेक्सपियर वाचणार तर."

"स्त्रिया आणि संस्कृती ह्यासाठी मी शेक्सपियरच्या बहिणीबद्दल वाचतेय."

"अरे देवा! ह्याचा अर्थ आता शेक्सपियर हा तेवढा महत्त्वाचा उरला नाही तर!"

मला तो का महत्त्वाचा होता की नाही हे माहीत नव्हतं, म्हणून मी माझा झंपर घातला, बूट घातले आणि म्हणाले, "मी निघते."

"गुड नाईट." ॲलन म्हणाला आणि त्यानं सिगरेटचा झुरका घेतला.

मी जिन्यावरचा दिवा लावला, तेव्हा मला वरून विव्हळण्याचा आवाज कानावर आला. "लिझ, तूच का?" मी ओरडून वर धावले आणि तिच्या झोपण्याच्या खोलीच्या दारावर टकटक केलं.

एक अस्पष्ट "हो."

मी दरवाजा उघडला, तेव्हा ती पलंगावर पडलेली होती, चेहरा लाल झालेला होता, कपाळावर घाम होता आणि ती जोराजोरात श्वास घेत होती. ''लिझ, तुला बरं वाटतंय ना?''

''आया, मला ताप असावा.'' ती म्हणाली.

''तू डॉक्टरकडे गेली होतीस का?'' मी विचारलं.

त्या चादरी गुंडाळून घेतलेली लिझ कृश आणि निस्तेज वाटत होती. ''नाही.'' ती म्हणाली. तिच्या स्वर्गवासी नवऱ्याचा श्वेतधवल फोटो पलंगाजवळच्या कपाटावरून तिच्याकडे बघून हसत होता.

''मला थोडी पोर्ट (दारू) हवीये.'' ती म्हणाली.

डागळलेल्या त्या रुपेरी ट्रे वर ठेवलेली ती बाटली जवळजवळ रिकामी होती आणि तो ग्लास डागांमुळे धुरकट वाटत होता. मी होती नव्हती, ती दारू ग्लासमध्ये ओतून तो तिला दिला. ती बसती झाली आणि तिनं दारू एका घोटात संपवली.

''आया, तुझ्याहून दुसरी चांगली आया नाही.'' झालर लावलेल्या, हवेत उडणाऱ्या पडद्यांकडे पाहत ती म्हणाली.

''हो.'' म्हणून मी तिच्या पलंगाच्या कोपऱ्यावर बसले.

''आया, तुला माहीत आहे का? मला वाटतं, मी भारतात पायच ठेवला नसता तर बरं झालं असतं. प्रत्येकजण माझा आदर करायचा आणि माझी कामं करायचा. नोकर मला शाळेत उचलून न्यायचे, तू मला कपडे घालायचीस. हिटा आमच्यासाठी जेवण करायचा. मिस्टर क्रुकेड हँड्स बागेची देखभाल करायचा आणि रिझा दरवान होता.'' तिचे डोळे अशा जागी लागलेले होते, की ते फक्त तिलाच माहीत होतं. मोठा आवंढा गिळून ती म्हणाली, ''हिटा सर्वांत छान चाट बनवायचा. तसंच डाळ आणि कांदाभजीही. तो ट्रेज तयार करायचा आणि ते बागेत घेऊन यायचा. मी त्या वेळी रेक्सबरोबर खेळत असायचे. 'हे घ्या उपाह राजकन्ये.' तो म्हणायचा.'' तिनं कपाटाकडे पाहिलं आणि म्हणाली, ''तोच असायला हवा होता हिटा जान. तुझा बाप असायला हवा होता हिटा जान.'' लिझनं आपलं डोकं वळवल्यानंतर आणि भिंतीवरून सुटून पडणाऱ्या विल्यम मॉरिसन वॉल पेपरकडे तिची नजर गेली आणि त्या पुसट झालेल्या नवऱ्याच्या श्वेतधवल फोटोवरून तिनं आपला हात हळुवारपणे फिरवला आणि सरतेशेवटी नजर माझ्यावर स्थिर करून विचारलं, ''तू इथं काय करतेस?''

''मी कसलातरी आवाज ऐकला, म्हणून तू ठीक आहेस की नाही हे मी बघायला आले.''

''शू शू, चालती हो.'' दरवाज्याकडे हात हलवत ती म्हणाली; जणू काही ती काही घाणच झाडत होती. त्या स्वस्त दारूचा वास, ती धूळ, फसगत, दमट अश्रू,

मोडलेली वचनं, घाणेरड्या चादरी, नकला दातांची कवळी आणि जंतुनाशकांचा वास हे सर्व माझ्यापाठोपाठ माझ्या खोलीत शिरलं.

हे बहुधा प्रेम होतं. मी गव्हांच्या पेंढ्यांच्या राशीवर बसलेली होते. लोणी लावलेला पाव न खाता मी त्याच्याशी खेळत होते. तेवढ्यात हमदान धुळीच्या ढगातून आला आणि माझ्या शेजारी बसला. आमच्या लग्नातील उंटांचा काफिला आमच्या गावातून आम्हाला घेऊन आमच्या राहण्याच्या जागेकडे जातो आहे, असं मला दिसलं.

त्यानं आपल्या मिशीतून केस उपटून विचारलं, "माझी घोडी कशी आहे?"

मी माझा बुरखा नीट बसवत म्हणाले, "छान."

"मला तुला भेटायचं आहे." असं म्हणत त्यानं आपला पांढऱ्या आणि लाल चौकटीचा डोक्याचा रुमाल नीट बसवला. हवा गरम आणि कोरडी होती. वाऱ्यावर धुळीचे ढग उडत होते. सराईचं पीक कापणाऱ्यांची गाणी संपली होती. कापणीचा आणि झोडपणीचा हंगाम संपला होता आणि गहू, बार्ली आणि डाळी ह्यांच्या राशी खळ्यांतून पसरलेल्या होत्या. आवंढा गिळून मी म्हणाले, "मी गरोदर आहे."

त्याचा रुबाब एकदम गळला आणि आता तो पाठ दुखणाऱ्या माणसागत कापऱ्या आवाजात म्हणाला, "तू असणंच शक्य नाही. कसं?"

"मला माहीत नाही." असं म्हणून मी त्या ब्रेडच्या तुकड्याचा शेवटचा घास तोंडात कोंबला.

जेव्हा शेवटी त्यानं माझ्याकडे पाहिलं, तेव्हा तो वेगळाच माणूस वाटत होता. त्याचे तपकिरी डोळे कामवासनेनं नाही, तर रागानं जळत होते. घसा खाकरून तो म्हणाला, "ह्याला तू जबाबदार आहेस. तू मला बासरीच्या त्या उत्कट स्वरांनी आणि तुझ्या नितंबाच्या हेलकाव्यानं नादी लावलंस." असं म्हणून त्यानं मला मारण्यासाठी हात वर केला.

मी त्या गव्हाच्या राशीत शरीर आखडून पडले आणि माझं डोकं दोन्ही हातांनी झाकून घेतलं.

"मी तुला कधी बोटही लावलेलं नाही. ह्यापूर्वी मी तुला कधीही पाहिलं नाही. तुला समजतंय ना?" तो म्हणाला. त्याच्या डोक्याचा रुमाल त्यानं आपल्या चेहऱ्याभोवती मुखवट्यासारखा गुंडाळला आणि तो धुळीच्या ढगात चालत गेला.

मी तिथं कुत्र्याचं भुंकणं, प्रसूतीच्या वेणा सोसणाऱ्या गायीचं ओरडणं आणि वाऱ्याच्या भोवऱ्यात गिरक्या घेणाऱ्या पानांची सळसळ ऐकत बसून राहिले.

लिझ मला तिच्या खोलीत येऊन द्यायची नाही; पण त्या सकाळी मी हळूच

तिचा दरवाजा ठोठावला आणि एखाद्या आक्रमकासारखी मी तिच्या खोलीत शिरले. लिझ तिच्या त्या सुंदर लोखंडी पलंगावर गाढ झोपली होती. तो रुपेरी ट्रे आणि त्यात असलेले बिलोरी काचेचे ग्लासेस हे खण असलेल्या बाजूच्या कपाटावर होते. तिच्या गालांवर थोडा रंग आलेला पाहून मी सुटकेचा निःश्वास सोडला. पलंगाशेजारच्या टेबलावर ठेवलेल्या तिच्या नवऱ्याच्या अस्पष्ट अशा फोटोकडे मी पाहिलं. तो युद्धात कामी आला होता. तो गुलाबी सॅटीनचा डबा अजून उघडा होता.

हळूच पुढे होऊन ती रबरबँडनं बांधलेली पत्रं पाहिली आणि राणीचा फोटो असलेली, हिरवं रेशमी कव्हर घातलेली तिथली डायरी उघडून मी वाचायला लागले.

'सोमवार, पाच सप्टेंबर एकोणीसशे एकतीस,

जानकी आयानं फेरीवाल्याकडून माझ्यासाठी बांगड्या आणल्या. त्याचे चकाकते रंग इंद्रधनुष्याचे होते. पण ममानं मला त्या फारशा वापरू दिल्या नाहीत. "तद्दन भारतीय" ती म्हणाली.'

लिझनं आपलं डोकं दुसऱ्या बाजूला फिरवलं. मी ती डायरी पुन्हा डब्यात ठेवली आणि हळूच खोलीतून बाहेर पडले. मी घाईनं त्या थंड पायऱ्यांवरून स्वयंपाक-खोलीत आले. किटली प्लगला जोडली. मग स्टुलावर बसून ती लाकडी कपाटं, ती स्टेनलेस स्टीलची कटलरी, जुनी क्रोकरी, पुस्तकं ठेवायच्या बांबूच्या शेल्फमधली *होम्स अँड गार्डन्स* मासिकांची चळत, ते धुरकटलेलं छत, लाकडी शेल्फच्या कडेला ठोकलेल्या हुकात अडकवलेले ते धुरकटलेले पेले हे सर्व गरम होण्याची वाट मी बघत बसले.

घरातून बाहेर पडून मी सकाळची स्वच्छ हवा फुप्फुसांत भरून घेतली. उन्हाळा मध्यावर आला होता, तरी अजूनही हलका पाऊस पडत होता. सदैव पडणाऱ्या त्या पावसाच्या बुरबुरीनं उन्हाळ्याची तीव्रता कमी केली होती आणि हलका पाऊस जमिनीत झाडांच्या आणि झुडपांच्या मुळापर्यंत पोहोचला होता. दुकानाच्या काचेच्या मोठ्या दरवाज्यातून मला सादिक आपली प्रार्थनेची चटई पसरताना दिसायचा. तो कडेला उभा राहिला, आपले हात त्याने कानामागे ठेवले आणि त्याने तकबीरची सुरुवात केली. त्या दुकानाचा दरवाजा बंद होता, त्यामुळे मी पत्रांच्या पेटीला कान लावला आणि ऐकलं, "अल्लाहु अकबर, अल्लाहु अकबर!" सादिक खाली वाकला आणि त्यानं आपलं डोकं चटईवर टेकलं. माझे वडील उभे रहायचे, आपले हात बरगडीवर ठेवायचे आणि तसलीम म्हणायला सुरुवात करायचे. तो नोव्हेंबरचा महिना होता आणि त्या वेळी पावसाचा एक थेंबही पडलेला आम्ही पाहिलेला नव्हता. त्यांनी तसलीम म्हणायची सुरुवात केली. चांगल्या कृत्यांचा हिशोब ठेवणाऱ्या देवदूतांना भेटण्यासाठी त्यांनी आपलं डोकं एकदा उजव्या खांद्याकडे केलं आणि मग पापांचा हिशोब ठेवणाऱ्या देवदूतांना भेटण्यासाठी आपलं डोकं डाव्या खांद्याकडे

केलं. मग त्यांनी मला हात केला. मी त्यांच्या पसरलेल्या भेगा पडलेल्या हातांकडे धावले. त्यांनी मला घट्ट धरलं आणि मला त्यांच्या मांडीवर बसवत ते म्हणाले, ''गुड मॉर्निंग, माझ्या छोट्या पिल्ला.''

एकदम दरवाजा उघडून सादिक म्हणाला, ''गुड मॉर्निंग, मेमसाब.'' मी तुला अल्लाची प्रार्थना कशी करायची ती शिकवू का? मी नुसता हात हलवून 'हॅलो' केलं आणि झटकन रस्ता ओलांडला. पादचाऱ्यांसाठी असलेल्या त्या हिरव्या पुलावरून जाताना उगवत्या सूर्यकिरणांनी प्रकाशित झालेल्या विरळ ढगांचं नदीत पडलेलं प्रतिबिंब हे मोठ्या विस्तवाच्या लोळासारखं दिसत होतं. नदीचं पात्रं विभागून मध्ये एक छोटं बेट तयार झालं होतं. ती शांत जागा होती. त्यावर हिरवं गवत, रानफुलं आणि कडेला ब्रिच, चेस्टनट, ओक आणि रोवनची झाडं वाढलेली होती. ते पांढरे समुद्रपक्षी पाण्यातून आत बाहेर उडत होते आणि गडद हिरवी झाडं एखाद्या जड-जवाहिऱ्याच्या समुद्रासारखी चमकत होती, जणू काही पाऊस पाणी शिंपडत नव्हता, तर चमकदार ऑलिव्ह तेलच शिंपडत होता.

''भूतकाळाचा अतिरेक.'' तो इंग्लिश डॉक्टर म्हणाला होता, ''आणि अपुरा भविष्यकाळ.'' मी त्या पुलाच्या कठड्यावर हात ठेवून पुन्हा वर पाहिले. मला तेवढ्यात त्या झाडातून डोकावणारी एक काळपट, मानसन्मानाला तडजोड करावी लागलेली, डोळ्यांतून द्वेषाच्या ठिणग्या उडत असलेली, लाल आणि पांढऱ्या रुमालाची टोकं त्या गोल काळ्या झग्यात खोचून तो डोक्यावर घट्ट ठेवलेली आणि ज्याची बंदूक कोणत्याही क्षणी मला उडवायला माझ्यावर रोखलेली आहे, अशी दुखावलेली व्यक्ती दिसली. मी एक दीर्घ श्वास घेतला. माझी बॅग जमिनीवर माझ्या दोन पायांमध्ये ठेवली. ते लोखंडी कठडे घट्ट धरून माझी छाती पुढे करत मरायला तयार झाले. त्यानं आपली रायफल खाली ठेवली. मग ती खांद्यांवर मारली. त्यानं आपल्या डोक्यावरच्या रुमालाची टोकं बाहेर काढली. वैर संपल्याची ती खूण होती. तो प्रकाशाच्या त्या पट्ट्यात चालत गेला. शेवटी जेव्हा मी डोळे मिटले, तेव्हा खारट पाण्यानं त्यांच्या कडा झोंबत होत्या. मी माझी छाती हिरव्या डोंगरावरून खाली येणाऱ्या ताज्या हवेनं भरून घेतली, माझी बॅग उचलली आणि कामावर जाण्यासाठी चालायला लागले.

जेवणाच्या सुट्टीत मी सार्वजनिक लायब्ररीत पुस्तक किंवा शेक्सपियरच्या बहिणीबद्दल काही लेख मिळतील का, हे बघण्यासाठी गेले. माझ्या युनिव्हर्सिटीच्या ट्युटरची नक्कल करत, 'लायब्ररीचं भय का वाटतं' ह्या विषयाची मी मांडणी करायला लागले. (अ) तिथे असलेल्या पुस्तकाची वर्गवारी आणि तेथून पुस्तक घेणं ही पद्धत मला जास्त कटकटीची वाटत होती. (आ) तेवढी अनेक पुस्तकं मला

माझ्या अज्ञानाची, मागासलेल्यापणाची आठवण करून द्यायची. मी जेव्हा लायब्ररीत शिरले, तेव्हा मला फार अपराधी वाटत होतं, कारण मी माझा वेळ फालतू मासिकं वाचण्यात फुकट घालवला होता. *कॉस्मापोलिटिन* मध्ये चॉकलेटचं व्यसन लागलेल्या बायकांवर लेख होता. त्यात म्हणे प्रेमात पडत असताना जी रसायनं तयार होतात तशी रसायनं असतात, पण त्यात माझ्यासारख्या अशा चकचकीत मासिकांकडे आकृष्ट होणाऱ्या स्त्रियांबद्दल एकही शब्द नव्हता. जेव्हा माझं मानसिक धैर्य कमी व्हायचं, मी न्यूज एजंटकडे जायचे आणि एखादं च्युईंगम, एक चॉकलेट बार आणि एक चकचकीत मासिक विकत घ्यायचे. मी खायचे आणि वाचायचे, चघळायचे आणि वाचायचे. तोपर्यंत त्या मासिकाचे कोपरे दुमडून मासिक फाटायचे. त्याच्याबरोबर असलेलं ते सुगंधाच्या नमुन्याचं पाकीट उघडल्यामुळे त्याचा सुगंधदेखील नाहीसा झालेला असायचा.

एका मोठ्या डोळ्यांच्या आणि हसऱ्या तरुण मुलीनं मला घुटमळताना पाहून माझ्याकडे येऊन विचारलं, "मी तुला काही मदत करू का?"

मला हे सर्व माहीत आहे, असे मला नाटक करायचं होतं. मी जरा घुश्श्यातच तिचे आभार मानले. मग मला माझे ट्युटर आणि मी सांडलेली कॉफी आठवली आणि मी म्हणाले, "हो."

"आधी मी तुम्हाला पुस्तकांची वर्गवारी कशी केली जाते ती माहिती देते." ती नम्रपणे म्हणाली.

आम्ही कॉम्प्युटरकडे जातोय हे माझ्या लक्षात आलं, तेव्हा मी प्रवेशद्वाराकडे पळणार होते. ही जागा माझ्या ओळखीची नव्हती आणि आता आणखी एक नवीन गोष्ट शिकायची ह्या कल्पनेनं मी आणखी घाबरले. आता दंतवैद्याला, नॅशनल हेल्थ सर्व्हिसकडून काही मदत होत नाही अशा दंतवैद्याला मी दिलेली महागडी भेट मला आठवली. त्याची ती सुई नेटानं जणू माझ्या हृदयातच भोक पाडत होती.

त्या हलणाऱ्या निळ्या पडद्याकडे बोट दाखवून ती म्हणाली, "तुम्हाला ते शब्द, विषय, लेखक, मथळा दिसत असतील. पहिलं अक्षर लिहा आणि एन्टर की दाबा. तुम्हाला कशाची माहिती हवी आहे?"

"शेक्सपियरची बहीण." मी म्हणाले.

"हं." ती म्हणाली.

"म्हणजे तो व्हर्जिनिया वुल्फचा लेख असावा."

मी माहिती असल्यागत हसले. मी ह्या बाईबद्दल माझ्या ह्या विदेशी वास्तव्यात कधीच काही ऐकलेलं नव्हतं.

"मला वाटतं, की तुम्ही 'फेमिनिस्ट थिअरी' ह्याखाली बघा."

मी खुर्चीवर बसले. माझी पाठ ताठ केली आणि त्या की बोर्डला स्पर्श केला. मी

विषय निवडला. एन्टर दाबलं आणि माझ्या पहिल्या बोटानं 'स्त्रियांची भूमिका' हे टाईप केलं.

ती लायब्ररीयन मी काय करत होते ते पाहत होती. ''तुम्ही एक स्पेलिंग, फेमिनिस्ट चुकल्या आहात. त्यात एक आय आणखी घाला.''

मी तसं केलं आणि एन्टर की दाबली आणि एक पुस्तकांची आणि लेखांची मोठी यादी पडद्यावर दिसायला लागली. मी तर ह्या वाळवंटात अधिकृत वाटाड्या नसल्यागत पार हरवले होते. ''आता मी काय करू?'' मी विचारलं.

''मला वाटतं, की तुम्ही मेरी इग्लटनचे *फेमिनिस्ट लिटररी थिअरी* हे पुस्तक निवडा.''

''हे का?'' म्हणत मी त्यावर क्लिक केलं.

''सर्व संगतवार माहिती लिहून माझ्याबरोबर या प्लीज.''

ती मला एका मोठ्या हॉलमध्ये घेऊन गेली. तिथे शेल्फवर अनेक पुस्तकं होती. मला महोनेय पाद्रींच्या लायब्ररीची आठवण झाली. त्या लायब्ररीत आम्ही इमिग्रेशन तुरुंगातून सुटका झाल्याचा उत्सव साजरा केला होता. तिथेच आम्ही चहा प्यायचो आणि हवापाण्याच्या गप्पा मारायचो. ''सल्मा, पुस्तकं हे आपले फार मोठे, चांगले मित्र आहेत. पुस्तकांशिवाय आपण क्षमा कशी करायची आणि कसं विसरायचं?'' ते म्हणाले.

''हे बघ.'' ती म्हणाली.

''तुमचे फार फार आभार.'' मी त्या हसऱ्या लायब्ररीयनला म्हणाले. माझी उसनी घेतलेली पुस्तकं छातीजवळ धरून घाईनं कामाकडे वळले.

ब्रान्सकुंबमध्ये जोरदार पाऊस पडत होता, त्याच दिवशी मी ते सोडायचा निर्णय घेतला होता. आता आग्रह धरण्याची ह्या वेळी माझी पाळी होती. मी महोनेय पाद्रीकडे आल्याला जवळजवळ वर्ष झालं होतं. ''पाहुण्यांनी आपल्या यजमानावर तीन दिवसांपेक्षा जास्त बोजा टाकू नये.'' माझं इंग्लिश तसं सुधारलं होतं, कारण मला ते बोलताना ऐकायला आवडायचं आणि दुसरं कारण म्हणजे माझी ह्या क्वेकर पंथीय यजमानांवर असलेली भक्ती. मी डोक्यावरून अंघोळ करायचे, मी स्वच्छ कपडे घालायचे, माझे केस बांधायचे आणि अभ्यासिकेत शांतपणे माझ्या संध्याकाळच्या शिकवणीची वाट पाहायचे. मी महोनेय पाद्रींच्या तोंडाकडे पाहत त्यांनी कधीच लग्न का केलं नाही ह्याचं आश्चर्य व्यक्त करायचे. ते चाळिशीच्या पुढचे होते. विस्तवाचा सोनेरी प्रकाश त्यांच्या लालसर चेहऱ्यावर, त्यांच्या शांतताप्रिय डोळ्यांवर, त्यांच्या पसंतिदर्शक डुलणाऱ्या मानेवर आणि त्यांच्या बारीक लांबसडक बोटांवर चमकत होता. ते *केंब्रिज ग्रामर*चं पुस्तक कंडिशनल्स ह्या धड्यावर उघडं होतं. माझ्या आईनं

मला अनेकदा सांगितलं होतं, की जर तू एखाद्या गोष्टीची इच्छा केलीस तर माझ्या सदिच्छांनी ती नक्की रुजेल. मी म्हणाले, ''पाद्रीसाहेब, आज रात्री माझी अभ्यास करण्याची इच्छा नाही.''

''तू ठीक आहेस ना?'' त्यांनी काळजीच्या स्वरात विचारलं.

''मी तुम्हाला आज रात्री थकलेली वाटते का?''

''हो, तू आज रात्री किती थकलेली आहेस ते मला दिसतंय.'' त्यांनी माझी इंग्लिशची चूक सुधारली होती.

''काही नाही. आपण युद्ध, रेडिओविरुद्ध युद्ध केलं पाहिजे. मला त्यामुळे झोप येत नाही.''

''आपले मित्रही युद्धाविरुद्ध आहेत आणि त्यांना शांती हवीये.'' ते म्हणाले.

घसा खाकरून मी म्हणाले, ''जर शक्य असतं, तर मी तुम्हाला मदत केली असती. शक्य असतं तर ह्या घरात मी राहिलेही असते; पण मी आता निघून गेलं पाहिजे. माझ्या पाहुणचाराची मुदत आता संपलीये.''

''तू इथं सुखात नाहीस का?'' त्यांनी विचारलं.

''हो, तुम्ही इतके चांगले आहात जसं... मला वडिलांसारखे आहात.'' मी म्हणाले. मी माझे शब्द अगदी काळजीपूर्वक वापरत होते. मला ह्या गोड माणसाला दुखवायचं नव्हतं.

त्यांनी दूरवर पाहून विचारलं, ''तू स्वत:ला एकटी संभाळू शकशील?''

''तुम्ही मला म्हणालात, की एक्स्टर हे दक्षिणेकडचे नोकऱ्या मिळण्याच्या दृष्टीनं उत्तम स्थान आहे. मी प्रयत्न करते.'' मी म्हणाले.

''जर तू प्रयत्न केलास, तर कदाचित तुला यश येणार नाही.''

''हो, पण मी कदाचित यशस्वी होईन.''

''पण जर तू अयशस्वी झालीस, तर तू जास्त प्रयत्न करायला हवेस त्यामुळे तू जास्त अयशस्वी होशील.''

त्या संध्याकाळी सर्व शांत होतं. फक्त लिझ त्या बैठकीच्या खोलीत काहीतरी बडबडत होती. मी माझा पलंग आवरला. ते हलणारं टेबल पुसूनच ते खिडकीकडे सारलं आणि ते स्थिर उभं रहावं, म्हणून त्याच्या एका पायाखाली पुठ्ठा सारला. मी त्यावर टेबललॅम्प ठेवून तो लावला.

ग्वेननं मला *'कंप्लीट वर्क्स ऑफ यीट्स'* हे पुस्तक वाढदिवसाची भेट म्हणून दिलं होतं. मी त्यातील काही कविता वाचल्या आणि ते पुस्तक खाली ठेवलं. मी त्या खरबरीत जॅकेटवर बोट फिरवलं, त्याची घडी घातली आणि त्या पुस्तकाच्या पिवळ्या पानांत ते खूण म्हणून ठेवलं. मी त्या पुस्तकावर हात ठेवला आणि जोरात

दाबला. मी मनातून इच्छा करत होते, की ते शब्द तिथून मोकळे होतील, इकडेतिकडे पडतील आणि मग माझ्या डोक्यात जाण्याची वाट शोधतील. मला ते सर्व शब्द समजायला हवे होते. माणसाचं मूल त्रास का भोगतं आणि रडण्यावरही मला इलाज शोधायचा होता.

ते बहुतेक वटवाघूळ होतं, रात्री येणारा प्राणी; एक विद्वान ज्याला अंधार आणि शांतता आवडायची. त्या वेळी ते कंदील वापरायचे, जणू काही ते काचेचे बनवले होते अशा तऱ्हेनं मी ते स्त्रियांसंबंधीचं पुस्तक उघडलं. त्याची अनुक्रमणिका पाहिली : व्हर्जिनिया वुल्फ. स्वत:ची खोली असणं आणि काम करण्यापुरता पैसा असणं ह्यासंबंधी मी वाचायला लागले. माझ्या आईकडे तिचं स्वत:चं काही नव्हतं. तिच्या भावानं तिच्या शेताचा भाग घेतला होता. माझी आजी, शाहला, हिला तिचा नवरा वारला तेव्हा तिच्या घरातून बाहेर ढकलले गेले होतं, म्हणून ती आमच्याकडे रहायला आली आणि माझ्याकडे काय होतं तर माझी मुलगी, जी माझ्यासाठी रडरड रडत होती. माझं मन पुन्हा त्या थोडीशी झुडपं असलेल्या, काळ्या कनीनिकाची शेतं असलेल्या, काही ऑलिव्हची झाडं असलेल्या आणि ज्या जगात नुसतं रडणं आहे अशा उघड्या डोंगरांकडे वळले. मग मी माझं मन पुन्हा त्या पुस्तकातल्या पानावरील श्वेतधवल शब्दांकडे खेचलं. त्यात मधल्या भागात तिथे शेक्सपियरच्या बहिणीचा उल्लेख होता. तिथे वापरलेली भाषा माझ्यासारखीला खूप अवघड वाटली. मग मी डिक्शनरीत शब्द पाहायला लागले. एस्केप्ड, सबस्टॅनशिअल, गफॉड, मॉर्बिड. मी ती पानं चाळत असताना आलेला शब्द ऑफस्प्रिंग, म्हणजे मुलं हे मला माहीत नव्हतं.

त्या चित्राच्या कोड्यातले तुकडे एकत्र जोडण्याचा प्रयत्न करत असताना मला अचानक वार केल्याचा आवाज ऐकू आला. ही नक्कीच लिझ होती. मी धावत खाली गेले, तर ती बैठकीच्या खोलीत हातात चाबूक घेऊन उभी असलेली पाहिली. दारूच्या तीन रिकाम्या बाटल्या आवाज करत जमिनीवर गडगडत होत्या. तिनं घोड्यावर बसण्याचा पोशाख केला होता, बूट घातले होते. एक लाल स्कार्फ आपल्या मानेभोवती गुंडाळला होता आणि तिने तिच्या सरळ, करड्या केसांची पोनीटेल बांधलेली होती. तिचे कावरेबावरे डोळे माझ्या पलीकडे खिडकीतून बाहेर पाहत होते. तो जोराने पडल्याचा आवाज म्हणजे त्या बाटल्यांवर आणि त्या खालच्या गालिच्यावर ओढलेल्या चाबकाचा आवाज होता.

"लिझ, तू काय करतेस असं तुला वाटतं? मला तो चाबूक दे." आणि मी तिच्याकडे तिच्या हातातून तो चाबूक घेण्यासाठी गेले खरं; पण मी फार सावकाशपणे गेले होते, कारण तिनं त्या वादीनं चाबूक फटकारून माझ्या मनगटावर घट्ट पकडलं. तो चामड्याचा दांडा एका हातानं घट्ट पकडून त्याची वादी दुसऱ्या हाताने आणि ती

उजवीकडे, डावीकडे एवढी खेचली, की लिझनं तो चाबूक सोडला आणि ती खाली पडली. आता माझ्या हातातून रक्त येत होतं म्हणून मी बाथरूमकडे धावले. त्यावर पट्टी लावली, मग टॅक्सी मागवली. मी जेव्हा बाहेर टॅक्सीची वाट पाहत होते, तेव्हा लिझचं हसू माझ्या कानावर आलं. मग ती जणू आपल्या भारतीय नोकरांशी बोलत असल्यागत म्हणाली, ''गुलामांनी इंग्लिश हवेत कधीच श्वासोच्छ्वास करायचा नाही.''

''ही जखम फारच झालेली दिसतेय.'' टॅक्सी ड्रायव्हर म्हणाला आणि मागची सीट झाकण्यासाठी त्यानं मला वर्तमानपत्र दिलं. मी जेव्हा आपत्कालीन वॉर्डकडे गेले, तेव्हा बांधलेल्या पट्टीतून रक्त बाहेर येत होतं आणि खाली पडत होतं. निऑन दिव्यांनी आणि थकलेल्या नर्सनं माझं स्वागत केलं. ती खोल जखम तपासताना नर्स म्हणाली, ''खूप खोल जखम आहे असं दिसतंय. आपण हे पोलिसांना कळवायला हवं.''

''नाही.'' मी म्हणाले. ''त्याची काही गरज नाही. मी सॅलड बनवत असताना माझा सुरीवरचा ताबा गेला.''

''म्हणजे हा स्वत:चा जीव द्यायचा हुकलेला प्रयत्न दिसतोय.''

''नाही, हा अपघात होता. जर हा जीव द्यायचा प्रयत्न असता, तर मी इथे आले नसते.''

तिनं आपले छोटे केस कानांमागे ओढले. आपल्या खिशातल्या घड्याळाकडे पाहिलं. आपला रुपेरी चष्मा वर सारून ती हसली. लोकांच्या ह्या असल्या सबबी ऐकण्याची तिला आता सवय झालेली होती.

फॉर्म भरल्यानंतर तिनं मला एका अरुंद, खुर्च्यांनी भरलेल्या बोळात थांबायला सांगितलं. तिथल्या भिंती लिंबाच्या रंगासारख्या हिरवट रंगवलेल्या होत्या आणि त्या खुर्च्या आणि गालिचा करड्या रंगाचा होता. आजूबाजूला पाहताना माझ्या लक्षात आलं, की माझी परिस्थिती दुसऱ्यांच्या इतकी निकडीची नव्हती. एका तरुण माणसाच्या उजव्या डोळ्यांवर मोठा कापसाचा बोळा होता, तर दुसऱ्याच्या चेहऱ्यावर ओरखडे होते आणि त्यातून रक्त वहात होतं.

''हा अगदी व्यवस्थित कापलेला आहे. हे तू कसं करू शकलीस?'' तो तरुण थकलेला डॉक्टर म्हणाला.

''मी गाजर कापत होते, बघा...''

''हे बघा, हे आम्हाला पोलिसांना कळवायला हवं.''

''प्लीज नको.'' मी विनवण्या केल्या. ''माझ्या हातून सुरी निसटली आणि तिला खूप धार होती.''

त्याच्या डोळ्यांत दोन भावना एकमेकांशी विरोधात उभ्या होत्या. त्याचं कर्तव्य म्हणून त्याला हे पोलिसांत कळवणं भाग होतं आणि त्याची थकावट, त्यामुळे माझ्या ह्या गोष्टीला आव्हान देणं त्याला जमलं नव्हतं. त्यानं मग थकावटीला प्राधान्य दिलं.

मी बांधलेली बँडेजेस त्यानं सोडली तेव्हा तो म्हणाला, ''तुला टाक्यांची जरुरी आहे.'' ती जखम अगदी व्यवस्थित सापासारखे वेढे घेत माझ्या कोपरापासून मनगटापर्यंत गेलेली होती. मी लोकल ॲनेस्थेशिया घेतला आणि मनानं त्या मोडकळीला आलेल्या हॉस्पिटलमधून, एक्सटरमधून बाहेर पडून साउदॅम्पटनला निघाले. लेबनॉनकडे जाणारं जहाज घेऊन हिमाकडे कारनं निघाले. तिथे काळ्या चेहऱ्यावर सुरकुत्या आलेले माझे वडील होते, मण्यांसारखे डोळे असलेली माझी आई शांतपणे वाट पाहत होती आणि कुरळ्या केसांची आणि पांढरा ड्रेस घातलेली लैला माझी त्या काटेरी कुंपणामागे वाट पाहत होती. आम्ही एकमेकांना मिठ्या मारल्या, चुंबनं घेतली आणि त्यांनी आणलेलं एक संत्र मी सोललं आणि त्याच्या फोडी माझ्या तोंडात टाकल्या. माझ्या तोंडावरून खाली ओघळणारा संत्र्याचा रस आणि खारट अश्रू एकमेकांत मिसळले होते. आता मग जमिनीवर कडू, गोड, खारट असं द्रव पडत होतं. माझ्या आईनं आपली सालं निघालेली बोटं माझ्या केसांतून फिरवली आणि माझ्या वडिलांनी घसा खाकरला, खोकतच त्यांनी विचारलं, ''माझ्या मुली तू कशी आहेस?'' मग त्यांनी मला जवळ घेतलं. कस्तुरीचा, सुपीक जमिनीचा आणि वेलचीचे दाणे घालून दळलेल्या कॉफीचा वास माझ्या नाकात भरला.

माझे डोळे अश्रूंनी भरलेले पाहून डॉक्टरांना आश्चर्य वाटलं. ''हे एवढं काही दुखत नाही नक्कीच.'' ते म्हणाले.

मी माझ्या डाव्या हातानं माझा चेहरा पुसला आणि नाक शिंकरलं. क्षणभर त्या डॉक्टरांच्या चेहऱ्यावरचा व्यावसायिक मुखवटा गळला; पण क्षणातच त्यांनी तो चेहऱ्यावर चढवला. ''तुझे कोणी नातेवाईक इथं आहेत का?''

''हो.'' मी खोटं बोलले, ''माझे आईवडील आणि मुलगी.''

''हे टाके व्यवस्थित आहेत की नाही हे बघायला आणि बँडेज बदलायला तू परवा ये. आता ॲन्टिबायोटिक्स, दिवसाला तीन गोळ्या आणि... हाताला जास्त ताण देऊ नको.''

मी शेवटी टॅक्सीला हात केला, तेव्हा सकाळ होत होती आणि ते केशरी विजेचे दिवे एका मागोमाग एक विझवले जात होते. त्यामुळे रस्त्यावर सकाळचा करडा प्रकाश होता. ''अठरा टाके पण काळजी करू नको. हे ते कोणतीही खूण मागे ठेवणार नाहीत.''

त्या ड्रायव्हरने थोडी कॉफी प्यायली आणि तो त्या रिकाम्या रस्त्यावरून वेगानं निघाला. मी माझ्या डाव्या हातानं पर्स बाहेर काढून त्याला पैसे दिले. "थँक्स मिस." तो म्हणाला आणि निघून गेला. 'मिस' हे हिमामध्ये शुद्ध कुमारिकांसाठी राखून ठेवलेलं होतं. 'मिसेस' हे लग्न झालेल्या आणि विधवांसाठी; पण ज्यांनी लग्न न करता वैषयिक वासना पुरी केलीये त्यांना फक्त ठारच मारलं जायचं.

ग्वेन झोपलेली असेल आणि मला तिला त्रास द्यायचा नव्हता, त्यामुळे मला स्वान कॉटेजचा दरवाजा उघडावा लागला आणि मी हलक्या पावलानं बैठकीच्या खोलीत आले. लिझ हॉलमधल्या गालिच्यावर उपडी पडलेली होती. मी काही तिला पलंगाकडे नेऊ शकले नाही. मग मी तिचं डोकं एका बाजूला केलं, तिचा श्वासोच्छ्वास नीट होतो की नाही ह्याची खात्री केली आणि तिच्या अंगावर ब्लँकेट टाकलं. त्या प्यायलेल्या म्हाताऱ्या स्त्रीबद्दल हॉस्पिटलमधील डॉक्टरना तो प्रकार पोलिसांना कळवण्याची मी कशी परवानगी देणार? तिच्यासाठी आणि माझ्यासाठीही गहन प्रश्न कशाला तयार करायचे? सल्मा, साल किंवा सॅली नसलेल्या एका परकीय स्त्रीनं इथल्या स्थानिक लोकांना रुबाब दाखवू नये, मी स्वत:ला बजावलं. 'कठड्यावर न वाकता तू तो जिना चढून वर जा. तू दरवाजा बंद कर आणि पलंगावर पड, तू तुझा टेबललॅम्प बंद कर आणि शेक्सपियरच्या बहिणीबद्दल विचार कर. गाडीत जसा आरसा नीट करून घेतात आणि मग गाडी चालवतात तसा तू ह्या नवीन प्रदेशाचा शोध घे. ह्या थंड चादरीत झोप. हात कुठे ठेवायचा, तो कशा तऱ्हेनं ठेवायचा, की ज्यामुळे तुला ती ठणकणारी वेदना जाणवणार नाही, त्यामुळे तू डोळे मिटशील आणि गुंगीत पडशील हे बघ.'

रात्रीची माझी उशिराची ड्युटी आटपून मी त्या हाय स्ट्रीटवर आले, जणू काही कुणीतरी मला खेचून मनोऱ्याजवळ उभ्या केलेल्या कबाबच्या गाडीकडे आणलं होतं. मी त्या बाकावर बसून गरम तेलात तळत असलेल्या मटण कबाबाचा वास घेत नॉर्थ आफ्रिकन अरेबिक गाणं ऐकत होते.

"हाडी? बेलहक मिझिआना, ती तुझ्या आजीसारखी कुरुप आहे. व्हरैमेंट अहरक व मक्हाबेल." एक म्हातारा माणूस म्हणाला.

"व्हा?" त्या तरुण माणसाने उत्तर दिले, "मा निफामश." (मला अरेबिक समजत नाही.)"

"यासिमकडे कागदपत्रंही नाहीत आणि डोकंही नाही." तो म्हातारा माणूस म्हणाला.

"तो मग टेन-पी आहे." तो तरुण माणूस म्हणाला.

"हो, मी टेन-पी चे नाणं सार्वजनिक फोनच्या वरच्या फटीत टाकतो, इमिग्रेशनला

बोलावतो आणि त्याला संपवतो.'' तो म्हातारा म्हणाला.

त्यांनी मग दुसरे नवे मटण कबाब तेलात सोडले. त्या चुरडलेल्या ताज्या हरभऱ्यांचे, लसूण पार्स्ली घालून केलेले ते गोळे तेलात पडल्यावर त्यांचा वास माझ्या नाकात भरला.

खैरियानं आपली कार त्या उंचसखल फरसबंदीजवळ थांबवली, इंजीन बंद केलं आणि ती बाहेर आली. तिनं जे काही सांगितलं होतं, त्यावरून आम्ही लेव्हांटमधील एका खेड्यातल्या मुख्य रस्त्यावर होतो. ती त्या वाण्याच्या दुकानात शिरली. तिथे लाकडी खोक्यात फळं आणि भाज्या नीट लावलेल्या होत्या. मी ती मूठ पकडली, वळवली, काच खाली करत माझं डोकं बाहेर काढून वास घेत राहिले. माझ्या हृदयात स्वातंत्र्याची हवा भरून घेतली. त्या ऊबदार, पण सौम्य हवेत काही पौष्टिक अन्न तळल्याचा वास भरून राहिला होता. भारतीय रेशमाचा माझ्या चेहऱ्याला स्पर्श व्हावा, तसा काहीसा तो वास होता. मी मरणंच योग्य होतं; पण मी नुसती जिवंतच नव्हते तर मुक्तही होते.

एक रॉकेलचा स्टोव्ह टेबलावर ठेवलेला होता. त्याच्या डोक्यावर असलेल्या लोखंडी कढईकडे ती गेली आणि त्या तळणीतले पदार्थ चमच्यानं हलवत असणाऱ्या, पांढरी टोपी घातलेल्या माणसाला ती काहीतरी म्हणाली. त्यानं तपकिरी रंगाचे ते कबाब बाहेर काढले आणि ते कापलेल्या ब्रेडमध्ये भरले. आपल्या उजव्या हातानं त्यानं ते ब्रेड दाबले, त्यामुळे ते तपकिरी गोळे चेपले गेले. त्या सँडविचमध्ये त्यानं चमचाभर व्हाइट सॉस टाकून टोमॅटो आणि लेट्युस घातलं. ते एका पांढऱ्या कागदात गुंडाळून ते एका ब्राऊन पेपर बॅगमध्ये ठेवलं. खैरियानं त्याला काही पैसे दिले, पेपरबॅग उचलून ती परत आली, ''हे बघ, घे कबाब सँडविच.'' आणि तिनं मग मला त्यातील कागदात गुंडाळलेलं सँडविच दिलं.

मी त्यावरचा तो मग कागद फाडला आणि पहिल्यांदाच असलं सँडविच खायला लागले. ते खुसखुशीत कबाब माझ्या दाताखाली तुटून माझ्या तोंडाला लसूण, जिरे आणि कुस्करलेल्या कोथिंबिरीचा वास येत होता.

''हे काय आहे?'' मी विचारलं.

''हे चणे, बीन्स, पार्स्ली कांदा आणि एक सॉस टाकून केलेलं आहे.'' ती म्हणाली आणि तो पांढरा ब्रेड खायला लागली.

त्या कबाबची चव आणि त्याच्या मसालेदार अन्नाचा वास त्या कारमध्ये आणि त्या धुळकट मोठ्या रस्त्यावर भरला होता.

माझ्या डोक्याची कातडी थरथरली, जणू काही थंड हवा माझ्या मानेवर कोणीतरी सोडली होती. मी त्या धुळकट रस्त्याच्या टोकाला दिसणाऱ्या मृगजळाकडे

पाहिल्यावर मला तिथे त्या धुळीच्या ढगात माझी आजी शाहला, काळा बेदुइनी बुरखा घेऊन हातात एक दुधानं भरलेली चामड्याची बॅग घेऊन रस्ता ओलांडताना दिसली. मी श्वास सोडला आणि मान हलवली.

"मक्हाबिल गुलतिलक." त्या कबाब व्हॅनमधला माणूस म्हणाला. ती व्हॅन मुख्य रस्त्याच्या कडेला उभी केलेली होती.

"व्हा?" तो तरुण माणूस म्हणाला.

"त्याच्या डोक्याचा वरचा मजला रिकामा आहे." तो म्हातारा म्हणाला.

"कोणालाही हे मटण कबाब विकत घ्यायचे नाहीत. फक्त चिप्स, चिप्स." दुसरा माणूस म्हणाला. तो बहुधा यासिन असावा आणि मान वर करून त्यानं श्वास घेतला.

"ते इंग्लिश आहेत. त्यांच्याकडून तुम्ही का अपेक्षा करता?" तो तरुण म्हणाला.

"त्या तरुणाकडे पहा." तो म्हातारा म्हणाला.

"माझ्याकडे बोट दाखवण्याची चुतेगिरी करू नका. मी अल्जेरियन आहे." तो तरुण म्हणाला.

"तू? अल्जेरियन? मग माझ्या भुऱ्या केसांची बकरी कोण?" यासिन म्हणाला.

ते सर्व हसले.

"हो, मी अरबी बोलू शकत नाही; पण मी अल्जेरियन आहे." तो तरुण म्हणाला.

त्या कुस्करलेल्या हरभऱ्यांचा, काळ्या मिऱ्यांचा आणि कोथिंबिरीचा वास त्या रहदारी असलेल्या हाय स्ट्रीटवर पसरला. मी बाकावर अंधारात बसल्यामुळे मी दिसत नव्हते; पण मला पोलिसांच्या गाडीच्या सायरनचे आवाज, एक माणूस काहीतरी कचरा कचऱ्याच्या डब्यात टाकत होता, तो आवाज आणि एक तरुणांचं टोळकं गात होतं, "इंग्लड, इंग्लंड मायटी मायटी इंग्लड." हे ऐकू येत होतं. तेवढ्यात एक बाई ओरडली, "ए, माझ्यावर हात टाकू नको. तू प्यायलेला मूर्ख!"

मी शेवटचा श्वास भरून घेतला, पुन्हा कधी इथं यायचं नाही असा निश्चय करूनच घरी परतले.

हॉलमधल्या फोनच्या वाजण्याच्या आवाजाने मी जागी झाले. घाईने खाली येऊन मी लिझनं ऐकण्याआधी फोन उचलला. मॅक्स ओरडत होता, "तू आहेस कुठे? ते डिपार्टमेंटल स्टोअर सर्व पँट्स परत मागत आहे."

मला काय बोलावं कळेना. एका दिवसात मी पन्नास पँट्स कशा पुऱ्या करणार होते? हे काही सरळ काम नव्हतं. त्यांना दुमडही घालायच्या होत्या. मग मी सरतेशेवटी स्वत:ला सावरत म्हणाले, "मला अपघात झालाय. माझा उजवा हात कापला

गेलाय आणि टाकेही पडलेत. मला एक दिवस दे. सोमवारी मी कामावर येते.''

''ह्याचा अर्थ दोन दिवसांची रजा.'' मॅक्सने शनिवारही धरला होता. त्या दिवशी मी रजाचं घ्यायचे.

''ठीक आहे, मग दोन दिवस.'' मी म्हणाले.

''मला वाटतं, की तुला लवकर बरे वाटेल. जवळ कुणी कुटुंबीय नाहीत.'' त्याच्या बोलण्याचं मला आश्चर्य वाटलं.

''आभारी आहे मॅक्स. सोमवारी भेटू या.'' असं म्हणून मी फोन ठेवला.

ते पोटात ढवळणं आणि ओकाऱ्यांमुळे मला अशक्तपणा वाटत होता. मी माझ्या हॉस्टेलच्या जुन्या सैनिकी कॉटवरून अचानक उठले, तेव्हा माझ्या डोळ्यांसमोर काजवे चमकले. ह्या हॉस्टेलमध्ये ते आदरतिथ्याबाबत शून्यच होते. सकाळी नऊ वाजले, की ते गरम हवा सोडायची बंद करायचे. मी त्या थंड खोलीच्या मध्यावर उभी राहून उत्तर शोधत होते. पाय ठेवायला जागा, काहीतरी धरायला आधार म्हणून बघत होते. मी परवीनच्या पिशवीत तिची कॅसेटनं भरलेली प्लॅस्टिक बॅग बघण्यासाठी हात घातला. मी त्यातली एक कॅसेट उचलली. त्यावर ''व्हेन डोव्ज क्राय'' असं लिहिलं होतं. मी कॅसेट प्लेअर लावला आणि ती कॅसेट पॉकेटमध्ये टाकली आणि प्ले बटण दाबलं.

मी ते गाणं लिहिण्यासाठी पेन हातात घेतलं. एक ताणलेला तीक्ष्ण आवाज अंगण, बहरलेली व्हॉयलेट्स आणि कबुतरांचा गुंजारव ह्याबद्दल गात होता. त्याच्या पाठोपाठ चिं चिं असा आवाज, तो आवाज कुणीतरी श्वास घेऊन हुंदका दिल्यासारखा होता. मला जे शब्द समजले नव्हते, ते मी डिक्शनरीत बघितले आणि ती गाणी पुन्हा पुन्हा ऐकली. शेवटी माझी ती गाणी पाठ झाली. मग ती टेप पुन्हा गुंडाळून मी तेच गाणं पुन्हा ऐकलं. मी उठून उभी राहिले. त्या खुर्चीची पाठ धरून स्वत:ला सावरत त्या संगीताच्या तालावर नाचायला लागले. टी.व्ही.वर ते एकदा आत पाय घेतात, मग बाहेर पाय टाकतात आणि नाचतात तशी मी नाचायला लागले. मग मी उड्या मारल्या आणि माझ्या पायांच्या अंगठ्यावर उभी राहिले. माझे अंगठे वर करून माझ्या पायाचा तळवा त्या थंड गालिच्यावर लावला. माझे केस माझ्या खांद्यावरून उडू लागेपर्यंत मी उंचउंच उड्या मारल्या. तेवढ्यात परवीन आत आली.

''तू काय करतेस?''

''आपण एकमेकींवर का किंचाळतोय?'' मी विचारलं.

''मी किंचाळत नाही.'' ती म्हणाली.

''कदाचित, तू माझ्या आईसारखी आहेस.'' मी गाण्यात म्हणाले.

तिनं आपली ब्रीफकेस टेबलावर ठेवली. आपले बूट काढून फेकले आणि आपल्या

पलंगाच्या कडेला ती टेकली. तिनं आपलं खाली घातलेलं डोकं दोन्ही हातात धरलं.

मी नाचगाणं थांबवून तिच्या बाजूला बसत म्हणाले, "मी थकलेय, आजारी आहे मी. फुललेल्या फुलांच्या शोधात आहे."

माझे दोन्ही हात धरून ती म्हणाली, "तुझं वजन एवढं कमी होत नसतं तर."

"जर तरचे हे वाक्य. तर मग एखादी इच्छा व्यक्त कर." मी एखाद्या शाळा-मास्तरणीसारखी म्हणाले.

मी वळले, तेव्हा माझ्या लक्षात आलं, की लिझ माझ्या मागेच उभी होती.

"गुड मॉर्निंग." ती हसली.

"गुड मॉर्निंग." असं म्हणत मी माझ्या खोलीकडे पळण्याच्या बेतात होते.

"तुझ्या हाताला काय झालं?" तिनं विचारलं.

मी लिझच्या विस्कटलेल्या केसांकडे, सुजलेल्या डोळ्यांकडे, कपाळावर दाबलेल्या हाताकडे आणि टोकदार नाकाकडे पाहून आणि म्हणाले, "काही नाही." हॉलमध्ये उभी असलेली ती थकलेली आणि गळलेली दिसत होती.

"तुझ्या हाताला काय झालं, साल?"

"काही नाही, एक छोटा अपघात." मी म्हणाले. तिला खरोखरच कालची रात्र आठवत नव्हती.

"हे रात्री उशिराचं तू काम करतेस ते धोक्याचं आहे." ती म्हणाली.

लिझच्या मनात काय चालले होते ते मला माहीत होतं. एक खालच्या वर्गातली विदेशी टवळी, धक्क्यावर घासघीस करत असताना तिच्या दलालानं तिला सुरा मारला असावा. हे सर्व तिच्या दारू पिऊन थकलेल्या चेहऱ्यावर स्पष्ट दिसत होतं. "मला आता जायला हवं." मी म्हणाले.

माझ्या उच्चारांची नक्कल करत ती हसली. "आय मुस्ट गो नु." आणि ती हसली.

ते मी बोलल्यासारखं वाटत नव्हतं. टी.व्ही. वरील मालक आणि नोकराच्या संवादासारखं ते वाटत होतं. तो काहीसा उत्तरेकडचा उच्चार वाटत होता. विचार केल्यावर माझ्या लक्षात आलं, की ते डॉ. जॉन रॉब्सनच्या उच्चारांसारखं होतं. वर जाऊन मी माझ्या खोलीचा दरवाजा बंद केला.

आता तीन दिवसांची सुट्टी होती. ह्या अवधीत मी शेक्सपियरच्या बहिणीवरचा निबंध पुरा करू शकणार होते. मी लिहायला सुरुवात केली. त्याच्याबद्दल एवढं बोललं आणि लिहिलं गेलं असताना मला शेक्सपियरवर लिहायला न सांगता त्याच्या बहिणीवर लिहायला का सांगितलं? त्याला त्याचे मित्र आणि स्त्रिया मदतीला होत्या. कुणीही स्त्रियांबद्दल बोलत नाही. मला अबु-झैद अल-हिलाली ह्यांच्या कथा

आठवल्या. त्यातला नायक, ज्याच्या पराक्रमाच्या गाथा तरुण आणि म्हाताऱ्यांनी पाठ केलेल्या होत्या. कुणी त्याच्या बायकोचा, मुलीचा किंवा आईचा उल्लेख करत नाही. मी ती सकाळ ट्युटरनं सांगितलेली ती सात पानं लिहिण्यात घालवली. त्यात मी लहानपणी ऐकलेल्या काही कथा उदाहरणांसाठी लिहिल्या. थंड कॉफीचे घोट घेत, खिडकीतून बाहेरची ती सुंदर सकाळ पाहत लेखन करत मी निबंध संपवला. त्याचा शेवट मी माझ्या ह्या देशातल्या विदेशीपणाचा अनुभवानं केला. त्यांना आणि मला असं वाटतं, की मी इथे राहत नाही; पण वरच्या गोष्टीत लिहिलेल्या दुर्लक्षित स्त्रियांसारखी मी इथे रहाते. त्या पुस्तकाशी तुलना करताना माझा निबंध हा *संडे स्पोर्ट्स* मधल्या गप्पांच्या सदरासारखा वाटत होता. हे असंच होतं. मी त्यांच्यासारखं लिहू शकत नव्हते. जर मी तसं लिहू शकले असते, तर मी शिंपीकाम थोडंच केलं असतं?

मी झोपले आणि लिझनं दरवाज्यावर जोरात ठोठावल्यावर जेवणाच्या वेळी जागी झाले. ती बहुधा आता शुद्धीवर आली होती. तिनं दरवाजा उघडला. तिच्या हातात एक भरतकाम केलेला, पांढऱ्या कापडानं झाकलेला ट्रे होता. त्यात एक भांडंभर सूप, ब्राऊन ब्रेडचे दोन तीन स्लाईस आणि कपभर चहा होता. ती माझ्या पलंगाच्या डोक्याशी एखाद्या देवदूतासारखी हसत उभी होती. मी आभार मानले आणि अन्नाचा समाचार घेतला. ती झोपायची खोली लव्हेंडरच्या वासानं भरून गेली. बहुधा तिनं अंघोळ केली होती. "तू कुठे बाहेर जात आहेस का?" मी विचारलं.

"हो, मला पळायलाच हवं, मला माझ्या डॉक्टरना भेटायचंय."

ज्या तऱ्हेनं ती हे बोलली, त्यावरून तुम्हाला असं वाटलं असेल, की ती हार्ले स्ट्रीटवरच्या तिच्या खाजगी डॉक्टरला भेटायला चालली आहे. तिथे नटनट्या जातात. मला माहीत होत, की तिनं माझ्यासारखंच इथल्या स्थानिक नॅशनल हेल्थ सर्व्हिसमधील डॉक्टरकडे नाव नोंदवलं होतं.

प्रिय नौरा,

एक्स्टरवरून नमस्कार. मी फारशी ठीक नाही. माझी घरमालकीण दारुडी आहे. ती मला तिच्या मालकीच्या तट्टूंपैकी एक समजली आणि तिनं मला तट्टू समजून हातातील चाबकानं मारलं. ती जखम माझ्या हाताभोवती सापासारखी वेढून आहे. माझ्याकडे सूप करायला त्या माझ्या घरमालकिणीशिवाय कुणीच नसल्यामुळे मला स्वत:चीच कीव येते. मला खूप वाटतं, की तू इथे माझ्या डोक्यावरून हात फिरवण्यासाठी असावीस. मला तशा अनेक इच्छा होतात. लैलानं ओ लेव्हल पास केलं आणि ती लवकरच युनिव्हर्सिटीत दाखल होईल. ती शनिवार-रविवारच्या सुट्टीत घरी येईल आणि

मग आम्ही कारनं डार्टमाऊथला जाऊ आणि सबंध दिवस समुद्रात पोहण्यात घालवू. तू हसत आहेस, ते मला दिसतंय. मी शहराच्या तळ्यात पोहायला शिकले. इथे तुम्हाला दिवस दिवस रांगेत उभं राहवं लागतं, तेरा पौंड द्यावे लागतात आणि मग तुम्हाला पोहण्याचे धडे दिले जातात. मला शिकवणारी बाई जवळजवळ पन्नाशीची आहे; पण ती फार तरुण दिसते. तिच्या मते पोहण्यानं कातडी ताठ राहते, त्यामुळेच आपण हिमात म्हाताऱ्या होतो, कारण आपल्याला पोहायला सोडच, पण प्यायलाही पाणी नसतं.

नौरा, मी आशा करते, की तू, रामी आणि रिमा मजेत आहात. रामीचा मधुमेह कसा आहे? त्यासाठी इथं काही नवीन औषधं आली, तर मी लक्ष ठेवीन. ते डुकरांच्या स्वादुपिंडावर काही प्रयोग करतायंत; परंतु तुला डुकरापासून बनवलेलं औषध तुझ्या मुस्लीम मुलाला घातलेलं आवडणार नाही.

आपलं नशीब पुन्हा आपल्याला कदाचित पुन्हा एकत्र आणेल. नशिबाचं कुणी सांगावं?

मी पत्ता नसलेलं ते पत्र जिभेनं चाटलं आणि बंद केलं.

तुम्ही नीटपणे पाहिलंत, तर शेकड्यांनी पत्र कचऱ्याच्या डब्यात किंवा इकडे तिकडे वाऱ्यावर वाहत गेलेली दिसतात. पोस्ट ऑफिसच्या बाजूला किंवा जुन्या प्रदेशाच्या गल्ल्यात आणि रस्त्यावरही. त्यांच्या वरची काळी शाई डागळलेली किंवा नाहीशी झालेली असते. तो पिवळा कागद, घाण, प्लॅस्टिक बॅग्ज, वाळलेली पानं पसरून मग एकत्र केली जातात. मग पुन्हा पसरवली जातात. शेवटी त्यांना कुजायला एक कोपरा मिळतो. निळ्या समुद्राच्या पार्श्वभूमीवर ती जुनी, पांढरी ग्रीक घरं पांढऱ्या लाटांच्या फेसाळ आयाळीमुळे चमकत असतात. मी पैसे साठवून ग्रीसला जाणार आहे. मला ठार मारलं न जाता, मी इतकंच माझ्या घराजवळ येऊ शकते, कारण हेच माझ्या हिमाच्या घराच्या सर्वांत जवळचं ठिकाण आहे. तेथील उंच कड्यावर उभी राहून त्या भूमध्य समुद्रावरून हजारदा मी सलाम सलाम असं ओरडेन.

तरुण स्त्रियांबरोबर जाणाऱ्या पुरुषांसंबंधीची मी एक गप्पांची मैफल बघितली. "नवरे पळवणाऱ्या!" एक स्त्री प्रेक्षकातून ओरडली. त्यापेक्षा भगिनीत्वाबद्दल बोलावं, मी विचार केला. नौरा मला जे नवरे तिच्याकडे गिऱ्हाइक म्हणून यायचे त्यांच्या-बद्दल सांगायची. मी म्हणायचे, "ह्या देशात हे सर्व? तू खरं बोलत नसावीस."

ज्या हास्यासाठी तिची गिऱ्हाइकं तिला भरपूर पैसा द्यायची, ते हास्य करून आणि माझा गाल ओढून ती म्हणायची. "पिल्लू, तू किती साधी आहेस."

मग वॉर्डन यायची आणि नौराला म्हणायची, "त्या मुलीला एकटं सोड. तुझं ते अश्लील हास्य मलाच घाबरवून सोडतं आणि मी अल्लाला शरण जाते. हे काही

वेश्यागृह नाही.''

''ओ! या! तू आम्हाला नेहमी वेश्याच का म्हणतेस?''

नैमाच्या शांतपणाची आता सीमा झाली होती.

''तुला सांगायचंच तर मी तुझ्या नवऱ्याला दुसरंच काम दिलं.'' नौरा म्हणाली.

नैमानं तिच्या जोरात मुस्कुटात मारली.

नौरा खाली जमिनीकडे वाकून रडायला लागली. ते अश्रू दुःखाचे आणि अपमानाचे होते. नैमानं दरवाजा लावला आणि ती थुंकली. ''तू अगदी तळागाळातली आहेस.''

मॅडम लामाला खात्री होती, की ती खरोखरच तळागाळातली आहे. नैमाचे शेवटचे शब्द ऐकण्यासाठी जणू ती त्या घडीला उठली, आपले हात कानावर ठेवून ती रडायला लागली.

ग्वेन मला शनिवारी भेटायला आली. मी फोन करून तिला सांगितलं, की मी तिला सोडलेलं नाही; पण मला बरं नाही. तिला लिझ आवडत नव्हती, तरी ती आली आणि माझ्यासाठी तिनं मी शोधत असलेली एक कादंबरी स्वस्तात विकत आणली. ती पलंगाच्या कडेला बसली आणि हाताच्या बँडेजकडे बोट दाखवत तिनं विचारलं, ''हे तुला कोणी केलं?''

मी तिला जवळ यायला सांगितलं आणि कुजबुजले, ''लिझ प्यायली होती आणि तिनं आपल्या चाबकानं मला मारलं.''

ग्वेननं आपल्या करड्या, छोट्या केसांची शेवटची टोकं कानामागे खोचली आणि दीर्घ निःश्वास सोडला. ''किती भयानक! ती बाई तर वेडीच झालीये.''

''मी डॉक्टरांशी खोटं बोलले आणि माझा हात भाजी कापताना कापल्याचं सांगितलं.''

''त्यांनी विश्वास ठेवला?''

''नाही, पण ते डॉक्टर खूप काम करून थकलेले होते. त्यामुळे त्यांनी जास्त लक्ष दिलं नाही.''

''तू इथून बाहेर पडावं हे चांगलं.''

''ते शक्य नाही.''

''मला वाईट वाटतं, सल्मा.'' असं म्हणून तिनं मला घट्ट धरलं.

ह्या जवळीकतेचीच मी गेले कित्येक दिवस वाट पाहत होते. मी रडायला लागले.

''आता तुला काय झालं?'' तिनं हेडमास्तरणीच्या करड्या स्वरात विचारलं.

''काही नाही. मला माझ्या कुटुंबीयांबरोबर रहायचंय.'' मी एखाद्या लहान मुला-

सारखी म्हणाले.

''पण तुला हे माहीत आहे, की तू कुटुंबीयांबरोबर राहू शकत नाहीस. म्हणजे तुझं कोणी एखादं माणूस तिथे असलं तरी.'' ग्वेन हे बोलली आणि तिला त्या बोलण्याचा पश्चाताप झाला.

मी माझ्या नाइटीची कॉलर वर ओढून म्हणाले, ''त्याचं काही नाही... ह्यापुढे तरी.''

''नाही. त्याचं काही नाही.'' असं म्हणत तिनं आपली बोटं रजईवरून फिरवली, ''बघ मी तुझ्यासाठी काय आणलंय ते. तुझं आवडतं हलौमी चीज.''

पांढऱ्या चीजचं प्लॅस्टिकमध्ये गुंडाळलेलं पाकीट बॅगेतून काढत ती म्हणाली. खोलीत पुदिन्याचा खारट, थंड वास भरला.

''तुला हे कुठे मिळालं? हे सहसा मिळत नाही.''

''शहरातील मिठाईवाल्यानं हे माझ्यासाठी मागवलं.'' ती म्हणाली.

मी ग्वेनच्या नीटनेटक्या करड्या केसांकडे, तिच्या लांब चेहऱ्याकडे, सोनेरी चष्म्याकडे, व्ही गळा असलेल्या गुलाबी ब्लाऊजकडे पाहून हसले.

''आता कसं? छान.'' ती म्हणाली.

तुर्की मिठाई आणि नारळ

मी युनिव्हर्सिटीत माझा निबंध माझ्या ट्युटरला देण्यासाठी पुन्हा गेले. मी तो निळ्या प्लॅस्टिक फोल्डरमध्ये नीट ठेवला होता. मी ओपन युनिव्हर्सिटीत नाव घातलं, तेव्हा हा फोल्डर ग्वेननं मला दिला होता. मी एक गडद फुलांचा स्कर्ट आणि वर एक लांब भरतकाम केलेला शर्ट घातला होता. हा शर्ट परवीननं मला वाढदिवसाची भेट म्हणून दिला होता. मी माझ्या स्कर्टवरून बोटं फिरवली. माझे केस नीट बांधलेले आहेत ना ह्याची खात्री केली. एका टिश्यू पेपरवर थुंकले, माझे बूट त्यानं स्वच्छ केले, त्या दरवाज्यावर ठोकताच आतून ताबडतोब गर्जना झाली, ''या आत.'' त्या आवाजानंच माझी गात्रं गोठली. मी थरथरत्या हातानं दरवाजा उघडला; पण तरीही माझी पावलं त्या पर्शियन गालिच्यावरून पुढे सरकली नव्हती.

''आत ये.'' तो आणखी मोठ्यानं म्हणाला.

मी दरवाज्याशी उभं राहून लिझच्या उच्चारांची नक्कल करत म्हणाले, ''हा निबंध आणलाय.''

''ओ! झाला तर!'' असं म्हणून त्यानं त्याच्या त्या सरकणाऱ्या अर्धचंद्राकृती चष्म्याच्या वरच्या बाजूनं माझ्याकडे पाहिलं. ट्युटरनं तो फोल्डर उचलून घेऊन त्यांच्या मेजावरच्या चळतीवर सर्वांत वर ठेवला. मी अजूनही उभी होते. तो निबंध चाळत असताना म्हणाला, ''खाली बस.'' मी जी कादंबरी वाचत होते तीच कादंबरी त्याच्या मागे असलेल्या खणाच्या कपाटात मला दिसली आणि हे ग्वेनला सांगायचं असं मी ठरवलं.

''अरे! आज तुझा फ्लास्क दिसत नाही तो! तुला कॉफी हवीये?'' त्यानं विचारलं. आपला वाचायचा चष्मा काढून तो हळुवारपणे बंद केला आणि एका मऊ, कातडी कव्हरात ठेवला.

''हो, थँक्स.'' जणू तो ती कॉफी ताबडतोब पुढे करणार होता.

तो उठून उभा राहिला. त्यानं त्याचा निळा शर्ट खाली ओढला आणि आपले हात जीन्सच्या खिशात घालून तो म्हणाला, ''तर मग जाऊ या.''

आम्ही गवतावरून, फुलांमधून ज्यांची नावं मला माहीत नाही, अशी झुडपं आणि झाडांमधून चालत गेलो. त्यानं मला उभ्या मेणबत्त्यांसारखी फुलं असणाऱ्या उंच झाडाबद्दल विचारलं असतं तर काय बोलावं हे मला समजलं नसतं. बीच, हॉर्स, चेस्टनट, ओक ही नावं मी आता लक्षात ठेवली होती आणि त्या झाडांचे आकार आणि पानांवरून ती नेमकी कोणती झाडं आहेत हे काही मला माहीत नव्हतं. त्यानं त्या काठीचा पाठलाग करणाऱ्या कुत्र्याबद्दल विचारलं असतं, तर काय बोलावं हे मला कळलं नसतं.

''डाल्मेशियन, रॉटवेलर, अल्सेशियन.'' ही नावंसुद्धा मी त्या कुत्र्याचं रूप, रंग न पाहता पाठ केली होती. मी जेव्हा माझ्या मोकळ्या हातांनी माझी बोटं दुमडली, तेव्हा माझ्या लक्षात आलं, की ती एका अज्ञानाच्या भीतीमुळे ओली झाली होती. वापरून जीर्ण झालेले लाल मखमली जॅकेट आणि बो-टाय आणि चष्मा लावलेला एक माणूस आमच्याकडे फुटपाथवरून चालत आला आणि ऐकू येण्याइतपत जवळ आल्यावर डॉ. रॉब्सनना हसून म्हणाला, ''व्हे, ए माणसा.'' आणि हसला.

डॉ. रॉब्सन हळू पुटपुटले, ''गांडू साला.''

''तो काय म्हणाला.'' मी विचारलं.

''त्यानं टोमणा मारला.'' तो म्हणाला.

''का?'' मी विचारलं.

''मी अक्लीफ नावाच्या खेडेगावातून आलो. उत्तरेकडचा आहे मी.'' असं म्हणत आपली बोटं त्यानं त्याच्या पातळ केसांतून फिरवली.

मी आमच्या दोघांतील अंतर तोडून त्याचा हात पकडणार होते; पण मला आठवलं, की माझे हात घामेजलेले आहेत. शाहला, माझी आजी ह्या जागी असती तर दातातून श्वास घेत आवाज काढत ती म्हणाली असती, ''इसू! डोळा भुवयांच्या वर कधीच असू शकत नाही.''

ती इमारत झाडाझुडपांआड पार दडलेली होती. आम्ही गडबडीनं जिना चढून प्रवेशद्वाराकडे गेलो. डॉ. रॉब्सननं माझ्यासाठी दरवाजा उघडताच एखाद्या कुलीन, सभ्य स्त्रीसारखी मी आत शिरले. त्या कॅफेच्या भिंती चकचकणाऱ्या काचेच्या होत्या. मी बसले, तेव्हा मला त्या सुंदर बागेत फुलांचा वास घेत बसल्यासारखं वाटलं. डॉ. रॉब्सन उकळत्या कॉफीचे दोन पेले आणि एक केकचा तुकडा घेऊन आले, तेव्हा कॉफीचा वास, अंगाचा आणि कपड्याचा स्वच्छ गंध माझ्या नाकात शिरला. त्यांनी हसून विचारलं. ''साखर?''

''नको, थँक्स डॉ. रॉब्सन.'' अजूनही त्या नाजूक फुलांनी नटलेल्या झाडांकडे

पाहत मी म्हणाले.

मी पाहत असलेल्या गोष्टीकडे बघत ते म्हणाले, ''प्लीज जॉन म्हण मला आणि ते अहो-जाहो नको आणि माहितीदाखल ते म्हणाले, ''हे जपानी डॉगवूड झाड आहे.''

मी त्या प्रवेशद्वाराजवळ असलेल्या खुर्च्यांवर बसून त्याच्याबरोबर ही कॉफी मी मजेत पीत असल्याचं नाटक करत होते.

माझ्याकडे पाहून त्यानं विचारलं, ''तुझ्या मुलीचं नाव काय?''

त्याला नाव सांगताना मी गुदमरलेच, ''ले- लैला.'' मोठा आवंढा गिळत मी म्हणाले.

तो मागे रेळला. त्याने आपले हात त्या ढगळ शर्टमध्ये घातले, पोट चोळलं आणि विचारलं, ''तुझं कुटुंब मोठं आहे का?''

''हो.'' असं म्हणत मी जणू थंडी वाजल्यागत कापू लागले. माझा पातळ कापडी शर्ट अंगाला चिकटला होता, ओला झाला होता. तो कपडा माझ्या घामेजलेल्या पाठीला चिकटण्याआधीच मला उठायला हवं होतं. तो कॉफीचा घोट घेत होता. मग त्यानं त्या कपाच्या कडेवर हात फिरवला. ''कुटुंबाची काळजी घेणं हे खूप मोठं वेळखाऊ काम आहे का?''

''हो.'' मी म्हणाले.

''हो, जॉन.'' तो म्हणाला.

''हो जॉन, त्यांच्यासाठी जेवण करायचं आणि सर्वच.'' सुटलेल्या केसांची बट रबरबँडमध्ये अडकवत मी म्हणाले. त्याला जॉन म्हणणं मला अवघड वाटत होतं. माझ्या जुन्या देशात शिक्षकांना असं नावानं एकेरी हाक मारत नसत.

''कॉफीबद्दल आभार.'' मी म्हणाले आणि उठून उभी राहिले.

कॉफीचा शेवटचा घोट घेऊन तो म्हणाला, ''मी तुला पुढच्या सोमवारी भेटेन ह्याच वेळी, ह्याच सुमारास.''

मी माझा शर्ट पाठीमागून नीट करून सुटकेचा निःश्वास टाकत घाईनं बाहेर पडले.

त्या टेकडीवरून चालत खाली येत असताना मी एक फुललेलं फुलझाड पाहिलं. त्याची नाजूक पांढरी फुलं वाऱ्यावर डुलत होती. ''डॉगवूड, डॉगवूड.'' मी पुन्हापुन्हा म्हणाले. मी अशी विचारात असताना पत्र लिहायला लागले.

> ज्याला हे लागू पडेल त्याला : माझं नाव सल्मा इब्राहिम अल- मुसा. मी इस्लाह तुरुंगात आठ वर्षं होते. त्या पहिल्या वर्षी मी एका मुलीला जन्म दिला आणि तिला ताबडतोब अनौरस मुलांच्या संस्थेत दाखल करण्यात आलं. तुम्ही मला तिला शोधून द्यायला मदत कराल का? माझा पत्ता—

मग मी ते कल्पनेत लिहिलेलं पत्र फाडलं. मी माझं खरं व्यक्तिमत्त्व आणि पत्ता कसा उघड करू शकत होते? माझा शोध घेऊन मला ठार मारण्याचा धोका होताच. मी लैलाचं रडणं, तिच्या सततच्या विनवण्या कशा दुर्लक्षित करू शकत होते? मी त्या टेकडीच्या पायथ्याशी उभं राहून मागे वळून पाहिलं. ती टेकडी गवत, तण आणि झुडपांनी हिरवीगार दिसत होती; पण अचानक जादू झाल्यागत ती हिरवळ पार पुसली जाऊन त्या जागी एक तपकिरी कोरडा डोंगर दिसू लागला. त्यावर रुपेरी-हिरवी ऑलिव्हची, प्लमची झाडं आणि द्राक्षांच्या वेली होत्या. मी एका चपट्या दगडावर बसले. माझं डोकं दोन्ही हातांत धरून श्वास घेतला. ह्यातलं काय चांगलं होतं? अर्ध फुफ्फुस, किडनी, लिव्हर आणि हृदय असं जगायचं, की मायदेशात जाऊन स्वत:ला गोळी घालून घ्यायचं? ही ठसठसणारी वेदना कशी बधीर होईल हे शिकायचं, की हे आयुष्य पटकन संपवायचं? एक मधमाश्यांचा पुंजका जांभळ्या फळांच्या पिवळ्या गाभ्यातून मध चाखत होता. मी पुन्हा वळून पाहिलं, तेव्हा ती टेकडी हिमाच्या त्या काळ्या कनीनिकाच्या फळांनी भरलेली होती.

मी जेव्हा पुन्हा कामावर रुजू झाले, तेव्हा मॅक्सची मन:स्थिती अगदी वाईट होती. तो सारखा जपान्यांना शिव्याशाप देत होता, कारण ते ह्या देशात येऊन फॅक्टरीज विकत घेत होते. मी कॅस्परसारखी अदृश्य होण्याचा प्रयत्न करत माझं काम पटकन आणि उन्हाळ्यातल्या वाऱ्याच्या झुळुकेसारखं हळूच करण्याचा मी प्रयत्न करत होते. पुष्कळ लोकांच्या नोकऱ्या सुटत होत्या. मी नशीबवान होते, कारण मला नोकरी होती. नाकात स्टार्च भरेपर्यंत मी शिवलं, टाके घातले आणि इस्त्री केली. दिवसाच्या शेवटी माझ्या बाजूला बसत मॅक्सनं विचारलं, "तुझा हात कसा आहे?"

"तो ठीक आहे, थँक्स."

सुया आणि टाचण्या शिवणाच्या मशीनवर ठेवून खालच्या अस्वच्छ जमिनीवरून त्यानं एक कागदाची पिशवी उचलली. "हा बायकोनं नारळाचा केक दिलाय." असं म्हणत त्यानं आपली बोटं चापूनचोपून बसवलेल्या केसांवरून फिरवली आणि ती कुरळी बट त्याच्या डोक्याभोवती चिकटलेली आहे ना, ह्याची खात्री करून घेतली.

"थँक्स, तुझ्या पत्नीनं हे छानच केलं." मी म्हणाले.

"ती म्हणाली, की तू विदेशी असल्यामुळे तुला नारळ आवडत असेल." तो हसून म्हणाला.

"हो, फार आवडतो. आभारी आहे." मी खोटं बोलले. मी पहिल्यांदा नारळ पाहिला त्याला बरीच वर्षं झाली होती. परवीननं तो बाजारातून चिकनबरोबर शिजवण्यासाठी आणला होता.

"हो, हे ठीक आहे पोरी." असं बोलून तेथून निघून गेला.

तो बांधलेला हात पाहून ॲलन आश्चर्यचकित झाला. "काय झालं काय तुला?"

"एक छोटा अपघात." मी हसून म्हणाले.

"केव्हा?"

"काही दिवसांपूर्वी." मी सांगितलं.

"तुझी आज रात्री काम करण्याची तयारी आहे का?"

"हो." मी म्हणाले.

"मी तुला वापरण्यासाठी रबराचे मोजे बघतो. जेव्हा तू ग्लासेस गोळा करशील तेव्हा ते वापर."

बारमध्ये गर्दी होती आणि बियर, सिगार आणि शिळ्या श्वासोच्छ्वासांचा वास हवेत भरला होता. मी ग्लासेस गोळा करण्यावर लक्ष केंद्रित करत ते ग्लासेस डिश-वॉशरच्या खणात नीट लावले. त्यांपैकी एक कृश सभ्य गिऱ्हाईक अचानक ओरडले, "आम्ही काही कुठल्या चुत्या ऑप्रेशन थिएटरमध्ये नाही. देवा, हे मोजे कशासाठी आहेत? मला काही एड्स झालेला नाही." मागे होऊन मी दोन्ही हातांची कोपरं त्यानं मोजे ओढू नये म्हणून वाकवली.

ॲलन चिडला. त्या माणसाकडे धावत जाऊन त्यानं त्या माणसाला निघून जाण्यास सांगितलं. "बाहेर हो." तो म्हणाला.

मला चमत्कारिक झालं. ॲलनची प्रतिक्रिया जरा जास्तच झाली होती. माझ्या इमिग्रंटच्या सामानात जगण्यासाठी पहिलं वाक्य होतं, 'कोणत्याही परिस्थितीत वाद टाळा.' "ॲलन." मी विनवण्या केल्या.

दहा मिनिटांतच तो कृश, सभ्य माणूस हॉटेल मॅनेजर राईटवेलना घेऊन आला. माझं हृदय धडधडत होतं. मी डिशवॉशरमध्ये ग्लासेस भरत होते. माझी नोकरी सुटणार होती. तिथे एक चमत्कारिक शांतता पसरली. मॅनेजर ॲलनकडे येऊन म्हणाला, "मी तुझी ओळख जॉन बार्कर रथबोनशी करून देतो. ते ओबीई, इंटरनॅशनल एन्टरप्राईज लिमिटेडचे चेअरमन आहेत."

हे सर्व भयंकर गंभीर प्रकरण असलं पाहिजे. अर्थात, मला ओबीई म्हणजे काय हे कळलं नव्हतं.

"ॲलन, तू मिस्टर बार्कर रथबोन ह्यांची माफी मागावीस असं मला वाटतं."

घसा साफ करत "सॉरी, सर." असं म्हणत तो बारच्या मागे गेला.

"ती बारमध्ये काम करणारी उद्धट मुलगी कुठे आहे?" मॅनेजरनं विचारलं.

मी माझं डोकं हळूच वर केलं. माझा पिवळा हातमोजा निशाणासारखा हवेत उंचावून ॲलनची नक्कल केली, "सॉरी. सर. सॉरी, सॉरी."

"तू मोजे का घातले आहेस?" त्यानं विचारलं.

मी माझा बँडेज केलेला हात त्याला दाखवला.

"तू घरी विश्रांती घ्यायला हवीस."

मी आता थरथर कापत होते. नक्कीच मला कामावरून काढण्यात येणार होतं. मी ॲलन कुठे दिसतो का ते बघितलं; पण तो गिऱ्हाइकांना मद्य पुरवण्यात गर्क होता. माझा रबराचा हातमोजा काढून टाकत मी हसतच म्हणाले, "मी ठीक आहे, खरंच."

तो मॅनेजर काहीतरी म्हणणार होता; पण तेवढ्यात त्याचं मन बदललं. त्यानं विचारलं." तुझी ही बँडेजेस केव्हा काढली जातील?"

"उद्या." मी खोटं बोलले.

मॅनेजर तिथून निघून गेले आणि मिस्टर पार्कर रथबोन, ओबीई यांनी पुन्हा त्याच टेबलकडे जाऊन काहीही न घडल्यासारखं भासवत मद्यपान परत सुरू केलं.

बार बंद झाल्यावर खुर्च्यांवर लांब पाय करून नेहमीचा कॉफीचा कप घेताना आमच्या गप्पा सुरू झाल्या.

"ती फारच मोठी श्रीमंत अवलाद असणार." तो मिस्टर पार्कर रथबोनबद्दल बोलत होता.

त्याची नक्कल करत मी म्हणाले, "जिजस मला एड्स झालेला नाही!"

ॲलन त्यात सहभागी झाला. "मग सरतेशेवटी तो काळा बर्फाचा गोळा खाली आदळला."

मग बॅरी बारमागून म्हणाला, "रोगाचा घसरणारा बर्फाचा खडक."

मग मी ॲलनला विचारले, "ओबीई म्हणजे काय?"

"ऑर्डर ऑफ दी ब्रिटिश एंपायर."

"म्हणजे ही सर सारखी पदवी आहे." असं म्हणताना माझ्या मनात त्या परिपूर्ण आयरिश गृहस्थाचा, माझ्या माहितीतील फक्त एकच सर असलेल्या महोनेय पाद्री, ओबीई ह्यांचा विचार आला.

महोनेय पाद्री ह्यांच्या ब्रॉन्सकोंबमधल्या घरावर सूर्याची किरणं पडली होती. शेल्फमध्ये जुनी पुस्तकं भरलेली होती, वापरून जुना झालेला सोफा, कोपऱ्यात असलेला जुना रेडिओ आणि चामड्याच्या जॅकेटवर असलेलं बायबल आणि त्यावर असलेला त्यांचा वाचायचा चष्मा. आजूबाजूच्या निर्दय परिस्थितीला मला तोंड देता यावं ह्यासाठी ते मला इंग्लिश शिकवत. शांतता आणि समेटाची ती भाषा सर्वांत सुंदर भाषा होती असं ते म्हणायचे आणि पोर्टियाचं दयेबद्दलचं भाषण वाचून दाखवायचे. आता मी माझ्या वडिलांसारखी आकाशात ढग दिसतात का आणि भरभरणारा दयाळू पाऊस

येतो का हे पाहत होते.

ती ब्रान्सकुंबमधली अगदी छान संध्याकाळ होती. महोनेय पाद्री स्वयंपाकघरात पास्ता बनवत होते आणि एकीकडे रविवारचं जॅझ संगीत ऐकत होते. मी बैठकीच्या खोलीत सोफ्यावर बसून घरातले ते आवाज ऐकत होते. पास्ता उकळत्या पाण्यात खदखदत होता, अळंबी कढईत तेलावर चुरचुरत होती. टेबलावरच्या बाटलीतून पाणी घुडघुड आवाज करत बाहेर येत होतं. टेबल मांडलं जात होतं, ढवळणं, अन्न झालं की नाही हे बघणं, शीळ घालणं; स्वत:शी गात त्यांचं हे काम चाललं होतं. आपल्या आवडत्या व्यक्तीला भेटण्याची आस लागल्यासंबंधीची, असा कोणी जो आपल्या प्रियजनांवर नीट लक्ष ठेवून आहे अशा संबंधीची ती गाणी होती.

त्या दुपारी कोणतीही भयंकर स्वप्नं नव्हती. आतल्या भागातल्या दरवाज्यातून मी त्या केशरी फुलांच्या कोपऱ्यात असलेल्या गुलाबाच्या झाडाकडे पाहिलं. मावळत्या सूर्यप्रकाशाचा त्यावर पिवळा उजेड पडून ते प्रकाशित झालं होतं. मी स्वयंपाक-घरातून येणारे वास घेत तो मोकळा; पण करुण आवाज ऐकत होते. मी श्वास रोखून धरला, सोडला आणि त्या चामडी सोफ्यावर हातापायांची जुडी करून चिकटून बसले.

त्या संध्याकाळी मी काम करत नव्हते, म्हणून मी 'टर्क्स हेड' ची ट्रीप मारायचं ठरवलं. माझ्या हातावर अजूनही पातळसं बँडेज होतं. अंघोळ करताना मी ते भिजणार नाही ह्याची काळजी घेतली. मी तरुण दिसावं ह्यासाठी मी कठोर क्रम सुरू केला. सुरूची पानं घातलेल्या पाण्यानं अंघोळ आणि केस काढून कातडी गुळगुळीत करणं आणि मग सर्वांगावर कोको, लोणी चोपडणं सुरू केलं. माझ्या अंगावर डिओडरंट उडवलं, माझ्या केसात सुगंधी क्रीम लावलं आणि खाली वाकून ते वाळवलं. ह्या बसण्याच्या चमत्कारिक स्थितीमुळे माझा रक्तदाब वाढला, कारण ह्यात माझं डोकं एखाद्या कोंबडीच्या पिल्लासारखं लोंबकळत होतं. आता ते भाजायचं अशा तऱ्हेनं तेल चोपडलं होतं आणि केस खालचा गालिचा झाडत होते. मला त्या मारेकऱ्याच्या पायांच्या बोटांच्या नखात अडकलेली घाण दिसत होती. ते पाय त्या पडद्यामागून बाहेर आलेले होते. केस झटकून मी ताठ उभी राहिले, पण त्याला तोंड द्यायचे म्हणून ताठ केलेल्या पाठीचा कणा पुन्हा गायब झाला होता. मी ते पडदे ओढून उघडले; पण तिथे माझे वाफ येत असलेले कपडे नीट घड्या करून आणि रेडिएटरभोवती गुंडाळलेले होते.

माझा बेदुइनी आई आपले ओठ बंद करताना आवाज करत म्हणाली असती, ''च्, तू एखाद्या चालू बाईसारखी दिसतेस.'' इथे चांगल्या स्त्रियाही असे कपडे

घालतात, ज्यामुळे त्या चालू बायकांसारख्या दिसतात, हे आईला समजावणं अशक्य होतं. ती खाली बसताना आपल्या पायाची बोटंही आपल्या लांब काळ्या झग्यानं झाकून ठेवायची. "पुरुषांना आपल्या पायांची बोटं कधीही दिसू देऊ नयेत." माझे कृश आणि घाणेरडे घोटे एका जाडजूड नटीनं सांगितलं होतं, तसे कुणाच्या मनात उलथापालथ करतील असं नव्हतं. आता संध्याकाळ टळून गेली असली तरी उन्हाळा असल्यामुळे सूर्यप्रकाश होता. प्रत्येक गोष्टीला तो सोनेरी छटा देत होता, ती झाडं, ती नदी आणि टेकड्या, सर्वांनाच. मी आईची काळी शाल माझ्या खांद्याभोवती गुंडाळून चालत टर्क्स हेडकडे गेले. रॉयल मेलच्या पत्र्यांच्या शेडकडे जाताना मी माझ्या चालण्याची गती वाढवली. तिथे ते सर्व एक्सटरच्या पत्रांचे वर्गीकरण करायचे. मी तिथे पत्रावर पुरेसा पत्ता न लिहिणारी एक विचित्र बाई म्हणून चांगलीच माहीत असणार. आता क्षितिजावर दिसणारा सूर्य शुद्ध रक्त ठिबकत असलेल्या एखाद्या जखमेसारखा दिसत होता. गावातली खाडी उन्हाळ्यात जशी पेटल्यासारखी दिसते, तसेच नदीचे पाणी दिसत होते. आमचं गव्हाचं पीक त्यामुळे सावकाश तयार व्हायचं, त्यामुळे म्हातारे स्त्री-पुरुष, तरुण माणसं आणि मुलं म्हणायची, "सूर्यास्त किती सुंदर आहे, नाही का?" म्हाताऱ्या बायका म्हणायच्या, "अल्लाच्या ह्या दयेबद्दल त्याचे आभार माना. तुमच्या पिकावर टोळधाड आली असती किंवा ते कुजूनही गेलं असतं."

मी त्या नदीच्या काठावर उभी होते. त्या गुत्त्यात जायला मी काकूं करत होते. ती जखम बरी होतेय हे बघताना, तो सूर्य टेकडीआड मावळताना बघून मला बरं वाटत होतं; पण त्या जोरजोरात चालणाऱ्या गप्पा, सिगरेटचा उग्र वास आणि सिगारच्या धुराचा आणि बियरचा वास आणि त्या ज्यूक बॉक्समधून येणाऱ्या गाण्याच्या स्वरांनी माझं स्वागत केलं. मी माझ्या नेहमीच्या कोपऱ्यातल्या स्टुलावर बसून लेमोनेड मागवलं. पहिला घोट घेतल्यावर मी जिमला टाळता यावं म्हणून तो कुठे दिसतो का ते बघायला लागले. माझ्या बरोबर मागे, वरच्या सिगरेटच्या कक्षामध्ये डॉ. रॉब्सन जॉन – माझा ट्युटर हा तरुण वर्गात बसलेला होता. ते बहुधा त्याचे विद्यार्थी होते. मला पाहून त्यानं ग्लास उंचावला. मी माझाही ग्लास उंचावला. त्या वेळी जिम माझ्या दिशेनं येत असल्याचं मी पाहिलं. आता त्याला टाळणं शक्य नव्हतं. मी जॉनला सांगितलं होतं, की मी कुटुंबवत्सल स्त्री आहे आणि आता...

"हाय."

"हॅलो." मी माझ्या ग्लासकडे पाहत म्हणाले.

"तू माझा पाठलाग करत आहेस का?" त्यानं विचारलं.

मला ते कापूरकचरी घातलेले बाजूच्या टेबलावर ठेवलेले कप, तो घाईनं केलेला नाश्ता आणि शहरात त्याची अचानक झालेली भेट आठवली. मी त्याला कॅफेमध्ये

एका लहानखुऱ्या सुंदर स्त्रीबरोबर पाहिलं होतं. ते परस्परांशी कुजबुजत होते. मी काही न बोलता त्याच्याकडे पाहिलं.

"जर का तू आड लपून राहून पाठलाग करणार असशील, तर मी तुला बरोबर शिकवीन." तो म्हणाला.

"काय म्हणतोयस काय तू?" मी थरथर कापत विचारलं.

माझ्याकडे पाहून बोटं हलवत जिम निघून गेला. हे सर्व जॉन दूरवरून पाहत होता.

ते ड्रिंक खाली ठेवून मी घाईनं बाहेर पडले. जॉन माझ्यामागेच होता. "तू ठीक आहेस ना?" तो म्हणाला आणि त्यानं आपला चष्मा वर सारला.

"मी ठीक आहे ज -जॉन." मी म्हणाले.

"तुझ्या हाताला काय झालं?" त्यानं विचारलं.

"तसं फारसं काही नाही, जरा खरचटलं." असं म्हणून मी तिथून निघाले.

जॉननं दया दाखवण्याची मला गरज नव्हती. मी एखाद्या प्लॅस्टिक स्क्रूनं जुळवलेल्या बाहुलीसारखी पायपीट करत चालले. माणसांनी दाखवलेली दया, प्रेम ह्यामुळे ते स्क्रू विरघळतील आणि मी मोडकळलेल्या अवयवांच्या ढिगांसारखी खाली कोसळेन. ती अमावस्या होती; पण ते मोठमोठे विजेचे दिवे ते एखाद्या छोट्या फिक्कट चंद्रासारखे पाण्यावर तरंगत होते. त्यांच्या कृत्रिम प्रकाशानं रात्रभर उजळून निघालेला तो सर्व भाग प्रत्येक गोष्ट काल्पनिक आहे असंच दाखवत होता; जणू काही आम्ही सर्व सायन्स फिक्शन फिल्ममधील नट-नट्या होतो. मी माझी शाल माझ्याभोवती गुंडाळली. मी दुसऱ्या कुठे असते किंवा मेलेली असते तर बरं झालं असतं. मला त्या शांत, गडद अंधार असलेल्या आमच्या खेड्यातील रात्रीची ओढ वाटायला लागली. तिथे रातकिड्यांची किरकिर आणि दूरवरचं कुत्र्यांचं भुंकणं ह्याशिवाय दुसरे कसलेच आवाज ऐकू यायचे नाहीत. पिवळ्या-लालसर हनीसकल फुलांचा आणि पांढऱ्या फुलांचा वास त्या रात्रींना असायचा. ते काळं आकाश एखाद्या शहामृगाच्या पिसांनी भरलेल्या रजईसारखं तुमच्यावर पांघरूण घालायचं आणि त्या खाली झोपल्यावर तुम्ही तुमचे डोळे बंद करून शांतपणे झोपी जायचात.

जेव्हाजेव्हा मी घरातून बाहेर पडायचे, तेव्हा लिझ माझ्या मागून ओरडायची, "तू तुझ्या गिऱ्हाइकांना त्यांच्या बायका घरी नसताना त्यांच्या घरी भेटण्याची सुरुवात केलीस काय ग, ए नाचणघुमरी?" तिची मन:स्थिती ठीक नव्हती. तिनं तिच्या डॉक्टरची भेट घेतल्यापासून तिचं शिव्या देणं बंद झालं नव्हतं. त्यानं तिला दारू पिणं थांबवायला सांगून तो तिला म्हणाला होता, की तिचे स्नायू आणि पित्ताशय ह्यांची दारूमुळे हळूहळू; पण नक्की झीज होत चाललीये. पहिल्या संध्याकाळी

तिनं दारू न पिण्याचा प्रयत्न केला; पण दहा वाजले आणि ती सादिकच्या दुकानात गेली आणि स्वस्त दारूची बाटली मागायला लागली. ती त्याला मागून पैसे द्यायला तयार होती. काय करावं मला समजत नव्हतं. मला माहीत होतं, की तिची भाची नताशा केंटमध्ये राहत होती; पण मी तिला काय सांगणार होते? ''तू अल्कोहोलिक अनॉनिमसला फोन कर. तुझ्या मावशीला ह्या उपचारांची गरज आहे.'' मी एक विदेशी भाडेकरू, त्या मध्यमवर्गीय इंग्लिश स्त्रीला तिनं तिच्या मावशीचं काय करावं हे सांगणं कसं शक्य होतं?

मी तो दिवस जिवंत असेपर्यंत विसरणं शक्य नाही. माझे डॅडी नेहमी-पेक्षा लवकर आणि अस्वस्थ मन:स्थितीत थकून घरी आले. एरवी ते नेहमी व्यवस्थित असायचे, त्यामुळे सारं विचित्र वाटलं. सरळ लायब्ररीत जाऊन त्यांनी पडदे ओढले आणि ते अंधारात बसून राहिले. त्यांनी आयाला त्यांचं डोकं पाणी आणि व्हिनिगरनं धुवायला सांगितलं आणि वेताच्या झाडापासून काढलेलं तेल कपाळावर चोळायला सांगितलं. आयानं मला सांगितलं, की जेव्हा ती त्यांचं डोकं चोळत होती, तेव्हा ते सारखं म्हणत होते, ''हिज मॅजेस्टी दी किंग- एम्परररच्या नोकरीत असणं हा एक मानाचा बिल्ला. मी तो मरेपर्यंत अभिमानानं वापरीन.'' मी बाहेर काही बातमी मिळते का हे पाहण्यासाठी गेले. माळ्यानं मला सांगितलं, की मैदानात लोकांची फार मोठी सभा झाली होती. हिटाचा बाप त्या जमावाला भाषण देत होता. ब्रिटिशांनी गोळीबार सुरू केला. ''लोक म्हणतात, की तुमच्या वडिलांनी हिटाच्या बापाला गोळी घातली आणि त्याला मरणोन्मुख अवस्थेत तिथेच सोडलं.''

मी हिटाला शोधण्यासाठी पळाले. मला तो सरतेशेवटी सापडला. तो लोखंडी दरवाज्याच्या सळ्या घट्ट धरून उभा होता. त्याचे डोळे सताड उघडे होते आणि जबडा घट्ट मिटलेला होता.

''हिटा, हिटाजान.'' अशा विनवण्या करत मी त्याच्या हातावर माझा हात ठेवला. त्यानं तो हात मला महारोग झाल्यागत दूर सारला आणि तो थरथर कापू लागला. त्या दरवाज्याच्या सळ्या हळूच सोडून तो गेटमधून सरळ बाहेर पडला. त्यानंतर मी त्याला कधीच पाहिलं नाही.

कामावर जाण्याआधी मला माझ्या नावाची दोन पत्रं त्या मधल्या जागेत पडलेली आढळली. हे असं पूर्वी कधीच घडलं नव्हतं. मला कधीकधी पोस्टातून ऑर्डर्स यायच्या; तुझा ओव्हर ड्राफ्ट भर, तुझं भाडं भर; पण पत्र असं मला कधीच आलं नव्हतं. मी पहिलं पत्र उघडलं आणि जॉनची सही पाहिली, ''मला सोमवारी भेटता

येणार नाही ह्याबद्दल मी माफी मागतो. त्यापेक्षा आपण शुक्रवारी भेटू या का? मला शहराबाहेर जावं लागणार आहे.'' माझ्या हृदयात दाटून आलेल्या निराशेनं मी त्याला भेटायला किती उत्सुक होते, त्याची कल्पना दिली. दुसरं पत्र होतं, एक सुशोभित असं परवीनच्या लग्नाचं बोलावणं. तीन आठवड्यांनंतर ते लग्न होतं. स्वागत समारंभ एक्स्टर युनिव्हर्सिटीच्या रीड हॉल मध्ये होता. चार वर्षांपूर्वी आम्ही कचऱ्याच्या डब्यातलं अन्न चिवडणाऱ्या भिकारणी होतो. जेव्हा आम्हाला थोडं बुरसटलेलं सॅन्डविच मिळायचं, तेव्हा तो घेऊन आम्ही पार्कमध्ये धावायचो. ''पाकी भिकारी पुन्हा आले.'' त्या व्हाइट हेअर मध्ये ते म्हणायचे. आता तिचं लग्न होतंय, तेही मिस्टर मार्क पार्क नावाच्या एका देखण्या गोऱ्या इंग्लिश माणसाबरोबर. त्याच्या हाताच्या जागी लोखंडी हूक आहे एवढंच.

त्या संध्याकाळी ॲलन माझ्या हातावरून हळूच हात फिरवत होता. ''आता हा खूप बरा आहे, सल्मा, आता तुला रबराचे हातमोजे घालण्याची गरज नाही.'' तो म्हणाला.

चापूनचोपून बसवलेल्या त्याच्या केसांकडे, त्याच्या बोटांकडे आणि त्याच्या चकचकीत बुटांकडे पाहून माझ्या मनात आलं, की त्याच्यासारखा भाऊ मला लाभला असता, तर किती छान झालं असतं. तो प्रामाणिक होता, धोरणी होता आणि संरक्षकही. तो माझ्याकडे बघत राहील, की माझ्यावर लक्ष ठेवेल? त्याच्या दृष्टीनं मी एक संभाव्य शरम होते की प्रेमळ लहान बहीण? ह्या देशात त्यांच्या आडवयाच्या बहिणीशी भाऊ कसं वागतात? ते उघड दिसत होते.

तो रिकामा असायचा, तेव्हा तो ग्लासेस गोळा करायचा, ज्या तऱ्हेनं तो माझ्यावर लक्ष ठेवायचा, संध्याकाळी काम संपल्यावर ज्या तऱ्हेनं तो मला कॉफी द्यायचा, त्यावरून मला हे दिसत होतं. ''शुगर.'' तो म्हणायचा. जणू काही तो मलाच त्या नावानं संबोधित असायचा.

कामात मला गुंतागुत नको होती. ''नको थँक्स.'' त्याचं नाव उपयोगात आणण्यासाठी मी थांबले. ते नेहमी मी सहजपणे घ्यायचे. मी माझे पाय त्या गादीनं मढवलेल्या खुर्चीवर पसरून कॉफीचे घोट घेतले.

''सल्मा, पुढच्या बुधवारी तुला माझ्याबरोबर जेवण घेणं आवडेल?'' असं विचारत त्यानं आपला बो-टाय नीट केला.

त्याला माहीत होतं, की मी बुधवारी काम करत नाही. मी आवंढा गिळला आणि जेवढं शक्य होतं तेवढ्या प्रेमळपणे म्हणाले, ''हे शक्य आहे असं मला नाही वाटत. ॲलन, तू मला भावासारखा आहेस.''

माझ्या म्हणण्याचा रोख त्याच्या डोळ्यांत उमटलेला मला दिसला. त्यानं ते

खाली केलं. झालेली दुखापत त्याला लपवायची होती.

आम्ही गप्पपणे कॉफी प्यायलो. मग दीर्घ निःश्वास सोडून ॲलननं विचारलं, "तुला भाऊ आहेत का?"

"नाही." मी खोटं बोलले. मला दूरवरचं भुंकणं, रेडिओचा स्वर, गाड्यांचे आवाज, कानावर आले. मी उठले आणि म्हणाले, "मला घरी जायला हवं."

महमूद हा माझ्याहून काही वर्षांनी मोठा होता. तो लुकडा होता आणि त्याच्या त्या लांब पांढऱ्या शर्टमध्ये तो राजबिंडा दिसायचा. माझ्याकडे पाहत त्याची ती छोटी मिशांची गुंडाळी पिळण्याचा प्रयत्न करायचा आणि नंतर शिव्याश्राप द्यायचा. त्याच्या रुपेरी खंजिराच्या दांड्यावर कोरीव काम केलेलं होतं. त्या खंजिराला रक्त वाहून जाण्यासाठी खोबण होती आणि कातडी म्यानही होती. खंजीर आणि सोटा हे दोन्ही त्याच्या बंदुकीच्या गोळ्यांच्या पट्ट्याला बांधलेलं होतं.

"त्याला वाटतं, की तो जमातीचा शेख आहे. तो एखाद्या टर्कीसारखा पाय फाकवून चालतो. त्याचा सुंता उशिरा केला गेला, म्हणून तो असे चालतो." शाहला, माझी आजी म्हणायची. आणि तोंडाने "स्" असा आवाज करायची.

जेव्हाजेव्हा मी हलायचे, तेव्हातेव्हा तो आपला सोटा मला भीती दाखवत हवेत उगारायचा; पण कधीकधी तो शाळेतून येताना तपकिरी बॅगेत तुर्की मिठाई आणि मारीची बिस्किटं घेऊन यायचा. त्या गावच्या दुकानात हे एकच खाण्याचं जिन्नस विकत मिळायचे. ती मिठाई दोन्ही हातांत धरून चपटी करत बिस्किटांत घालून सँडविचसारखी करून खायला मला आवडायचं. अंगणातील विहिरीच्या कट्ट्यावर बसून तो मी ही बिस्किटं खात असताना एकीकडे प्रेम, तर दुसरीकडे किळस अशा संमिश्र भावनेनं पाहायचा. तो तसा प्रेमळ भाऊ होता. तो त्या वाळवंटातील राखण करणारा पोलीस होता. शाहला आपल्या लांब पाईपमधून धूर काढताना म्हणायची, "पोरी, आपल्या पायरीनं सांभाळून रहा."

मी दरवाजा उघडला, तेव्हा डांबरी गोळ्यांचा वास माझ्या नाकात भरला. मी हळूच बैठकीच्या खोलीत गेले. तिथे लिझ होती. ती आपल्या मलीन सोफ्यावर टेकून बसलेली होती. तिनं लाल पिवळी जरीचं भरतकाम केलेली साडी नेसली होती आणि तिच्या डोक्यावर सुकलेल्या फुलांचा मुकुट होता. तिच्या चेहऱ्यावर पिवळं खवट लोणी थापलेलं होतं. ते तिनं रुपेरी डबीतून काढलेलं होतं. तिचा ओरखडे आलेला निर्जीव हात तिच्या हृदयावर ठेवलेला होता आणि एक पत्रं होतं. "मी आताच हिटाशी लग्न केलं, ही छान गोष्ट नाही का?" लिझ म्हणाली.

ती खूप भरलेली जरदोसी साडी तिच्या डाव्या खांद्यावर पडलेली होती आणि ती

अंधारात चमकत होती; परंतु त्या स्कर्टमधून तिची मळलेली कापडी चड्डी दिसत होती. त्या वाकड्या झालेल्या मुकुटानं तिच्या करड्या केसांच्या बटा मागे ओढलेल्या होत्या आणि तिच्या कपाळावरच्या लाल खुणा दाखवत होत्या आणि तिच्या गालावरील लाल, पातळ रक्तवाहिन्या दिसत होत्या, डोळे चोळून ती म्हणाली, ''माझ्या वडिलांना हे कसं कळलं असेल?'' आणि ती रडायला लागली.

''तू साडीत खूप छान दिसतेस लिझ.'' असं म्हणून मी हुंदक्यांनी खालीवर होणाऱ्या तिच्या पाठीवर माझा हात ठेवला. तिनं आपले अश्रू आवरण्याचा प्रयत्न केला; पण ते अश्रू जोरात हुंदक्यांनी बाहेर येत होते. ''वडिलांनी मला पत्रं लिहिली आणि क्षमायाचना केली तीसुद्धा एकदा, दोनदा'' ती म्हणाली.

मी तिच्या डोक्याची बाजू माझ्याकडे ओढून घेतली आणि म्हणाले, ''शू शू, सर्व ठीक आहे. शू.'' तिच्या डोक्याची ऊब माझ्या पोटाला जाणवत होती आणि तिचे अश्रू माझ्या हातावरून ओघळत होते.

त्या गरम अश्रूंनी ते लोणी विरघळवलं आणि तिच्या चेहऱ्यावर एक तिरकी रेषा उमटली. तिच्या डोळ्यांतल्या काजळानं तिच्या सुजलेल्या लाल डोळ्यांभोवती डाग पडले.

मी स्वयंपाकखोलीत धाव घेतली. एक टॉवेल, साबण आणि गरम पाणी आणलं. ''हे बघ, मला तुझा तो मेकअप पुसू दे.'' मी प्रेमळपणे म्हणाले आणि ते पिवळं लोणी त्या ओल्या टॉवेलनं पुसायला लागले. ती गप्प बसून होती. मी तिच्या तोंडावरचं ते लोणी काढलं आणि तिच्या तोंडावर हळुवारपणे साबण आणि पाणी लावलं. वर पाहून ती कसंबसं म्हणाली, ''माझ्या बापानं त्याला मारलं आणि मग स्वत:ला मारून घेतलं.''

''कुणाला मारलं?'' मी विचारलं.

''हिटाच्या बापाला! त्याला माहीत नव्हतं, त्याला त्यानं सलाम, ह्याला सलाम त्याला सलाम असं म्हणायला हवं होतं आणि माझ्या हिटाच्या बापानं ते नाकारलं.'' ती अडखळत म्हणाली.

तिचा चेहरा आता जरा स्वच्छ होता, जरा लाल होता इतकंच. जेव्हा मी तिला विचारलं, ''तुला विश्रांती घ्यावीशी वाटते का?''

''वधू आपल्या झोपण्याच्या खोलीत जाईल. चार्ल्स, तू वधूचं चुंबन घे.''

जेव्हा मी तिचा खांदा माझ्या हाताखाली ठेवला आणि तिला वर धरून जिन्याकडे नेलं, तेव्हा ती तिच्या आयानं तिच्यासाठी बनवलेल्या काळ्या बाहुलीसारखी सहकार्य करत होती. ती त्या पांढऱ्या घाणेरड्या रजईखाली शिरली. मी तिचं डोकं एका बाजूला करून ठेवलं. तिचं तोंड उघडून म्हणाले, ''गुड नाईट वधू.''

सुस्कारा सोडून ती ताबडतोब झोपी गेली. मी खाली धावले. त्या रुपेरी खोक्याचं

झाकण घट्ट लावलं. तो स्वच्छ केला, मग सोफ्यावरचं आणि कॉफी टेबलावरचं लोणी साफ केलं. सर्व दरवाजे आणि खिडक्या उघडल्या. ती दारू आतल्या मोरीत ओतली आणि तो ट्रे आणि घाणेरडे ग्लासेस धुतले. लिझच्या आरामखुर्चीत बसून हिटाचं पत्र वाचायला लागले. ते चुरगळून खाली जमिनीवर पडलं होतं.

एलिझाबेथ, मी तुझ्या तेलानं अंगावर चोपडून घेईन. ह्या दिवसाची स्वप्नं मी कित्येक महिने पाहत होतो. मी चंदनाची पावडर, हळद तेल एका भांड्यात घातलं. मी हे करताना तुझ्या माझ्या घराण्यातील हुद्दे आणि नावं घोकत होतो. मी कपडे काढले. माझी छाती, पाय, पोट, हात, ओठ, बोटं, पायांची बोटं त्या तेलानं चोळली. माझी कातडी त्यामुळे पिवळी आणि मऊ झाली होती. मी तिथे माझा घाम आणि रक्त त्या तेलात गळेपर्यंत बसलो. मग मी ते चोळून काढले. ते ह्या रुपेरी पेटीत ठेवलं. त्यात आणखी तेल घातले. ते मिश्रण गुळगुळीत होईपर्यंत कालवलं आणि मग ते मिश्रण त्या महत्त्वाच्या दिवसासाठी बंद करून ठेवलं. त्या दिवशी तुझ्या नाजूक पांढऱ्या कातडीवर ते तू चोळशील तुझी कातडी काळपट पिवळी होईल आणि तू माझी होशील.

लिंबं आणि माकडं

सुरूच्या तेलाच्या वासामुळे कोणीतरी देखणा, श्रीमंत माणूस माझ्या खिडकी-खाली येईल, अशी आशा मला वाटत होती. मी त्या अंघोळीच्या वनस्पतियुक्त दाट वाफेच्या प्रवाहाखाली असल्यामुळे माझ्या इथे बागेकडे उघडणारी खिडकी नाही हे मी विसरलेच होते. माझं शरीर त्या गरम पाण्यात पसरून मी माझे स्नायू शिथिल केले. शिवताना ते खाली वाकणं, इस्त्री करणं आणि त्या डिश-वॉशरमध्ये ग्लासेस लावणं ह्यांनी माझी मान आणि खांदे ताठरले होते. पोक आलेली, केस पांढरे झालेली आणि विदेशी अशी मी लवकरच एकतिशीची होणार होते. कदाचित, लवकरच मी सादिकला माझ्याशी लग्न करण्याची विनंती करेन आणि त्याच्या बायकोला पाकिस्तानात दर महिन्याला दोनशे पौंड पाठवण्यात मी सुख मानेन. ह्या भारतीय आरशात मेणा-सारखा थेंबाथेंबानं गळत असलेला एक चेहरा माझ्याकडे पाहत होता. मी माझ्या ब्राचे पट्टे वर ओढले आणि एक काळा नाजूक शर्ट घातला. हा शर्ट मी एका दानधर्म करणाऱ्या दुकानातून स्वस्तात विकत घेतला होता आणि एक लांब, भरतकाम केलेला परवीनचा स्कर्ट अंगावर चढवला.

एक दिवस हॉस्टेलमध्ये असताना तिचं डोकं फिरलं होतं आणि तिनं कपड्यांच्या कपाटातल्या सर्व वस्तू जमिनीवर फेकल्या होत्या. ''मी हे आणखी सहन करू शकत नाही. हे घे आणि हे पण घे, सर्व घे.'' ती किंचाळली. मी कधीही असले सपाट टाचेचे शूज वापरले नव्हते. ते मऊ अशा टिश्यू पेपरमध्ये गुंडाळून ते झंपरमध्ये दडवून ठेवले होते. ते लहर म्हणून खरेदी केल्यानंतर मग माझ्या लक्षात आलं होतं, की फक्त म्हाताऱ्या बायकाच ह्या देशात शहाणपणाने शूज वापरतात. मला माझ्या आजीच्या वापरून सपाट झालेल्या प्लॅस्टिकच्या हिरव्या चपला हव्याशा वाटू लागल्या. ''मी ओढ्यात, तळ्यात किंवा सुक्या जमिनीवरही चालू शकते. त्या चपला चांगल्या दर्जाच्या आहेत. तुझा दयाळू बाप माझ्यासाठी दर वर्षी दोन जोड

राजधानीवरून विकत आणतो. त्यांची किंमत आहे प्रत्येकी एक दिनार.'' ती सांगायची.

मी निमुळत्या टाचांच्या शूजमध्ये स्वान कॉटेज सोडलं, तेव्हा मी लिझला फोनवर हळू आवाजात बोलताना ऐकलं, ''तिच्याकडे बरेच पैसे आहेत. ती आता ब्राऊन ब्रेड आणि अर्ल ग्रे चहा विकत आणते. सॅली नक्कीच धंदा करत असावी.''

मी वॉटरफ्रंट रेस्टॉरंटच्या बाहेरच्या बाकावर बसले. तिथे ते तुम्हाला कचऱ्याच्या डब्याच्या झाकणासारखा पिझ्झा द्यायचे. मी माझा डाएट कोक पीत होते. नदीच्या काठी नव्याने बांधलेले ते फ्लॅट्स रिकामे दिसत होते. त्यात कुणी राहत नव्हतं. कुणाला ते परवडण्यासारखंच नव्हतं. बिस्किट आणि भुऱ्या साखरेच्या बांधलेल्या घरांसारखे ते चमकदार, चकचकीत; पण ठिसूळ होते. पाण्याच्या त्या काठावर बरीच गर्दी होती. तरुण इटालियन मुलं इंग्लिशचा अभ्यास करत होती, स्पॅनिश मुली टुरिझमचा अभ्यास करत होत्या. अमेरिकन विद्यार्थी आणि गुळगुळीत गोटा केलेले आणि राष्ट्रीय झेंड्याच्या टी-शर्टमध्ये असलेले स्थानिक लोक काळी कुत्री घेऊन फिरत होते. मी नदीच्या एका किनाऱ्यावरून दुसऱ्या किनाऱ्यावर प्रवासी घेऊन जाणारी बोट पाहत होते. तिचे दिवे लुकलुकतांना पाण्यात दिसत होते.

अचानक माझ्या मानेच्या मागची बारीक लव ताठ उभी राहिली. मला तो वारा परिचित होता. लैला तिथे बाहेर रडत होती, पाय ठेवण्यासाठी जागा शोधत होती. मला तो वारा माहीत होता. माझ्या शरीरातून एक शिरशिरी आरपार गेली. मी पुढे वाकले, जणू काही माझा श्वास अडकला होता. मी माझी ताठ स्तनाग्रं दाबून धरली. माझ्या बरगड्या जिथे मिळतात, तिथले स्नायू प्रसरण होत खाली कोसळले, जणू काही ते स्नायू आतल्या आत आकुंचन पावले होते. मी बुडत होते. तिचे काळे केस तिच्या डोक्याला चिकटले. तिचं मऊ पोट बाहेर आलं होतं. तिचे पाय छोटे होते. जेव्हा मॅडम लामानं तिच्या नितंबांवर चापट्या मारल्या, तेव्हा श्वास घेण्यासाठी ती रडली. मी तिच्या हाताची बोटं मोजली एक दोन तीन चार पाच. मी प्रत्येक पायाची बोटं मोजली. तिची मऊ बोटं माझ्या तर्जनीभोवती एखाद्या नुकत्याच उमललेल्या नाजूक वेलीसारखी गुंडाळली होती. तिचे नाजूक ओठ माझ्या स्तनांना लागण्यापूर्वी काही क्षण आधी नैमानं तिला खेचून दूर नेली. तिला एका ब्लँकेटमध्ये गुंडाळलं नैमा धावत बाहेर गेली. लैला भुकेली होती आणि माझे स्तन दुधाने भरलेले होते. मी त्या गजांच्या खिडकीकडे बघून ओरडले. तिथल्या इतर कैदी स्त्रियांनी मी भिंतीवर डोकं आपटून घ्यायला निघाल्यावर मला थांबवलं. जेव्हा मी शुद्धीवर आले, तेव्हा नौरा आणि मॅडम लामानं मला दाबून ठेवलं होतं. ''हे चांगल्यासाठीच घडलंय, मुली. हे चांगल्यासाठीच झालंय.''

माझे पाय सुकलेल्या रक्तानं माखले होते आणि माझं पोट दूध आणि अश्रूंमुळे चिकट झालं होतं.

डान्सर्स बारमधले दादा लोकसुद्धा मध्यम वयाचे होते. मी चार पौंड दिले आणि आत शिरले. दरवाज्याजवळच्या लांब आरशात मी माझं प्रतिबिंब पाहिलं. माझे केस कुरळे होते, माझा चेहरा घामानं ओला झाला होता आणि माझा स्कर्ट चुरगळलेला होता. केस मागे सारून मी त्या अर्धवट रिकाम्या असलेल्या गुत्त्यात शिरले. सर्व जण माझ्याकडे पाहत असल्यासारखं मला वाटत होतं. क्ष-किरणांसारखे त्यांचे डोळे माझ्या लाजिरवाण्या भूतकाळासकट सर्व पाहू शकत होते. मी बारकडे घाईनं गेले आणि पुन्हा जायला नको म्हणून दोन डाएट कोकची ऑर्डर दिली. कोपऱ्यातल्या एका टेबलाशी येऊन तिथे बसले. ते उंचावर होतं आणि भोवती लाकडी कट्टा होता. मी जणू रस्त्यावरच्या कॅफेत जाणारे-येणारे पाहत बसले. डिस्कोच्या गोलाकार आरशात पडलेली लाल आणि हिरव्या, मध्येच चमकणाऱ्या दिव्यांची प्रतिबिंबं पडली होती. नाचण्याच्या स्टेजवर पसरली होती. इथे तसं कोणीच नव्हतं. फक्त मध्यमवयीन गोऱ्या भुऱ्या केसांच्या दोन स्त्रिया होत्या. त्या टाइट शॉर्ट्स आणि पांढरे शर्ट घालून त्यांच्या हॅन्डबॅग्ज भोवती नाचत होत्या. एक कोपर एका हाताच्या तळव्यावर ठेवलेले, दुसरा हात हवेत हलवत जेव्हा त्या उडी मारायच्या, तेव्हा उजवा पाय हवेत फेकल्यामुळे त्यांना खाली यावं लागत असे. मी माझ्यासारख्या परिस्थितीतल्या त्या स्त्रिया ताबडतोब ओळखल्या.

मी त्या जुन्या नाचाच्या स्टेजवर उभी राहून पडघमच्या तालावर माझे नितंब हलवत आहे.

"तू कुठून आलीस?" टी-शर्ट आणि वारंवार इस्त्री केल्यामुळे चमकणारी काळी पँट घातलेल्या तरुणानं विचारलं.

तो फुटबॉलचा शौकीन असावा असं वाटून मी म्हणाले, "मी इंग्लिश बोलत नाही."

आपल्या मोठ्या मोठ्या निळ्या डोळ्यांनी माझ्याकडे पाहून तो म्हणाला, "थापा मारू नकोस. तू इंग्लिश बोलतेस."

"नाही, मी नाही."

"तू कुठची? बार्सिलोना? मी बार्सिलोनाला गेलोय. इटालियन! बरोबर ना?"

मी उत्तर दिलं नाही. "तू का सांगत नाही ते मला माहीत आहे, कारण तू अर्जेंटिनाची आहेस." असं म्हणून तो निघून गेला.

मी त्याला मी सांगितलं असतं, की मी अरब आहे तर तो आणखी वेगानं पळाला असता. हिमा गावातील मी एक बेदुइनी अरब आहे आणि तिच्या रक्ताची तिची जमात पिपासू आहे. कोणताही भटक्या ते रक्त पिऊ शकला असता. मी माझी पाठ ताठ केली. माझं पोट आत खेचलं आणि तोंड बंद ठेवलं. माफियाच्या

गुन्ह्याच्या खटल्यातील महत्त्वाच्या साक्षीदाराप्रमाणे, माझ्या पावलांच्या खुणा पुसल्या जाव्यात म्हणून मी माझं नाव, पत्ता, भूतकाळ आणि इतकंच नव्हे, तर देशही बदलला होता.

आपल्या घराण्याचा वृक्ष शोधून काढणं हे फार महत्त्वाचं असतं. त्याची मुळं आपल्याला जमिनीत घट्ट धरून ठेवतात. प्रत्येकानं आपण कोण आहोत ते स्वीकारावं आणि त्याचा अभिमान बाळगावा. जेव्हा मी तिला तिच्या वडिलांबद्दल विचारलं, तेव्हा ती आपल्या घराण्याचा इतिहास शोधू पाहत होती.

''माझे वडील कधीतरी मर्थ्यर टाईड फिल ला गेले होते आणि तिथे ते खाण अधिकारी म्हणून शिक्षण घेत होते. हा विचार त्यांनी सोडून दिला आणि ते वुल्व्हर हॅम्पटनला काही वेळ होते, हे मला माहीत आहे. ते बोटिंग करायचे, रग्बी खेळायचे आणि इतर गोष्टींबरोबर ते प्रादेशिक सैन्यातही दाखल झाले होते. एकोणीसशे बारा मध्ये ते साऊथ आफ्रिकेमधील जोहान्सबर्ग इथे कामाला गेले. तिथे उभारलेल्या पहिल्या आयर्न आणि स्टील वर्क्स कंपनीत ते डेप्युटी चीफ इंजिनियर म्हणून काम करत होते. आता ती कंपनी व्हर्नर कंपनीचा भाग आहे.''

एका मखमली रुमालातून तिनं एक करड्या रंगाची धातूची वीट बाहेर काढली. हळुवारपणे घासून ती म्हणाली, ''पहिल्या विटेचा छोटा भाग माझ्याकडे आहे. तो तीन इंच लांब, एक इंच रुंद आणि एक अष्टमांश इंच जाड आहे. त्याच्या एका बाजूवर यू एस सी ओ म्हणजे युनायटेड स्टील कॉर्पोरेशन आणि वीट नंबर एक असा त्याचा अर्थ असावा असं मला वाटतं आणि दुसऱ्या बाजूला १-९-१३ ही ती वीट तयार केल्याची तारीख आहे. ती तयार झाल्यावर कापण्याआधी खरी मूळची वीट त्यांनी माझ्यासाठी ठेवली होती. सर्व बडी प्रस्थं ते पाहत होती.'' तिनं त्या चिनी कपात आणखी चहा ओतला. त्या कपावर इंग्लिश गुलाबाची फुलं एका बाजूला नीटपणे काढली होती. तो खास दिवस होता. ग्वेन आपल्या बापाबद्दल वाटणारं प्रेम माझ्याबरोबर वाटून घेत होती.

डान्सर्स बारमध्ये एक मध्यमवयीन काळ्या केसांचा आणि बिअर पिऊन सुटलेल्या पोटाचा एक माणूस कोपऱ्यात उभा राहून ड्रिंकचे घुटके हळू हळू घेत माझ्याकडे पाहत होता. स्त्रिया त्याच्याकडे जात होत्या आणि तो नम्रपणे त्यांना नकार देत होता. तो माझ्याकडे आला. ''तुला नाच करायला आवडेल?'' हे चांगल्या वाटणाऱ्या, व्यवस्थित बूट असलेल्या, स्वच्छ पांढरा शर्ट घातलेल्या आणि बहुधा एखाद्या माणसाकडून आलेलं बोलावणं नाकारण्यात अर्थ नव्हता.

जरा घुटमळून मी म्हणाले, ''क्षमा करा, मी खूप थकलेय.''

समुद्रपक्षी आज सकाळी फुललेल्या पांढऱ्या ढगांसारखे त्या हिरव्या टेकडीवर घिरट्या घालत होते. त्यातील काही त्यांच्या थव्यापासून दूर उडत होते तर काही आपल्या थव्याला धरून होते. काही घाईनं पाण्यात जात होते, तर बाकीचे झाडावर उभं राहून हवेतील तो नाच पाहत होते. जणू काही त्यांच्याकडे ती पांढरी पिसं, पंख आणि चोची नव्हत्याच.

त्या क्लबमध्ये बिअर आणि निकोटीनचा वास भरला होता.

''आम्हाला एक चुंबन दे, ए टवळे!'' एक माणूस ओरडला.

''ए मा×××! चालता हो.'' तिनं उत्तर दिलं. नाचाच्या स्टेजवर असलेला एक माणूस सर्व संध्याकाळभर स्त्रियांना नाचाची विनंती करत होता आणि त्या त्याला नकार देत होत्या. त्यानं आपल्या पॅन्टची झीप सोडली आणि युनियन जॅकच्या बॉक्सर्स शॉर्टमध्ये इतर नाचणाऱ्यांबरोबर तो जीव नसल्यागत नाचू लागला.

मी माझं दुसरं ड्रिंक संपवण्याच्या बेतात असताना चांगले कपडे घातलेला काळ्या केसांचा एक देखणा माणूस माझ्या समोर आला. त्यानं हात केला आणि मी त्याच्या पाठोपाठ जावं म्हणून त्यानं मला डोळा घातला. मी मनाशी त्या इटालियन प्लंबरशी त्याच्या त्या पिवळ्या स्पोर्ट्स कारमध्ये चामड्याच्या सीटवर प्रेमाचे चाळे करत असल्याची कल्पना केली. जेव्हा त्यातली गंमत संपेल, तेव्हा तो आपले केस विंचरेल, पँटची झीप लावेल, शर्टची बटणं लावेल आणि म्हणेल, ''मला धावत गेलं पाहिजे. माझी बायको मला ठार मारेल.'' मी त्याच्या मागोमाग जावं, माणसासारखे वागावं म्हणून स्वत:ला विनवलं, पण सल्मा आणि सॅलीनं त्याच्या मागोमाग जाण्याचं नाकारलं. मी कैदी होते, विदेशी होते आणि फालतू होते आणि प्लंबर बरोबर एक रात्र काढणं माझ्या दृष्टीनं खूप होतं. जर मी त्यांच्यापैकी कोणी असते, तर मी मला त्यांच्या त्या स्वच्छ सुगंधित घरात येऊच दिलं नसतं. मी संसर्गजन्य होते आणि ज्याला मी स्पर्श करायचे, ती वस्तू डांबराची व्हायची. एखादी स्त्री आणि पुरुष जे काही वेळापूर्वी तिऱ्हाईत होते, त्यांनी तोंडात तोंड घालून चुंबन घेणं हे अगदी घृणास्पद होतं. कदाचित, मी तो कोक रिकाम्या पोटी घेतला होता. त्याचा हा परिणाम होता. जर ते आले आणि त्यांनी मला विचारले, ''तुला ताजी हवा घ्यायचीये का?'' पूर्वीच्या व्हिक्टोरियन नाटकात असंच विचारलं जायचं. मी तो बर्फाचा खडा चोखला. माझ्या आईच्या शालीत स्वत:ला गुंडाळलं आणि धुराच्या त्या ढगातून बाहेर पडले. त्या पहाटेच्या वातावरणात थंडावा होता; परंतु बिअरचा तो झोंबणारा वास जडान्नाच्या तळकट वासात हळूहळू नाहीसा होत होता.

मी बाकावर बसून त्या उकळत्या तेलात तळल्या जाणाऱ्या कबाबचा वास घेत राहिले आणि अरेबिकमध्ये चाललेलं संभाषण ऐकत राहिले. पार्श्वभूमीला जुनी फ्रेंच

गाणी होती.

"यासिन हे माझ्या बाबतीत का घडावं?" म्हाताऱ्यानं विचारलं.

"किस्मत, नसीब, प्रारब्ध बाबा." तो तरुण माणूस म्हणाला.

"हे माझ्या मुलाच्या बाबतीत का घडावं, या रब्बी: माझ्या देवा?" तो म्हातारा माणूस म्हणाला.

"अल्ला त्याच्या खऱ्या भक्तांची परीक्षा घेतो." यासिन म्हणाला.

"अल्जेरियाच्या स्वातंत्र्य लढ्यात मी प्रतिकारासाठी तयार झालो. आम्ही फ्रेंचांना आमच्या देशातून घालवलं. आम्ही लाखोंनी माणसं गमावली आणि त्या युरोपियन बदमाशांनी माझ्या मुलाचा बळी घेतला. तो आता अरब राहिला नाही की माणूसही."

त्यानं कबाबचा नवा घाणा तेलात सोडला, चुरडलेले हरभरे, लसूण आणि पार्स्ली घातलेले गोळे तळणीत सोडल्यावर सुटणारा वास माझ्या नाकात पुन्हा भरला.

"मी त्याच्या इंग्लिश आईला दोष देतो. ती त्याचे केस रिबीननं बांधायची आणि त्याला मुलीचे कपडे घालायची." तो म्हातारा सांगायला लागला.

"तिनं त्याला लाडांनी बिघडवलं; पण अरब आया ह्याहून वाईट." यासिन म्हणाला.

"तो माझा मुलगा नाही आणि मला त्याला पुन्हा कधीही भेटायचं नाही." तो म्हातारा म्हणाला.

"तो तुझा एकुलता एक मुलगा, तुझ्या मनात खरंच असं नाही."

मी माझे कान टवकारले आणि वास घेतला.

"मी त्या हलकट बाईला काडीमोडच देतो, नक्की देतो." तो म्हातारा म्हणाला.

"नुसतं कागदावर, माझ्या मित्रा नुसतं कागदावर." यासिन म्हणाला.

"काय सुंदर तलवारकट मिश्या, महमद!" एक तरुण इंग्लिश माणूस रस्त्याच्या पलीकडून ओरडला.

"त्यांचे ऐकू नको तुला मिश्या शोभतात." यासिन म्हणाला.

"चुत्या, इंग्लिश माणसा चालता हो! हे कोबी खाणाऱ्या फालतू माणसा चालता हो." तो म्हातारा ओरडला.

"तुमचा रक्तदाब हाज यायशाक." यासिन म्हणाला.

चुरडलेल्या जिऱ्याचा, काळ्या मिऱ्यांचा आणि कोथिंबिरीचा वास त्या रहदारीच्या रस्त्यावर पसरला. दारू प्यायलेले पुरुष आणि स्त्रिया रडखडत भल्या सकाळच्या उजेडात घरी परतत होत्या. मला कबुतरांचं घुमणं आणि दूरवरच्या पोलिसांच्या भोंग्यांचे आवाज ऐकू येत होते. मी माझ्या श्वासात घराचा वास भरून घेतला, माझ्या आईची शाल माझ्या मानेभोवती घट्ट बांधून उठले आणि घरी परतणाऱ्या, टेकडी उतरणाऱ्यांच्या तांड्यात सामील झाले.

"कित्येक दिवसांत आपली भेटच नाही. तू तर कधी मला फोनही करत नाहीस." परवीन म्हणाली. एक वाजता आम्ही कॅफेमध्ये भेटायचं ठरवलं. मी माझ्या दिसण्याबाबत जास्तच काळजी घेतली. परवीन आपल्या बदामी डोळ्यांमुळे, लांब सरळ केसांमुळे अगदी नीटपणे कापलेल्या बटांमुळे, तिच्या काळ्या पातळ कातडीमुळे आणि तिच्या अंगावर असलेल्या त्या जांभळ्या, अंजिरी सलवार-खमीसमुळे आणि पायातल्या पांढऱ्या बुटांमुळे एखाद्या मॉडेलसारखी दिसत होती. जसे आम्ही पूर्वी करायचो, तसे आम्ही एकमेकांना मिठी मारून चुंबन घेतले.

"तू छान दिसत्येस." मी जरा लाजत म्हणाले.

"तूही काही वाईट दिसत नाहीयेस." ती माझा चेहरा नीट न्याहाळत म्हणाली. ती माझ्या चेहऱ्यावर काही मानसिक दुखण्याच्या खुणा आहेत का हे पाहत होती तिला त्या दिसल्या नाहीत तेव्हा ती हसली.

माझ्यासाठी जेवण विकत घ्यायचा तिनं आग्रहच धरला. "तुझी खात्री आहे, की तुला काही गोड नको?"

"मला लेमन केक हवाय." मी कृतज्ञतेनं म्हणाले.

तिनं त्या दोन जेवणांसाठी पैसे मोजले. आम्ही ते वरती घेऊन गेलो आणि त्या उंच वाढलेल्या रबराच्या झाडात बसलो.

परवीननं माझ्याकडे पाहिलं. "तू माझी करवली आहेस, त्यामुळे तू तिथे लवकर येऊन मला मदत करायला हवी." आपल्यासाठी घेतलेलं सॅलड घाईघाईनं संपवत ती म्हणाली.

"किती वाजता?" मी विचारलं.

"तू जर का सकाळी दहा वाजता आलीस तर छान होईल. आपण बरोबरच कपडे करू या. ओ, करवल्या काहीही कपडे वापरू शकतात. फक्त ते फिक्या गुलाबी रंगाचे हवेत."

मी तो लेमन केक सावकाश आणि काळजीपूर्वक खाल्ला. "परवीन, तू खुश आहेस ना?"

"हो."

त्या ताज्या लिंबाच्या सालीमुळे मला आमच्या हिमा खेड्याच्या बाहेरच्या बाजूला असलेल्या लिंबांच्या लागवडीची आठवण करून दिली. वसंतऋतूत त्या झाडांना फुलं यायची, तेव्हा ती झाडं सजवलेल्या वधूसारखी दिसायची. वाऱ्यावर एक दाट सुगंध यायचा आणि तो तुमच्या हृदयात शिरायचा.

"तुझ्या कुटुंबीयांचं काय?"

हॉस्टेलमधल्या त्या रात्रीनंतर मी परवीनला कधीही रडताना पाहिलं नव्हतं. तिचे

अश्रू हे समाजाला दाखवण्यासारखे नाहीत, असं ती म्हणायची.

"त्यांचं काय?" परवीननं विचारलं.

"ते लग्नाला येणार आहेत का?"

"त्यांना मी कुठे आहे ते माहीत नाही." असं म्हणून मी काट्याने सॅलडमधला गाजराचा तुकडा पकडू लागली.

"आणि जर त्यांना मार्क आणि लग्नाबद्दल कळलं तर?"

"त्याला उशीर झालेला असेल."

जर मला परवीन माहीत नसती, तर ती अगदी पूर्णपणे शांत आहे, सावरलेली आहे असं मला वाटलं असतं; परंतु तिनं खाली झुकलेल्या पापण्यांनी आपले डोळे झाकले आणि आपलं डोकं इतकं खाली घातलं, की कपाळावरच्या बटांनी तिचा चेहरा बराचसा झाकला गेला. ती त्या नॅपकीनबरोबर खेळत होती, त्याची घडी घालत होती आणि विस्कटत होती.

"तू मार्कला आपल्या कुटुंबीयांबद्दल सांगितलं आहेस का?"

"हो आणि तो आपल्या घरच्यांना सांगणार आहे, की माझे सर्व लोक पाकिस्तानात आहेत आणि ते लग्नाला येऊ शकत नाहीत."

"तू त्यांना सर्व सांगून मोकळी का होत नाहीस?"

"मी ह्याचा रोज विचार करते. त्यांना हे पसंत पडणार नाही. जरी त्यानं मला बरं वाटावं, म्हणून इस्लाम धर्म स्वीकारायचं ठरवलंय, तरीही तो गोरा इंग्लिश माणूस आहे."

"तो जर मुस्लीम असला, तर तुझ्या कुटुंबीयांना पसंत पडेल." मी म्हणाले.

"एकदा ख्रिश्चन असला की तो सदैव ख्रिश्चनच असतो." पुन्हा त्या नॅपकीनची घडी घालत ती म्हणाली.

"चांगले पाकिस्तानी झाडावर चढत नाहीत." मी म्हणाले.

परवीन माझं बोलणं दुरुस्त करत म्हणाली, "चांगले पाकिस्तानी झाडावर वाढत नाहीत असं म्हणायचं होतं का तुला?"

आम्ही हसलो.

लेमन केकचा शेवटचा तुकडा खाताना माझ्या मनात आलं, की खरी माकडं मी आणि परवीन आहोत. मदतीशिवाय आम्ही झाडावर नीटपणे चढत आहोत आणि त्यातून बाहेरही सहज पडत आहोत. माझा हात टेबलक्लॉथवरून समोर नेत मी परवीनचा सुबक हात पकडला, "काळजी करू नको. लग्न नीट होईल."

काम संपल्यावर मी ग्वेनकडे गेले. मी दारावरची घंटी वाजवली, तेव्हा ती बहुधा स्वयंपाकघरात होती. ती कशीबशी दरवाज्याकडे येत असल्याचं मला कळलं.

तिनं दरवाजा उघडला आणि तिच्या फिक्क्या चेहऱ्यावर हसू उमटलं.

''हॅलो ग्वेन, तू निस्तेज वाटतेस.'' असं म्हणत मी तिच्या दोन्ही गालांचे मुके घेतले.

''माझे पाय फार दुखतात. मला वजन कमी करायला हवं.'' आपल्या टोपी घातलेल्या करड्या केसांवरून हात फिरवत ती म्हणाली.

मी तिला कवटाळलं आणि तिला व्यायामाची गरज असल्याचं सांगितलं. ''आता फिरायला जाण्याबद्दल काय म्हणतेस?''

तसं अजून लवकरच होतं. सूर्य हळूच ढगातून बाहेर येत होता. तिनं पावसा-साठीचं जॅकेट घातलं, तिचा फुलाफुलांचा स्कार्फ बांधला आणि धडपडत पायांत बूट घातले. मी मदतीसाठी पुढे झाले नाही, तिचं मन दुखावलं गेलं असतं. आम्ही रस्त्यावरून निघालो. ''जेव्हा तुम्हाला संधिवात होतो, तेव्हा सांध्यांना वंगण करणारं द्रव कमी होतं आणि मग हाडांवर हाडं घासली जातात.'' ती म्हणाली. तिच्या चेहऱ्यावर वेदना दिसत होत्या; परंतु तरीही ती चालत होती ''जर मी हालचाल करणं सोडलं, तर मी अपंग होईन.'' मी तिचा हात धरला आणि तिनं माझ्या आधारानं चालावं म्हणून तिला प्रोत्साहन दिलं. तिनं आपला हात काढून घेतला आणि ती काठीच्या आधारानं चालत राहिली. आम्ही नदीजवळच्या पहिल्या बाका-जवळ आलो. तेव्हा तिचं कपाळ घामानं डवरलं होतं. आम्ही बसलो तेव्हा ग्वेननं एक दीर्घ निःश्वास सोडला.

''हं, आता बोल. काय अडचण आहे?'' ती म्हणाली.

''परवीननं मला तिची करवली व्हायला सांगितलंय. माझ्याकडे फिक्क्या गुलाबी रंगाचा ड्रेस नाही. दुसरं म्हणजे तिनं आपल्या कुटुंबीयांना बोलावलेलं नाही.''

''मग?''

''तिनं आपल्या डिपार्टमेंट स्टोअरमधील एखाद्या इंग्लिश मुलीला बोलवायला हवं होतं. काय करायचं ते तिला कळलं असतं.''

ग्वेन हातातील काठीनं गवतावर रेघा काढत होती. आपल्या थकलेल्या डोळ्यांनी माझ्याकडे पाहत आपल्या हेडमास्तरणीच्या आवाजात ती म्हणाली, ''तुला स्वतःला सावरण्याची वेळ आली आहे. अ) तिचे कुटुंबीय तुझे नाहीत. ब) तिनं तुला करवली व्हायला सांगितलंय. दुसऱ्या कोणाला नाही. क) एक फिक्का गुलाबी अंजिरी ड्रेस आहे. मी तो चाळीस वर्षांपूर्वी माझ्या बहिणीच्या लग्नात वापरलाय. तो अजूनही चांगला आहे. त्यात हवा तो बदल तू करू शकतेस.'' एवढं बोलून ती नदीकडे पाहायला लागली.

''खरंच? फारच छान.'' मी म्हणाले.

जणू जगात काही वाईट झालेलं नाही अशा तऱ्हेनं राजहंस त्या नदीच्या पाण्यावर

गोल फिरत होते. मी ग्वेनच्या घामजलेल्या चेहऱ्याकडे, तिच्या आखूड, करड्या केसांकडे, तिच्या जाडजूड देहाकडे आणि तिच्या हिरवळीवर लांब केलेल्या, सुजलेल्या पायांकडे पाहिलं आणि तिचा मुलगा, मायकेल तिला भेटायला येत नाही म्हणून रागावलेही. शाहला, माझी आजी म्हणाली असती, "तू दात नसलेल्या माणसाला मटण दिलंस आणि ज्याचे कान टोचलेले नाहीत, त्याला कानातलं देण्यासारखा हा प्रकार आहे." उभं राहून मी माझं अलगूज बाहेर काढलं आणि एक धून वाजवायला लागले. तिचा सराव मी ह्या नदीच्या काठी बसून सूर्यास्ताची शोभा बघत असताना अनेकदा केला होता. मी त्या राजहंसाच्या त्या नजाकत असलेल्या हालचालींची नक्कल पाव्यावर करायला लागले. अचानक त्यात समुद्रपक्ष्यांचे चीत्कार भरले आणि वाहणाऱ्या पाण्याचा आवाजही घातला. मी ग्वेनच्या पुढे अशी उभी राहिले, जणू काही मी राजाला शोभणाऱ्या आणि हर मॅजेस्टी क्वीन एलिझाबेथचा राजाश्रय लाभल्यागत वाजवत होते. जेव्हा मला इथले नागरिकत्व मिळालं, जेव्हा मी ब्रिटिश नागरिक झाले, तेव्हा मला राणी आणि तिच्या वंशजांसाठी राजनिष्ठेची शपथ घ्यावी लागली होती. ग्वेन माझी राणी होती, त्यामुळे माझं वाजवणं संपल्यावर मी तिला कुर्निसात केला.

तिनं हसत टाळ्या वाजवल्या. "ते कसं वाजवायचं ते तुला चांगलं माहीत आहे. तू ह्याबद्दल मला कधीच सांगितलं नाहीस." ती म्हणाली.

"आता तर तुला ठाऊक झालंय." मी हसले.

"हो, आता मला माहीत झालंय." तीही हसली.

मॅक्सला माझ्या चेहऱ्यावर त्रासिक भाव दिसल्यामुळे त्यानं विचारलं, "आता काय झालं?"

"परवीनचं लग्न आहे आणि तिला मी करवली म्हणून हवीये."

त्यानं माझ्याकडे पुढच्या काही दिवसांत तुझंही लग्न होईल अशा नजरेनं पाहत आणि तो म्हणाला, "हे फारच छान झालं."

"ते चांगलं घराणं आहे आणि मला काय करावं ते कळत नाही." मी म्हणाले.

त्यानं काही सुया थुंकल्या, लाळ लागलेली बोटं आपल्या केसांवरून फिरवली आणि ते व्यवस्थित आहेत ह्याची खात्री करून तो म्हणाला, "तू काहीही कर. तू तिच्या शूजवर ओकारी करू नको. माझ्या भाचीला तिच्या बरोबरीच्या युनिव्हर्सिटीतील मैत्रिणीच्या लग्नाला बोलावलं होतं. ते म्हणजे फारच वरच्या दर्जाचे लोक होते, घोडे आणि बोटींच्या शर्यती वगैरे असं हाय फाय. त्या मूर्ख मुलीनं तिथे फुकटात असलेली दारू पाहिली आणि ती पिऊ लागली. पहिल्यांदा शेरी, मग शँपेन, मग बिअर. त्यानंतर वाइन, मग पोर्ट आणि व्हिस्कीही आणि नंतर ती सर्व जेवण

ओकली. ते भरपेट जेवण त्या नवरदेवाच्या सिल्क व आईच्या शिफॉनचा ड्रेस घातलेल्या आईच्या कपड्यांवर पडलं.'' तो चेष्टेने हसला. ती मूर्ख मुलगी लग्नाला गेली आणि तिथे तिनं एका झक्कास माणसाला नवरा म्हणून पटवलं.''

त्याला हे काय माहीत की मी दारू कधीच प्यायलेली नव्हते. मी पापभीरू मुस्लीम होते; पण समजा मी खूप घाबरले आणि तिथे जिकडे तिकडे ओकत सुटले तर?

''ते जरा शिष्ट वाटले, तर मग हवापाण्याच्या गप्पा मार आणि नवरदेवाच्या आईला मॅम म्हणायला विसरू नको मग सर्व ठीक होईल. तुला आणखी एक सांगतो, जास्त चिंता करू नको, कारण फारच थोडे शुद्धीत असतील. लग्नात काय घडलं हे तुला आठवलं, तर ते काहीतरी फालतू असेल.'' तो म्हणाला.

ग्वेनचा ड्रेस बदलला आणि धुऊन आणला. प्लॅस्टिकच्या कागदात तो गुंडाळला असल्यामुळे तो वाऱ्यावर सळसळत होता. मी तो एका हँगरवर लावून तो हँगर एका जुन्या कपाटावर लावला. त्यामुळे त्याला चुण्या पडणार नव्हत्या आणि झोपण्यापूर्वी मी तो पाहू शकणार होते. तो ड्रेस अंजिरी, गुलाबी रंगाचा होता. त्याला पट्टे नव्हते. तो अगदी अंगाबरोबर होता. त्याला हृदयाच्या आकाराची कंचुकी होती, बंद अशा गुलाबी जॉर्जटेचा कोट होता आणि उंच कॉलर होती. अंजिरी सॅटीन आणि गुलाबी शिफॉन ही दोन्ही कापडं वापरून बनवलेले एक मोठं मॅग्नोलिया फूल त्या कॉलरच्या बाजूला पिनेनं व्यवस्थित बसवलेलं होतं. मी तो सॅटीनचा ड्रेस ढोपरांच्या खालपर्यंत येईल इतका लहान केला, मागच्या बाजूनं आत किंचित दुमडला आणि वरचा रुंद भाग जसाच्या तसा ठेवला. तो ड्रेस फारच छान होता.

मी कपाटाच्या डोक्यावर असलेली सुटकेस उघडली आणि कित्येक महिन्यांत पहिल्यांदाच लैलाचा पांढरा ड्रेस बाहेर काढला. तो लहान मुलीचा ड्रेस शिवण्यात मी कित्येक तास घालवले होते. एखादं पाण्यातील कमळ चंद्रप्रकाशित अशा सुंदर रात्री कसं दिसेल, माझी लैला कशी दिसेल ह्याची कल्पना करण्यात मी तासन्तास घालवले होते. मी त्या ड्रेसचा आकार कमळाकृती करण्याचा प्रयत्न केला होता. जो कोणी हा ड्रेस वापरेल, त्याचं आयुष्य माझ्याहून सुखी आणि समृद्ध जाईल अशी इच्छा केली होती. ती खालीवर होणारी दुमड, ती फुलासारखी कॉलर ते छोटे गुलाबासारखे खिसे आणि ते छोटे फुग्यांचे हात सर्वच तिचं भलं होवो अशी इच्छा करत होते. मी ग्वेनच्या ड्रेसवर असलेलं प्लॅस्टिकचं आच्छादन ओढलं, हँगरवरून त्या ड्रेसचे खांदे काढले, त्यावर लैलाचा ड्रेस लावला आणि मग पुन्हा माझा ड्रेस आणि तो गुलाबी कोट त्यावर चढवला. हँगरचा हूक प्लॅस्टिक आच्छादनाच्या भोकातून बाहेर काढला आणि ते दोन्ही ड्रेस कपाटाच्या कडेला टांगून ठेवले. ते सुंदर अंजिरी

सॅटीन आणि लैलाच्या ड्रेसवर लावलेली काही मोती अंधारात एकत्र चमकत होती.

लिझ अंथरुणाला खिळली होती. तिचं पोट सुजलं होतं. तिच्या हातावर ओरखडे होते आणि ती जुन्या वॉल पेपरसारखी निस्तेज वाटत होती. मी कॅनमधून सूप काढून ते तापवलं. ब्रेडचे काही स्लाईसेस करून ते अगदी व्यवस्थित मोठ्या ट्रे वर ठेवले आणि तो ट्रे घेऊन मी तिच्या खोलीत गेले. तिच्या दरवाज्यावर टकटक केल्यावर ती म्हणाली, ''ये, जानकी आया.''

मी तो ट्रे नीटपणे पलंगाच्या बाजूच्या छोट्या कपाटावर ठेवला. तिच्या लग्नातील श्वेतधवल, गुंतागुंतीची रुपेरी फ्रेम असलेला फोटो कुठे दिसत नव्हता, हे माझ्या लक्षात आलं.

ती अजूनही तीच मळलेली पांढरी सुती चड्डी घालून होती. मी तिला बसती केली आणि तिच्या मागे उशा लावल्या. तो रुपेरी खोका आणि त्यात असलेलं वाशेळं क्रीम तिच्या उशाखाली होतं. माझ्याकडे पाहून ती हसली. मी तिच्या तोंडावरून खरवडून काढलेलं ते पिवळं लोणी तिच्या डोळ्यांतील पांढऱ्या भागावर गेलं होतं. तो ट्रे तिच्या मांडीवर ठेवून घाणेरडी झालेली रजई नीट केली. थरथरत्या बोटांनी चमचा धरत ती सूप पिण्याचा प्रयत्न करू लागली. थोड्या प्रयत्नानंतर निराशेनं तिनं तो चमचा खाली ठेवला. मी मग तिच्या बाजूला पलंगावर बसले आणि एखाद्या लहान बाळासारखं तिला भरवू लागले. ती ते सूप अगदी कष्टानं गिळत होती. मग तिनं वर पाहिलं. ''हिटा आज नारळाचे लाडू करतोय का ग आया?''

''ओ लिझ.'' मी म्हणाले.

''ओ उपाह.'' ती म्हणाली.

तिनं त्यातील अर्धं सूप घेतलं आणि थकून ती पुन्हा रजईत शिरली. मी माझा हात तिच्या करड्या केसांवरून फिरवत आणि म्हणाले, ''मी कुणाला तुझ्यासाठी निरोप पाठवू का? मी तुझ्या भाचीला बोलावू का?''

''चार्ल्स कुठे आहे?'' तिनं विचारलं. ''अजूनही इंग्लंडमध्येच आहे का?''

''हो मॅडम.'' मी म्हणाले.

''पळत पळत कुठे?'' रस्त्याच्या पलीकडून सादिक ओरडला. ''कुठे जातेस? स्टॉक एक्सचेंज मार्केटला? तुझ्या शेअर्सच्या किंमतीत घसरण झाली आहे का?''

''तुलासुद्धा गुड मॉर्निंग.'' मी तिथूनच ओरडले.

''तू काय तुझ्या इंग्लिश मित्राकडे चालली आहेस की काय?''

''मला कुणीही इंग्लिश मित्र नाही, मी मुसलमान आहे.'' मी हसून म्हणाले.

''मोठी वक्षस्थळं असलेल्या सर्व मुलींना इंग्लिश मित्र असतात. तू फक्त

नावापुरती मुस्लीम आहेस.'' तो म्हणाला.

''मुस्लीम जिकडे तिकडे आहेत.'' मी म्हणाले.

''फक्त एकच इस्लामी आहे.'' तो म्हणाला.

मी रस्ता ओलांडला. दुकानाच्या समोरच्या फरशीवर त्याच्या बाजूला उभी राहिले. ''मी मुस्लीम आहे, हे सिद्ध करण्यासाठी मी काय करावं असं तुला वाटतं? तुझ्या उंबरठ्यावर पाच वेळा प्रार्थना करू का?'' मी विचारलं.

''तसं झालं तर छानच.'' तो मस्करी करत हसला.

''मला तुझ्या केसांचा नवा कट आवडला. तो कोंबड्याच्या तुऱ्यासारखा आहे.'' मी चिडवलं.

आपली हनुवटी बाजूला हलवून तो म्हणाला, ''एखाद्या शिष्टासारखी वागू नको. तू युनिव्हर्सिटीचा रस्ता एकदा ओलांडलास म्हणजे तू काही प्रोफेसर नाही झालीस.'' इतकं बोलून त्यानं टेकडीकडे बोट दाखवलं.

''तुझी बायको, मुलं कशी आहेत?'' मी विचारलं.

''अपेक्षेप्रमाणे छान आहेत. दूर राहणं तसं चांगलं नाही.'' तो म्हणाला.

मी त्याचा उजवा हात धरला आणि तो सोडला.

त्यानं आपली बोटं डोळ्यांच्या कोपऱ्यावर दाबली, तो हसून म्हणाला, ''माझं पोट दुखतंय. मी बरेच हॅम्बर्गर्स खाल्ले आहेत आणि मला करी खायची इच्छा झालेय यार.''

''मटण कबाब तुझ्यासाठी योग्य नाहीत.'' मी हसून म्हणाले.

''मी खाऊन बघतो.'' तो म्हणाला, त्यानं डोळा मारला. आपलं डोकं बाजूला तिरकं करून आपला हात तुकतुकीत केसांवरून फिरवला. हे करताना त्यानं नीटपणे तिरकी लावलेली बट हलली.

माणकं आणि वाळलेला पाव

परवीनचा चेहरा, तिच्या त्या पिवळ्या सिल्कच्या ड्रेसच्या जरा खोल असलेल्या गळ्याभोवती लावलेले ते लांबट अश्रूंच्या आकारांचे मोती आणि तिच्या मुकुटातल्या कृत्रिम काचेच्या हिऱ्यांच्या बनवलेल्या पानाफुलांत बसवलेले ते स्फटिक आणि मोती सूर्यास्ताच्या मावळत्या प्रकाशात चमकत होते. सावळ्या रुबाबदार आणि शांत अशा परवीननं सिल्कच्या म्यानात असलेल्या तलवारीची मूठ मार्कबरोबर धरली होती आणि ती केक कापण्याच्या तयारीत होती. तो तिला काहीतरी म्हणाला; ती हसली. तिनं वर पाहून त्याच्या गालांचं चुंबन घेतलं. त्याचे आईवडील सारा आणि जेनी, त्याच्या बहिणी, मित्र आणि नातेवाईक ह्यांनी एकच गिल्ला केला. मग त्यानं एक, दोन, तीन म्हणत एका घावात तो केक कापला. आयसिंग शुगरची बनवलेली गुलाबी ड्रेसमधली ती नाचणारी वधू आणि वरही ह्यात संपले. लालभडक टोपीवर पांढरी फुलं असलेली हॅट घातलेली त्याची मावशी म्हणाली, ''मी स्वत: हा केक बनवला होता. परवीननं रंग ठरवले. ते बहुधा पाकिस्तानच्या माळ जमिनीचे रंग असावेत.''

''मूर्खासारखं बोलू नको. ती ब्रिटिश आहे.'' मार्कची आई म्हणाली.

जेव्हा रजिस्टारनं हिमालयीन ब्रिच ही कविता वाचली, तेव्हा ह्याआधी मार्कची आई आपले अश्रू दाबत होती. ही कविता परवीननं ह्या सोहळ्यासाठी निवडली होती.

एक सडपातळ बुंधा
फांद्या ज्या वादळात वाकतात
हिरवी चामड्यासारखी, मऊ मध्य असलेली पानं
त्या निळ्या आकाशाच्या पार्श्वभूमीवर चकाकणारी
पांढरी साल, व्रण पडलेली, रक्ताळलेली
हृदय मोकळी झालेली ती बँडेज केलेली

पण तरीही ती ताठ उभी राहते...

त्या पडद्यातून माझ्याकडे पाहत परवीन हसली. मी माझी नजर खाली केली, श्वास घेतला, स्वत:ला सावरलं. मग तिच्याकडे वर पाहून हसले. तिनं माझ्या दोन्ही गालांचं आम्ही घ्यायचो तसं चुंबन घेतलं आणि ती मार्कबरोबर डावा हात पकडून चालायला लागली. बाहेरच्या सजवलेल्या स्पोर्ट्‌सकारकडे ती चालत गेली, तेव्हा त्याच्या हाताचा तो हूक तिच्या पाठीवर हळुवारपणे दाबलेला होता. त्यांनी आम्हाला हात केला आणि त्या घंटांच्या किणकिणाटात त्यांनी वैवाहिक जीवनाची सुरुवात केली आणि ते निघून गेले. मार्कच्या आईचा लाल झालेला चेहरा तिन्ही सांजेच्या संधिप्रकाशात चमकत होता. ''तो ज्यातून गेला त्यानंतर त्याला सुख मिळालं म्हणून मला आनंद होत आहे.''

माझं मन भरल्यासारखं वाटत होतं, म्हणून रडू फुटू नये म्हणून मी म्हणाले, ''मॅम काय सुंदर सूर्यास्त आहे.''

तिनं न बोलता मान हलवली आणि माझा हात दाबला.

ती चांदीत गुंफलेली पाचू निलमणी होती. गुंडाळीतून धबधब्यासारखं खाली येणाऱ्या भारतातल्या रेशमासारखी होती. स्वच्छ बाटलीतून भरलेला बाभळीचा मध होती, अलंकृत अशा चंदनाच्या खलबत्त्यात कुटलेल्या ताजा कॉफीच्या बिया होती. हळदीचा वास होती. तिच्या अलंकृत अशा व्यासपीठावरचे मोती होती. एक चमेलीचं पांढरं फूल, एकटं डोकं वर करून उभं असलेलं; तिला उभं करायला त्याच्या त्या कृत्रिम हाताशिवाय काही नव्हतं.

त्या रीड हॉलच्या मार्गावर मला फक्त एक अंधूक दिवा तेवढा दिसत होता; परंतु बाजूचा भाग अंधारात होता. काही विजेचे दिवे कँपसकडे जाणाऱ्या फूटपाथवर रांगेत लावले होते तेवढेच. मी त्या जिन्यावर बराच वेळ अगदी गडद काळोख होईपर्यंत बसून होते. मग मी पहिल्यांदा रिकाम्या पोटावर शँपेनचा ग्लास घेतला. मॅक्सनं सांगितलेला आपल्या भाचीचा किस्सा, त्यामुळे मी जेवणच घेतलं नाही. मी असा विचार केला, की समजा मी ओकले तर त्यात अन्नाचे कण नसल्यामुळे फार मोठं संकट ओढवणार नव्हतं. ''दारू आणणारा, विकत घेणारा आणि पिणारा ह्यांचा धिक्कार असो.'' मला माझ्या वडिलांचा आवाज कानावर आला. ते मना केलेलं ड्रिंक ओठांशी नेताना माझे हात थरथरत होते. त्यांना म्हणजे माझ्या कुटुंबीयांना पाहिल्याला आता सोळा वर्षं झाली होती. आता मीच तेवढी होते, ते काळे भीतिदायक वृक्ष, ते चंद्र नसलेलं विस्तीर्ण आकाश आणि माझं अलगूज एवढंच होतं.

मी असा काही हृदय पिळवटून काढणारा स्वर काढला, की त्यामुळे तुमचं

हृदय तुटलं असतं. ती मेकअप केलेली, क्षीण आवाजात बोलणारी, सॅटीन आणि जॉर्जेटचा ड्रेस घातलेली बाई मी नव्हते. माझा त्या एकोणिसाव्या शतकातल्या वाड्याशी, त्या दाट हिरवळीशी, त्या रुंद दगडी जिन्याशी, त्या नग्न पुतळ्यांशी आणि त्या जुन्या झाडांशी माझा संबंध नव्हता. मी मेंढपाळीण होते आणि त्या उघड्या आकाशाखाली विरळ असलेल्या कुरणाकडे मेंढरं हाकत घेऊन जात होते. जेव्हा वाटेल तेव्हा मी रडायचे. आपल्या पायातले शूज मी मनात आलं, की काढून टाकायचे आणि मी तण काढायचे आणि झंझावातासारखं प्रेम करायचे.

मी त्या हिरवळीवर अनवाणी पायानं, अलगूज वाजवत, नाचत असताना तिथे मी माझ्या तोंडावर उपडी पडले. टेकडीवरून खाली गोलगोल करत गेले, मग पुन्हा वर चालत आले आणि मोठ्यानं गाणं म्हणत राहिले. ''मिन इल बाब लील शिबाक रायजय वऱ्हाय. दरवाज्यापासून ते खिडकीपर्यंत तो मागून येतो. तो नेहमी माझ्या मागे असतो. लपायला जागा नाही. जर मी एक घोट घेतला, जर मी माझा चहा सांडला, जर मी केकचा तुकडा बशीत टाकला. मिन इल-बाबलिल शिबाक: चुतेगिरी करून बघत राहू नका.''

पुन्हा चेहऱ्यावर उपडी पडून मी रडायला लागले; जणू काही एक अदृश्य राक्षस त्याच्या बाटलीतून बाहेर आला होता. माझी आजी, शाहला माझे केस थोपटत म्हणायची, ''तू त्या अश्रूंच्या राक्षसाला दिव्यात भर, माझे फुला. तुझे अश्रू हे जडजवाहर आहेत.'' मी त्या हिरवळीवर रडत बसले. माझी पाठ थरथरत होती, डोकं वाकलेलं होतं, दात वाजत होते, पोटात पीळ पडत होता आणि हातपाय कापत होते.

मी माझा देह माझ्या आजीच्या दफनविधीच्या वेळेला गायलेल्या गाण्याप्रमाणे लयबद्ध झुलवला. ''त्याचं थडगं कुठे आहे? त्याचा खंजीर कुठे आहे? त्याचा चेहरा कुठे आहे? त्याच्या केसांची एक बट माझ्यासाठी आण.'' जेव्हा तिला तिचा बाप मेला हे कळलं होतं, तेव्हा ती हे पुटपुटली होती. मग पुष्कळ वाळू खणून आणि हातात घेऊन तिनं ती आपल्या डोक्यावर आणि देहावर टाकली होती. मध्ये काळा असलेला एक धुळीचाच ढग ''माझी मुलगी कुठे आहे? ती जिवंत आहे की मेली? माझे डोळे तिला बघण्यासाठी भुकेले आहेत! माझे कान ममा हा एक शब्द ऐकण्यासाठी आतुर आहेत. माझं नाक तिच्या वासासाठी हुंगत आहे. तिला ज्यात गुंडाळलं होतं ते ब्लँकेट मला आणून द्या. तिनं घातलेले शूज आणा. तिच्या केसांची बट आणा.'' मी बडबडले. अंजिरी रंगाचा असलेला एक अस्पष्ट ढग.

माझ्या घरापासून दूर असलेली एक अपरिचित नदी ओलांडून मी घोड्यांचं वागणं लक्षपूर्वक पाहिलं. दूरवरच्या सावल्या निरखून पाहिल्या, झाडांची हालचाल

निरखली, सुकलेल्या सूचीपर्णी पानांवर आणि डहाळ्यांवर पडणाऱ्या पावलांचा आवाज घेतला. अचानक माझ्या मानेच्या मागे माणसाचा श्वासोच्छ्वास जाणवला.

"महमूद." मी हुंदके द्यायला लागले.

ग्वेननं आपला ॲप्रन सरळ केला. आपले छोटे केस कानांमागे सारून ती म्हणाली, "त्याला माहीत नव्हतं, की ती माणकं होती. माझ्या वडिलांबद्दल मी सांगतेय ग! साऊथ आफ्रिकेवरून त्यांनी ते मातकट दगड बरोबर आणले आणि ते त्यांनी आपल्या कारखान्याच्या बागेत इतर दगड आणि पोलादाच्या तुकड्यांबरोबर ठेवले. त्यांच्या एका मित्रानं त्यांना सांगितलं होतं, की त्याला एका खाण-मालकाकडून माणकं मिळाली आणि त्यातील काही त्याला द्यावी ह्या हेतूनं त्याने ती त्यांच्या हिवाळी कोटात ठेवली आणि हे सर्व तो स्वान्सी येईपर्यंत विसरला."

तिनं स्कोनला बटर लावलं. तो एका छान थाळीवर ठेवून ती थाळी माझ्याकडे सारली.

"तो त्याबद्दल विसरलाच. पुन्हा एक दिवस जेव्हा तो आपली दुर्बीण शोधत होता, तेव्हा ते त्याला दिसले. ते एका ब्राऊन पेपर बॅगेत शेल्फवर होतं. त्याने त्यातील एक हातात घेतला आणि तो दगड घासायला लागला. ते माणिक आहे की एखादा खाणीतला खडबडीत दगड आहे हे त्याला बघायचं होतं. त्याला त्यात काही माणकाशी साधर्म्य असलेले, काहीही सापडलं नाही. तरीही तो ते साफ करत, घासत, वरचे टवके काढत त्या दुपारभर थांबला. शेवटी तो इतका वैतागला, की त्यानं ते दगड जमिनीवर फेकून दिलं. नंतर त्याला कळलं, की माणकं विवक्षित तऱ्हेनं कापावी लागतात, तेव्हाच त्यांच्या लाल हृदयापाशी पोहोचता येतं. तुला माहीत आहे का, सल्मा त्यांनी त्यांची शेवटची बहुतेक सर्व वर्षं त्या कारखान्याच्या जमिनीवर, ती शेड, बाग आणि जिकडे तिकडे ती माणकं शोधण्यात घालवली. आपले गुडघे टेकून ती माणकं शोधत असताना ते मला माझ्या खिडकीतून दिसायचे."

ती श्वास घेण्यासाठी थांबली, थोडा चहा प्यायली आणि म्हणाली, "त्यांच्या मरणाच्या आधी काही आठवडे त्यांना एक माणिक सापडलं, हो, माणकाचा एक खरखरीत दगड."

माझ्या खांद्यांना एक मऊ ऊबदार जॅकेटचा स्पर्श झाला, तेव्हा मी मान वर करून पाहिलं आणि मला एक ओळखीचा चेहरा दिसला; पण तो कोण ते माझ्या लक्षात येईना. "महमूद." मी हुंदके देत म्हणाले.

"नाही, मी जॉन आहे." तो म्हणाला.

"जॉन कोण?" मी विचारलं.

''जॉन रॉब्सन, तुझा ट्युटर.'' तो म्हणाला.

अचानक माझ्या पोटाच्या स्नायूंना पीळ पडला आणि मला ओकारी झाली, तीही त्याच्या पायावर, शूजवर. मी थरथरत होते, दम लागला होता, मी आजारी होते. ''टॉयलेट.'' मी थरथरत्या आवाजात म्हणाले.

त्यानं आपले खांदे वाकवून माझ्या दंडाखाली घातले, स्वत:ला स्थिर करत त्यानं मला वर खेचलं. मी बेशुद्ध होण्याच्या बेतात होते. नंतर मला माझ्या पायाखाली जमीन लागली. त्यानं त्या हिरवळीवर चालायला मला मदत केली. त्या दरवाज्यातून तो मला वर घेऊन गेला आणि खाली उतरून बोळातून तो मला बायकांच्या टॉयलेटकडे घेऊन गेला. मी तिथे काही न समजल्यागत उभी राहिले. मग तो म्हणाला, ''आत जा.''

मग पुन्हा एकदा ओकारीची भावना दाटून आल्यामुळे मी धावत टॉयलेट गाठलं. माझं तोंड तिथे धरलं आणि उलटी झाली. मी त्या थंड टॉयलेटच्या जमिनीवर किती वेळ बसले होते मला आठवत नाही. त्याच्या हाका ऐकू येईपर्यंत किती वेळ गेला तेही मला आठवत नाही. ''सॅली! सॅली! तू ठीक आहेस ना?'' तो विचारत होता. मी टॉयलेट सीटवर हात ठेवून स्वत:ला वर उठवलं. मी वॉशबेसिनकडे जाण्यासाठी चालायला लागले, मला माझं तोंड आरशात अर्धच दिसत होतं. दुसरा अर्धा भाग चिखल, सुकी पानं आणि गवतानं भरला होता. माझे डोळे सुजलेले आणि लाल होते. माझे केस अर्धवट बांधलेले होते, अर्धे खांद्यावर लोळत होते आणि ग्वेननं दिलेल्या ड्रेसवर हिरव्या आणि तपकिरी रेषा उमटल्या होत्या. मी माझं तोंड अनेकदा साबण आणि पाण्यानं धुतलं. केसांच्या पिना काढून त्याचा शेपटा घातला आणि नळामधील पाणी घटाघटा प्यायले. एका मिणमिणत्या दिव्यानं माझा उजवा डोळा बंद केला होता. स्वत:ला सावरत मी सावकाश बाहेर पडले.

जॉन सोफ्यावर बसून पेपर वाचत होता. माझी काळी बॅग, शूज, अलगूज हे जमिनीवर होतं. उठून उभं राहत त्यानं विचारलं, ''तू ठीक आहेस ना?''

''मला वाटतं, की हे मायग्रेन असावं.'' मी म्हणाले.

''इथं वर झोपायच्या खोल्या आहेत. मी कामावर असलेल्या माणसाला बोलावतो आणि तुला एक द्यायला सांगतो.'' तो म्हणाला. वर्तमानपत्राची घडी घालून त्यानं ते रॅकमध्ये ठेवलं.

''माझ्याकडे अजूनही परवीनच्या खोलीच्या किल्ल्या आहेत. मी तिचं सामान आवरावं अशी तिची इच्छा होती.''

''तू तिथे सकाळी दहा वाजेपर्यंत राहू शकशील.'' तो म्हणाला. माझा हात धरून मॅटिंग घातलेल्या त्या जिन्यावरून तो मला घेऊन गेला. मी ती वधूची खोली उघडली. त्यानं मला आत जायला मदत केली आणि माझी बॅग आणि शूज

जमिनीवर ठेवलं. तो पलंग आणि दोन आरामखुर्च्यांवर टी-शर्ट्स जीन, मेकअपचं सामान, रोलर्स, केसांच्या पिना, चड्ड्या आणि टॉवेल्स पडलेले होते. मी माझा हात माझ्या पोटावर ठेवला आणि पलंगावर बसले. पोटात पुन्हा ढवळत होतं. "मी जाऊन त्यासाठी तुला काहीतरी घेऊन येतो." असं म्हणून तो घाईनं निघून गेला.

मी ग्वेनचा ड्रेस काढला, त्याचं काही नुकसान झालंय का आणि तो कसा दुरुस्त करता येईल ते पाहिलं. माझा जीन्स आणि टी-शर्ट घातला आणि त्या ऐसपैस पलंगावर पडले. जॉन वस्तूनं भरलेला एक ट्रे घेऊन आला. मला त्याचा चेहरा अर्धवट दिसत होता. त्याचे लाल झालेले डोळे, त्याची गोटी आणि त्याचा घरंगळणारा चष्मा. "थोडं दही, वनस्पतियुक्त चहा, पाण्याची बाटली आणि तुझ्या मायग्रेनसाठी गोळी, मॅडम." असं म्हणून त्यानं तो ड्रेस पलंगाजवळ असलेल्या छोट्या कपाटावर ठेवला. मला त्याच्याकडे बघायची शरम वाटत होती, म्हणून मी भिंतीवरील जपानी बाईच्या चित्रातील शाईच्या रेषा शोधत होते. गंमत म्हणजे मी ते दही खाल्लं, चहा प्यायले आणि ती गडद गुलाबी गोळीही घेतली. तेथील आरामखुर्चीवर बसून हे सर्व खाताना तो मला पाहत होता, "मी तुझ्यासाठी आणखी काही आणू का सॅली?" त्यानं विचारलं.

"सल्मा." मी म्हणाले. मी त्या पांढऱ्या चादरीखाली घातलेल्या ब्लँकेटमध्ये शिरून झोपी गेले.

"माझा बाप एकोणीसशे चौदामध्ये घरी परतला, कारण जर्मनीकडून राजकीय धोका होता. पहिल्यांदा तो पायदळात होता; पण त्याला परदेशी पाठवलं नव्हतं. त्यानंतर त्याला पहिल्या टँकरचं रेखाचित्र काढायला पाठवलं. त्याचा भाऊ आर्ची हा त्या टँकरच्या बांधणी करणाऱ्यांपैकी एक होता. विन्स्टन चर्चिल पहिली चाचणी बघायला आले आणि माझ्या काकानं चर्चिल वापरत असलेले उंच बूट आणि आपण वापरलेले बूट ह्यांची अदलाबदल केली. असं सांगतात, की चर्चिलनी वापरलेल्या उंच बुटांबद्दल लोकांनी त्याला विचारलं, की तो आपले बूट त्यांना द्यायचा. त्यानं त्या मूळच्या बुटांचं काय केलं देव जाणे! त्याला मी जेवढी ओळखत होते, त्यावरून मला वाटतं, की त्यानं बहुधा ते नंतर विकले असावेत. युद्धाच्या शेवटच्या दिवसांत माझे वडील फ्लीट एअर आर्म मध्ये एअर शिप्सवर होते. त्या एअरशिप्सच्या खाली विमान अडकवलेलं होतं. विमानानं जमिनीवरून बॉम्ब घेऊन उडायचं आणि पुरेसे इंधन शिल्लक ठेवून परत यायचं ह्यासंबंधी तिथे प्रयोग चालू होते."

ग्वेन बोलायची थांबली, उभी राहिली आणि बेडरूममध्ये जाऊन एक काळी

छत्री घेऊन आली. जेव्हा तिनं ती छत्री उघडली, तेव्हा दिसलं, की त्या छत्रीचा दांडा गंजलेल्या खडबडीत धातूचा होता.

"विश्वास ठेव अगर ठेवू नको. हा एअरशिपचा एक भाग आहे." ती म्हणाली.

लिझ माझी उलटतपासणी करण्याच्या परिस्थितीत नव्हती. ती अजूनही पलंगावरच होती. मी दोघींसाठी खीर तयार केली, दोन कप चहा केला आणि तो ट्रे तिच्या बेडरूममध्ये घेऊन गेले. ती खोली पूर्वीपेक्षा आणखी अव्यवस्थित आणि कोंदट वाटत होती. तिचे मळलेले कपडे जमिनीवर पडलेले होते, थंड झालेला पिझ्झा प्लेटवर सडत पडला होता आणि पिवळा रंगाच्या गालिच्यावर पडलेले ते लाल गडद डाग सुकले होते. त्या खोलीला धूळ, लव्हेंडर साबण, कवळी धुण्याचं रसायन आणि औषधांचा वास येत होता. मी ते पत्रांचं भेंडोळं पलंगाजवळच्या टेबलावर ढकललं आणि तो रुपेरी खोका एका बाजूला ढकलून ट्रे खाली ठेवला. लिझ जागी झाली. आपल्या पिवळट डोळ्यांनी तिनं आजूबाजूला पाहत कवळी न घालता ती म्हणाली, "हे एवढं पुरे. थँक्स."

"मला वाटलं, की आपण नाश्ता बरोबर घेऊ या." मी जरा चाचरत म्हणाले.

"तुला असं वाटलं का?" तिनं पूर्वीप्रमाणे विचारलं.

"लग्न खूप छान झालं." मी तिला प्रवृत करत म्हणाले.

तिनं कवळी काढून घेतली, तेव्हा कवळी ठेवण्याच्या ग्लासमध्ये रक्ताच्या रेषा फिरत होत्या. तिनं कवळी आपल्या तोंडात घातली, चावल्यासारखं केलं, आपले केस बांधले, आपल्या सुजलेल्या चेहऱ्यावरून बोटं फिरवली आणि स्वतःला त्या लाल आणि काळे डाग पडलेल्या रजईत बसते केले आणि खिरीच्या भांड्याकडे पाहिलं. मी तो ट्रे तिच्या मांडीवर ठेवला आणि ती खायला लागली.

तिच्या त्या मोठ्या पलंगाच्या कडेला बसून मी माझी खीर प्यायला लागले.

"लग्न कसं झालं?" तिनं विचारलं.

"खूप छान. हवा पण छान पडली होती आणि सूर्याची किरणं शेवटपर्यंत त्यांच्यावर पडली होती." मी म्हणाले.

"त्यांनी तुला हौदा आणि त्या शुब्बेहावरच्या सात साड्या दाखवल्या का?" तिनं विचारलं आणि चहाचा घोट घेतला.

"शुब्बेहा म्हणजे काय?" मी विचारलं.

"तुम्ही त्या शुब्बेहावर वधूचे कपडे आणि आतले कपडे ठेवता. वराचं काय? तुम्ही त्याला रुपेरी चौरंगावर बसवलं का आणि तिनं वापरलेल्या लोण्यानं त्याचे हातपाय चोळले का?" तिनं विचारलं.

तिनं इलॅस्टिक बँडने एकत्र बांधलेलं ते पत्रांचं बंडल खसकन ओढलं आणि

विचारलं, ''डॅडी अजून लायब्ररीतच लपून बसले आहेत का?''

मी तो ट्रे पलंगाजवळच्या कपाटावर वला, तिचं तोंड स्वयंपाघरात असलेल्या टॉवेलनं पुसलं आणि म्हणाले.'' आता तू थोडी विश्रांती घे.''

''मी काय करायचं ते तू मला सांगू नको.'' ती हिरमुसून म्हणाली.

बळजबरीनं अन्न भरवल्यावर नौराच्या नाकातून रक्त येत होतं. मी मुलीला जन्म दिल्यानंतर भूक हरताळावर गेल्याला पाच दिवस झाले होते. जीवनात जगण्यासारखं काहीच उरलं नव्हतं, म्हणून मी माझ्या तोंडावर, पोटावर, पायावर जोरानं मारून घेत होते. जेव्हा मी थकायचे, तेव्हा मी त्या घाणेरड्या जमिनीवर पडून रहायचे. जेवणाच्या प्रत्येक वेळी माझ्या तोंडासमोर धरलेले ब्रेड आणि सूप घ्यायला नकार द्यायचे. नौरा बळजबरीने तिला खाऊ घातल्यानंतर धडपडत त्या खोलीत परत आली. नैमा आणि इतर वॉर्डननं तिला त्या लोखंडी दरवाज्यातून ओढत आणलं. तिला चटईवर आडवं पाडलं. तिच्या हातापायांवर ओरखडे होते. शेंबूड आणि रक्ताचं मिश्रण तिच्या नाकातून वाहत होतं. तो पांढरा द्राव तिच्या ओठांना चिकटला होता आणि तिचे डोळे बंद होते.

मी माझ्या आळशी गाढवाला ढुसकायचे, तसंच आपल्या काठीनं मला ढुसकत नैमा म्हणाली, ''हिचं काय? अजूनही तिचा भूक-हरताळ चाललाय का?''

''नाही.'' नौरा कुजबुजली.

त्यांनी दरवाजा लावला आणि नौरानं डोळे उघडले. माझ्याकडे बघून ती हसत थरथरत्या आवाजात ती म्हणाली, ''प्लीज खा.'' तिचा आवाज काहीसा चिरकल्यागत; पण तरीही धीट होता, पण त्या आवाजात काहीतरी भीतिदायक होतं; जणू काही ती त्या प्रवासी माणसं खाणाऱ्या भुतांच्या समोरासमोर आली होती. मी उभी राहिले, माझं बोचकं सोडलं, माझ्या आईचं पत्र पुन्हा वाचलं आणि त्या खिडकीकडे पाहिलं. आईला मला भेटायची इच्छा होती; परंतु माझ्या वडिलांनी आणि भावानं तिला घराचा उंबरठा ओलांडायची मना केलेली असणार. मी त्या सुकलेल्या ब्रेडच्या तुकड्यावर दात रोवले. त्या गजांच्या खिडकीतून चंद्रप्रकाश आत येत होता. त्या वेळी ओला झालेला चघळताना बघू शकत होती. जेव्हा तिनं भिंतीकडे तोंड केलं, तेव्हा एक अस्पष्ट हसू तिच्या चेहऱ्यावर दिसलं.

मी तो इंग्लिश सूर्य टेकड्यांच्या मागे मावळताना पाहिला. मागे राहिलेला लालसर प्रकाश पाण्यावर तरंगत होता, झाडांच्या शेंड्यावर बोटं फिरवत होता आणि कुत्री घेऊन फिरायला आलेल्या लोकांच्या डोक्यावर पडला होता. ते परस्परांकडे बघून स्मितहास्य करत होते आणि हळूच अभिवादन करत होते. ती जागा शांत होती. तिथे

हिरवळ, रानटी फुलं होती आणि तिच्या कडेला ब्रीच, चेस्टनट, ओक आणि रोवन ही झाडं वाढली होती. मी त्या हिरवळीवर बसून उतारावरून जोरात खाली येणाऱ्या पाण्याकडे पाहत बसले होते आणि एक तसाच साधा स्वर मी माझ्या अलगुजातून काढण्याचा प्रयत्न करत होते. तो स्वर त्या पाण्याच्या आवाजाशी, माझ्या केसांशी खेळणाऱ्या मंद वाऱ्याशी, दूरवरून ऐकू येणाऱ्या कुत्र्यांच्या भुंकण्याशी आणि गवतात लपलेल्या रातकिड्यांच्या आवाजाशी मिळताजुळता असावा असा माझा प्रयत्न होता. ते स्वर म्हणजे ताठ उभी राहिलेली, डोकं उंच ठेवलेली, पाठ ताठ असलेली आणि सूर्याला पांढरा रुमाल फडकवत दाखवणारी इंग्लिश सॅली होती.

नंतर ते दिवसाला निरोप देणारे, सूर्याचं चुंबन घेणारे आणि तो जातो म्हणून काढलेले रडवेले स्वर एका मेंढपाळणीचे होते. त्या स्वरात पायांची आदळआपट, केस खेचणं आणि कपडे फाडणं हे सारे आवाज समाविष्ट होते. आता ही होती, ती जमिनीवर बसलेली, शरीराचा वरचा भाग हलवणारी आणि आपल्या डोक्यावर राख उडवणारी अरब सल्मा. मग सरतेशेवटी एक स्वर, एक झाड जे पूर्वेकडचंही नाही आणि पश्चिमेकडचंही नाही, काचेच्या चिमणीत भरलेलं ऑलिव्ह तेल, कबुतरांचं कूजन, पांढऱ्यावर काळे आणि, काळ्यावर पांढरे, प्रकाशावर प्रकाश जिथे आकाश क्षितिजाशी झाडांच्या मेंढरांच्या आणि टेकड्यांच्या रूपरेषांना मिळतं, तिथे हे स्वर काढले.

जॉनबरोबरच्या पुढच्या ट्युटोरीयलचा मग मी विचार करत राहिले. जावं की न जावं, आजाराचं नाटक करावं का? हात मोडल्याचं सोंग आणावं की घरातील काही अडचणींना तोंड द्यावं लागलं असं सांगावे? मी बीबीसी२ न्यूज लाईट चा शब्दसंग्रह एकत्रित करत होते. ऑन दी अदर हॅंड, देअरफोर, डिस्पाईट द फॅक्टस्, होस्टेज टेकिंग इज युनिव्हर्सल, इट इज मेनली ॲन अरब प्राब्लेम, मी ह्यातले शब्द डिक्शनरीत बघितले. ते पाठ व्हावं म्हणून अनेकदा लिहिलं आणि मग माझं भाषणाचं टाचण काढलं. "मला वाटतं, की मी तुझा निरोप घ्यावा आणि दुसऱ्या ट्युटरकडं जावं. काही असलं आणि जरी तू उत्तरेकडून आलेला असलास, तरी तू फार चांगला आहेस आणि मदत करणारा आहेस. दुसरा पर्याय म्हणजे मी आजारी असल्याची चिठ्ठी आणावीस आणि तू माझ्या प्रकल्पावर देखरेख ठेवावीस; पण जर तुला माझ्याबद्दल काही आदर वाटत नसेल, तर दुःखी आणि हिरमुसलेली अशी मी तुझ्याबरोबर काम करू शकणार नाही. अपहृत व्यक्ती कुठे आहेत हे मला माहीत नाहीत. मला वाटतं एवढं पुरेसं आहे."

"हॅलो मॅक्स." मी म्हणाले.

आपला चष्मा वर सारून फोटोकडे बोट दाखवत तो म्हणाला, ''इकडे पहा. प्रिन्सेस बिकिनीत आहे! तर मग ती राजघराण्यातली आहे, असं आम्ही कसं मानणार?''

त्याला चर्चा करायची होती. मग मी भाग घेतला. ''ती मनुष्य आहे, अगदी आपल्यासारखी.'' मी म्हणाले.

''तुझ्या माझ्यासारखी? काहीतरी मूर्खासारखं बोलू नको. ती राजघराण्यातली आणि उच्चभ्रू आहे. आम्ही पहिल्यांदा देवावर आणि नंतर ह्यांच्यावर निष्ठा ठेवतो.''

''अस्सं.'' त्याला शांत करण्यासाठी मी म्हणाले.

''नग्न, अगदी संपूर्ण नग्न.'' तो म्हणाला.

''तिच्या अंगावर पोहण्याचा पोशाख आहे.''

तू ह्या लायक्राच्या पट्ट्यांना पोहण्याचा पोशाख म्हणतेस?''

''नको तिथे हे फोटाग्राफर कडमडतात.'' मी म्हणाले. ''तिला आपली सुट्टी शांतपणे घालवयाची असणार एवढंच.''

आमची चर्चा नेहमी एकाच तऱ्हेनं थांबायची. कधी ''सॅल, तुला अजून बराच दूरचा पल्ला गाठायचाय.'' ह्या वेळी असं होतं, ''सॅल तुला आम्हा ब्रिटिशांबद्दल फारसं माहीत नाही, हो ना? वर्तमानपत्रात आमच्या राजकन्येचा नग्न फोटो आल्यावर आम्हाला कसं वाटतं ते तुला काय समजणार?''

मी नेहमीच त्याच्या तर्कशास्त्राला शरण गेल्याचा आनंद त्याला द्यायचे.

''हो, बरोबर मी कसं जाणणार?''

''तू विदेशी वगैरे आहेस म्हणून मी तुला दोष देत नाही.'' असं म्हणून त्यानं सिगरेट पेटवली.

माझ्या लांब, रुंद शॉर्ट्स, माझा जुना टी-शर्ट आणि पाठीवरच्या बॅगेत असलेलं न खाल्लेलं जेवण ह्या सर्वांकडे जॉननं जणू काही मी मंगळावरून आल्यागत पाहिलं. त्यानं हुकूम केल्यावर मी खाली बसले. तो अगदी प्रोफेसर असल्यागत वागत होता, जणू मी कधी त्याच्या पँटच्या पायांवर आणि शूजवर ओकलेच नव्हते, जणू त्यानं मी झोपी जाण्यापूर्वी माझे केस थोपटलेच नव्हते, जणू त्यानं ती गडद गुलाबी गोळी माझ्यासाठी आणलीच नव्हती. तो माझ्याशी अशा तऱ्हेनं बोलत होता, की मी जणू त्याच्या विद्यालयीन जमिनीवरून चालणारी मुंगी होते.

माझ्या न्यूज लाईट इंग्लिशची एक अडचण अशी होती, की मी बऱ्याच शब्दांचा उच्चार करू शकत नव्हते. मी माझी जीभ 'सुप्रीमसी' ह्या शब्दाभोवती घोळली; परंतु तरीही तो शब्द उच्चारता आला नाही, त्यामुळे मी तिथे मुक्या-बहिऱ्यासारखी ऐकत बसले. जॉन मला सांगत होता, की माझं लिखाण अज्ञानपूर्ण, अगदी साधं आणि काल्पनिक होतं आणि जणू काही तो निबंध आपोआप निर्माण झाला होता. मी नव्यानं

संपादन केलेल्या इंग्लिश भाषेपैकी काहीतरी माझ्या तोंडातून बाहेर पडू नये म्हणून मी आवंढा गिळला. जर मी अज्ञानी नसते, तर त्याच्या ऑफिसमध्ये तो माझ्या निबंधाची चिरफाड करत असताना ऐकत बसले नसते. काही असलं तरी मला अध्यापकवृंद आणि ओलीस ठेवल्यानंतरची आणीबाणीची वेळ ह्याबद्दलची फारशी माहिती नव्हती. तो सांगतच राहिला. त्याचा घरंगळणारा चष्मा, त्याचं पडलेलं टक्कल, त्याचे लालसर झालेले निळे डोळे, त्याची करडी बोकड दाढी, त्याची वाकलेली पाठ, त्याचे बारीक काळी लव असलेले गोरे हात आणि त्याचा पांढरा टी-शर्ट ह्याकडे बघत मी म्हणाले, ''मला आता गेलंच पाहिजे.'' तो माझ्यासमोर नाचवत असलेला तो निबंध मी ओढला आणि मी बाहेर पडले.

''तुला अजूनही डिग्री हवीये का?'' मी दरवाजा लावण्याआधी माझ्या पाठमोऱ्या आकृतीला तो म्हणाला.

आता मिळालेल्या माऱ्यापुढे तो सारखा पल्लास प्रकल्पाबद्दल सांगत होता हे माझ्या लक्षात आलं. मी तेथील रखवालदाराकडे गेले. जेव्हा मी त्याच्याकडे जातेय हे त्याच्या लक्षात आलं, तेव्हा तो पत्रांची छाननी करत असल्याचं नाटक करत होता.

''हाय.'' मी त्याला म्हणाले.

''हॅलो मॅडम.'' त्या सरकत्या काचेच्या खिडकीमागून तो म्हणाला.

''मला क्षमा करा, सर'' मी म्हणाले. ''पल्लास प्रकल्प हे काय आहे?''

''ह्या बाजूनं या, मिस.'' तो म्हणाला आणि त्यानं मला एका अंधाऱ्या बोळ-कांडीतून नेलं आणि पुढे असलेल्या मोठ्या दरवाज्यानं एका प्रकाशाच्या खोलीत नेलं. तिथे अनेक कॉम्प्युटर स्क्रीन्स हलत होते.

''ते हे आहे?'' मी विचारलं.

''हो, ते हे आहे मॅडम.''

''एवढंच?''

''हो मॅडम. कॉम्प्युटर कसा वापरायचा ते इथं शिकवतात.''

आम्ही त्या दुपारी फारसे कामात नव्हतो. मॅक्स आपल्या गिऱ्हाईक स्त्रियांशी गप्पा मारत होता आणि मी एका स्पॅगेटी टाक्याचा नवीन अल्ट्रा हाय स्पीड सिलींडर इंटरलॉक शिवणाऱ्या मशीनवर प्रयत्न करत होते. अचानक त्यानं माझं संपूर्ण अरब नाव घेत हाक मारली. त्याची जीभ अडखळलीच, ''सालमाऽ!''

मी जवळ जवळ खुर्चीवर कोसळलेच. तो मला नेहमी मागे ठेवायचा. कधीही दुकानात गिऱ्हाईक असताना मला तो पुढे बोलवत नसे. ''काय मॅक्स?'' मी म्हणाले.

त्यानं आपल्या तुकतुकीत बसवलेल्या केसांवरून हात फिरवून ते नीट बसले

आहेत त्याची खात्री केली. घसा साफ करून; जणू काही हाऊस ऑफ पार्लमेंटमध्ये भाषण देत असल्याच्या थाटात म्हणाला, ''तुला इतक्या वर्षांच्या चांगल्या कामाबद्दल बक्षीस द्यायचं आहे, म्हणून तू मागितलेली दहा टक्के वाढ मी तुला द्यायची ठरवलं आहे.''

माझा माझ्या कानांवर विश्वासच बसत नव्हता; पण मला त्याच वेळी रागही आला, कारण त्यानं हे रॉयल मेलच्या मिसेस स्मिथच्या समोर जाहीर केलं होतं. उद्या सकाळपर्यंत सबंध शहराला ही बातमी अशा स्वरूपात कळणार होती– 'तो इतका दयाळू आहे, मॅक्स ग आपला, त्यानं त्याच्याकडे काम करणाऱ्या काळ्या मुलीला पगारवाढ दिली. मॅक्सची माझ्याकडून काय अपेक्षा होती त्याची मला कल्पना होती. मी म्हणाले, ''मॅक्स, तू माझ्याशी नेहमीच दयाळूपणे वागलास. तुझे खूपखूप आभार.''

मिसेस स्मिथ आपली हिरवी झालरवाली छत्री उघड बंद करत असताना ह्या प्रसंगाचा आनंद लुटत होती. मॅक्स गेले कित्येक महिने तिला आपल्या बाजूला वळवायचा प्रयत्न करत होता. डोळ्यांनीच आभार मानून मी मॅक्सच्या चेहऱ्याकडे पाहिलं. मी एक हळवी, मूर्ख आणि मनाला लावून घेणारी मुलगी आहे हे त्याला माहीत होतं. मी कृतज्ञता व्यक्त केल्यावर ती पोहोचल्याची पावती म्हणून तो नाक चोळायचा, हे आता मलाही चांगलंच माहीत झालं होतं.

कांजीची वाफ भरलेली हवा मी आत घेतली. त्या जड इस्त्रीचा लाकडाचा हँडल धरला आणि टेबलावरच्या निळ्या जॅकेटवरून वाऱ्याच्या वेगानं फिरवला.

मॅक्सचं हे ब्रीदवाक्य होतं– 'कॅश इन, कॅश आऊट.' ह्यामुळे प्रत्येक महिन्याच्या शेवटी तो माझ्या हातावर चुरगळलेल्या नोटांचं बंडल ठेवायचा. तो माझा पगार त्याच्या त्या नवीन मशीनवर ठेवायचा. त्यामुळे माझं नाव असलेलं पाकीट मी उचललं आणि तिथे जमिनीवर पडलेलं ब्रिटिश नॅशनल पार्टीचं पत्रक पाहिलं. मी आवंढा गिळला आणि न पाहिल्यासारखं केलं. मी मॅक्सचे आभार मानले आणि श्वास घेण्यासाठी दुकानातून घाईनं बाहेर पडले. 'मूर्खासारखं काय करतेस', मी स्वत:ला म्हणाले. शाई आणि कागद तुझं काही नुकसान करू शकत नाहीत. तो मॅक्सचा दोष नव्हता. कदाचित, त्याच्या मेहुण्यानं ते पत्रक त्याला दिलं असावं. त्याच्या मेहुण्याला वाटायचं, की सर्व विदेशी व्यक्तींना जहाजात भरून आफ्रिकेच्या किनाऱ्यावर कुठेतरी ते केळी असल्यागत टाकून द्यावं.

जेव्हा मी त्या संध्याकाळी घरी परत गेले, तेव्हा लिझ क्षमा करण्याच्या मन:स्थितीत होती. घोड्यावर बसण्याची पँट आणि बूट तिने घातले होते आणि एखाद्या सैन्यातल्या अधिकाऱ्यासारखी ती त्या बैठकीच्या खोलीत फिरत होती. तिच्या पोलो झंपरचा गळा

दुमडलेला होता. तिचे केस चामड्याच्या वादीनं मागे बांधलेले होते आणि एक वेताची छडी तिच्या हातात होती. त्या प्रसंगानंतर तो चाबूक मी माझ्या हिवाळी कपड्यांत कपाटात दडवून ठेवला होता. ती तरुणपणे किती सुंदर असेल ह्याची मला कल्पना येत होती. पांढऱ्या गोल रेषांनी तिच्या डोळ्यांच्या निळ्या भागाला वेढलं होतं आणि बारीक नसांचं जाळं तिच्या गालावर आणि नाकावर पसरलं होतं. तिचं पोट त्या घट्ट पिवळट पँटमधून बाहेर आलं होतं आणि तिचे उरोज निळ्या झंपरखाली सपाट वाटत होते. मी हातात क्वीन ॲनीचा रुपेरी सँडविच ट्रे घेतला होता.

तिनं मला दरवाज्याच्या फटीतून डोकावताना पाहिलं, तेव्हा तिनं चुटकी वाजवून हाक मारली. "बिन्ट, माझं रात्रीचं जेवण घेऊन ये. हो, मी तुझ्याशीच बोलतेय. माझं बोलणं तुला ऐकू येत नसल्याचं नाटक करू नकोस." काय करावं मला कळेना. त्या खोलीत शिरायचं आणि एलिझाबेथचा भारतीय नोकर असल्याचं नाटक करायचं का तिला तिची जागा दाखवून द्यायची? तिला तिच्या घोड्यांची आठवण येत असावी. ते फोटो जिन्याजवळच्या भिंतीवर होते. तिला पेशावरची किंवा युद्धपूर्व काळात ती जिथं राहत होती, त्याची आठवण येत असावी. तिला बहुधा हिटा, तिच्या प्रियकराची आठवण येत असावी. तिच्या बापाची किंवा नवरा चार्ल्सची आठवण येत असावी; पण मी तिला काही मदत करू शकत नव्हते. जर मी भारतीय नोकर असल्याची बतावणी केली असती, तर ती आपल्या नशेच्या जगात आणखी खोल बुडली असती. मी जर तसे केलं असतं तर ते आमच्या दोघींसाठी ते सोयीचं होतं; पण मी ते करू शकत नव्हते. मी ते करणं योग्यही नव्हतं. मी तिला कल्पनेतल्या बिन्ट्स आणि वल्लाजना हुकूम करत असताना सोडलं आणि परवीनचा आहेर कागदात गुंडाळण्यासाठी जिन्यानं वर गेले.

परवीननं त्याला वंशवादी, कामातुर डुक्कर असं म्हटलं असलं, तरी दुसऱ्या कुणी दिलं नसतं ते काम त्यानं मला दिलं होतं. त्या सकाळी मी त्याच्याकडे गेले नसते, तर मला अन्नावाचून रहावं लागलं असतं. मी त्या लॉर्ड्स टेलर दुकानाबाहेर एका पायावरून दुसऱ्या पायावर भार देत, हात चोळत उभी होते. मी जिन्यानं वर जायची, दरवाज्यावर ठोकायची आणि माझ्या देशात अशा संस्थेत काम केल्याचा मला अनुभव आहे, मी एक्स्टरला नव्यानं आलेय आणि कामाच्या शोधात आहे असं सांगण्याची गेले कित्येक महिने तालीम केली होती. ही सर्व वाक्यं मी इंग्लिशमध्ये लक्षात ठेवण्याचा प्रयत्न केला होता. त्या मॅनेजरला माझं इंग्लिश चांगलं आहे असं वाटावं हा त्या मागे हेतू होता. महोनेय पाद्रींनी ख्रिसमसला मला दिलेल्या, भरतकाम केलेल्या रुमालानं मी तोंड पुसलं आणि जिन्यानं वर गेले. माझ्या ढोपरांत शक्ती वाटत नव्हती, म्हणून मी जिन्याचा कठडा धरून चालले होते. काचेचा तो दरवाजा

धुरकट वाटत होता. तो मी ढकलून आत चालत गेले. ज्यानं मला आणि परवीनला बाहेर घालवलं होतं तोच माणूस शिवत होता, फोनवर बोलत होता आणि त्याच वेळी सिगरेटचे झुरकेही घेत होता. मी एका पायावरून दुसऱ्या पायावर भार देत असलेली पाहून तो थांबला, त्यानं आपल्या डोक्यावरून हात फिरवला आणि म्हणाला, ''बस.'' मी त्या शिवणाच्या मशीन्सकडे पाहत बसले. मला अनुभव आहे, हे मी त्याला कसं सांगणार होते, कारण ज्या मशीनवर मी काम केलं होतं ते हातानं चालवायचं सिंगर मशीन होतं. त्यानं जेव्हा फोन खाली ठेवला, तेव्हा त्यानं माझ्याकडे बघितलं.

''गुड मॉर्निंग, क्षमा करा. मला काम मिळालं नाही.'' मी म्हणाले.

''गुड मॉर्निंग.'' तो म्हणाला, ''तू तो पांढरा ड्रेसवाली स्त्री ना?''

''तुम्हाला आठवतंय?'' मी विचारलं.

''तू तो ड्रेस बनवलास?'' त्यानं हातवारे करत ते शब्द सावकाश बोलत विचारलं.

''हो.'' मी म्हणाले. माझे हात मी माझ्या दोन पायांच्या ढोपरांत धरले होते.

''कसं शिवायचं ते तुला माहीत आहे?''

''ते सर्व.'' मी म्हणाले.

एक करड्या रंगाची पँट माझ्याकडे टाकून त्यानं मला त्याची कड शिवायला सांगितली. मी माझे हात पुसले. माझं मन त्या इस्त्रीच्या रेषांवर एकाग्र केलं आणि शिवायला लागले. मी कोंबड्याच्या पायांचा टाका टाकला, जो सहसा कड शिवायला वापरत नसत. मला अनुभव आहे हे मला त्याला दाखवायचं होतं. माझ्या थरथरणाऱ्या हातांकडे पाहत तो मान हलवत होता. पँटचा तो पाय करायला मला पाच मिनिटं लागली. त्यानं त्या सरळ रेषेकडे नजर टाकली. दुमड घट्ट पकडलेल्या त्या तिरक्या टाक्यांवर नजर टाकली आणि आपली दोन बोटं 'व्ही'च्या आकारात करत तो म्हणाला, ''तासाला अडीच पौंड देईन; चालेल?''

''हो.'' असं म्हणत मी मान हलवली.

''तुझी नोकरी पक्की. उद्या बरोबर आठ वाजता ये.''

प्रथम तो काय म्हणाला, हे माझ्या डोक्यात शिरलं नाही. मग त्यानं मला नोकरी दिल्याचं लक्षात आलं. मी इतकी थकले होते आणि भुकेली होते, की मला हसणंही शक्य नव्हतं. कृतज्ञतेनं खाली वाकून मी तो आपलं मत बदलण्याआधी तिथून बाहेर पडले.

मी स्वच्छ जीन्स चढवल्या, एक निळा टी-शर्ट घातला आणि माझे केस एका रबरबँडनं बांधले. थोड्या क्रीमशिवाय मी कोणताच मेकअप केला नव्हता. ॲलनच्या

ऑफिसमध्ये असलेल्या जुन्या कॉम्प्युटरवर थोडे प्रयोग केल्यावर मी ह्या शिक्षणाच्या बाबतीत थोडीशी जास्त नि:शंक झाले. मला जॉनला दाखवायचं होतं, की मी दारुडी किंवा रानटी नव्हते. माझ्या आईवडिलांनी मला हिमामध्ये तसं नीट वाढवलं होतं आणि तो किंवा पोपही मला ह्याहून वर आणू शकत नव्हते. मी जेव्हा त्याच्या ऑफिसचा दरवाजा उघडला, तेव्हा अस्पष्ट हसून त्यानं मला बसायला सांगितलं. मी आता त्याच्या दृष्टीने एक घरगुती काम होते, अर्धवेळ शिक्षण घेणारी एक घरगुती स्त्री. मी हसतच त्याला थेट विचारलं, ''तुला मार्गारिट ॲटवुडच्या पुस्तकातील काय आवडलं?''

त्यानं तोंड एका बाजूला वाकडं केलं. त्यावरून मला कळलं, की त्याला आश्चर्य वाटलं होतं. ''कोणतं पुस्तक?''

इंग्लिश ही अगदी असंदिग्ध अशी जमात होती आमच्यासारखी नव्हे. आम्ही आमची काही वाक्यं अर्धवट सोडतो आणि ती हावभावावरून, मान वळवण्यावरून आणि निवडलेल्या शब्दांवरून समजली जातात. *द हँड मेड्स टेल?*

''चांगलं स्वारस्यपूर्ण पुस्तक आहे, छान लिहिलंय'' तो आपली हनुवटी चोळत म्हणाला.

''*जस्टीन*च्या ऐवजी तुम्ही त्याची शिफारस करायला हवी होती. ते तसं फारफार कठीण होतं, चांगलंच कठीण.''

जणू काही मी सर्कसला गेलेली मुलगी असून त्या दिवसाचं वर्णन करत असल्यागत तो हसला. ते तोंडानं म्हणत नाहीत; पण त्यांच्यापैकी बरेच मी झाडावर चढणारं मोठं वानर असल्यागत मला वागवतात. हे असं का वागतात ते ग्वेननं मला सांगितलं होतं, कारण मी व्हेरी हा शब्द बऱ्याच वेळा वापरायचे. ''देअर वॉज नथिंग. दॅट वॉज व्हेरीव्हेरी गुड.'' ती म्हणाली. व्हेरीचा असा उपयोग करत मी परवीनला म्हणाले, ''तू फारफार काळी आहेस.''

''तुझ्या इंग्लिशमधून व्हेरी हा शब्द कसा उडवावा तेच मला कळत नाही.'' ती म्हणाली.

जॉननं त्याच्या त्या अर्धचष्म्यातून वर माझ्याकडे पाहिलं. अजूनही तो आपली दाढीची गोष्ट मी एक कोडं असल्यागत चोळत होता. जिथे वैमनस्य आणि माणसं ओलीस ठेवणं सर्रास होतं, अशा एका काळोख्या देशातून मी आले होते. जर त्याच्या जागी मी असते, तर मी मला शिकवलं नसतं.

त्यानं सरतेशेवटी वर पाहिलं, आपला चष्मा काढला, तो एका जुन्या घरात ठेवला, वर्तमानपत्र बंद केलं, त्याची सावकाश घडी घातली आणि जणू काही तो चित्रातल्या बाईच्या पाठीशी बोलत असल्यागत म्हणाला.

''तू आमच्याशी खोटं बोललीस.''

मी शरमेनं लाल झाले आणि पाठ केलेलं सर्व इंग्लिश विसरले. मला तापल्या-सारखं वाटायला लागलं आणि पदवीचा नाद सोडून द्यायचा असं मी ठरवलं. मी त्या पर्शियन रगकडे पाहत राहिले.

''तुझ्या अर्जात तू स्वत:चा एकटी असा उल्लेख केलेला आहेस; पण जेव्हा तू मागे पडतेस. तेव्हा तू तुझी मुलगी किंवा कुटुंबीय ह्यासंबंधी अडचणी सांगतेस.'' हातातल्या वर्तमानपत्राची घडी टेबलावर आपटून तो म्हणाला, ''तुला मुलगीही नाही आणि नवराही.''

मी दुसऱ्या कुठल्यातरी अंगानं हल्ला होण्याची तयारी ठेवली होती. कदाचित माझी सामान्य बुद्धी, माझं अज्ञान आणि कॉम्प्युटर न वापरता येणं; परंतु अगदी सरळ सरळ अशा तऱ्हेनं माझ्या नाकावर ठोसा बसेल असं मला वाटलं नव्हतं. मी खुर्चीत नीट बसून माझी पाठ ताठ ठेवली. हा हल्ला कसा परतवायचा हे मला समजत नव्हतं. मी पदवी सोडून समाजशास्त्र किंवा मानवशास्त्राकडे बदली घ्यायला हवी.

तो उभा राहिला आणि मेजपासून चालत आला, तेव्हा तो मारेल ह्या भीतीनं मी खाली वाकले; पण माझ्या कृतीनं गोंधळूनच तो माझ्या शेजारी बसला. तिथून त्याच्या धुतलेल्या शर्टचा स्वच्छ वास येत होता. तो म्हणाला, ''तुला मुलगीही नाही आणि नवराही नाही.''

त्या पर्शियन रगवरच्या रानटी डिझाईनकडे आणि त्याच्या गडद रंगाकडे पाहत मी कुजबुजले, ''फक्त मुलगी...''

कस्तुरी गुलाब आणि डॉगवूडची झाडे

महमूदला, माझ्या भावाला एक भरलेली बंदूक दफाशचा उत्तम घोडा मारण्यासाठी दिलेली होती. माझा बाप गुरगुरला, ''त्यांनी आपला घोडा मारला आपण त्यांचा मारलाच पाहिजे, नाहीतर ते आपल्या जमातीतल्या लोकांना ठार मारायला लागतील.'' माझ्या भावाला त्या रात्री उशीर झाला; पण जेव्हा आम्ही बंदुकीच्या गोळ्यांचे आवाज ऐकले आणि महमूद घोड्यावरून अंगणात आला. ''देव तुझं भलं करो मुला! तो घोडा एल-मुसा घराण्याचा सदस्य होता. त्याच्या रक्ताचा सूड घ्यायलाच हवा.'' आणि मग आम्ही जमाव, कुटुंब, जाती-जमाती अशा जमलो. आमच्या मान सन्मानाचं संरक्षण व्हायलाच हवं. आपल्या रक्ताचा सूड घ्यायलाच हवा. आमचं एकत्र झोपणं, खाणं चालायचंच. दहा जण एका खोलीत किंवा तंबूत असायचे. आमचं नशीब एका साखळीनं बांधलेलं होतं. सकाळचा उजेड आणि भुरभुरणारा पाऊस तोंडावर घेताना चांगल्यासाठी असो किंवा वाइटासाठी असो, घराण्याशी बांधलेलं धातूचं कडं मी तोडलं होतं. मी इथे ह्या नव्या प्रदेशात होते. माझ्या खांद्यावर कागदाचे तुकडे, पुस्तकं, कॉफीफ्लास्क आणि हैलामी चीज सँडविचनं भरलेली पिशवी होती. महोनेय पाद्रींनी दिलेले पैसे सोडले, तर बाकी सर्व मी स्वत: मिळवलं होतं. माझ्या पायात आता बेड्या होत्या, त्या फक्त भयंकर स्वप्नांच्या. जर तुम्हाला कुटुंबच नसेल, तर तुम्ही कोणतेही घोडे मारणारच नाही.

''मग आता सांग, तू कुठून आलीस?'' असं विचारून जॉननं कॉफीचा घोट घेतला. आम्ही स्टाफ क्लबमध्ये बसलो होतो.

त्याच्या पांढऱ्या पडणाऱ्या टक्कलाचे करडे केस, त्याचे थकलेले निळे डोळे, त्याचे मोठे कान, जाड बोटं, त्याच्या चुरगाळलेल्या शर्टच्या खिशात असलेलं चष्म्याचं घर, त्याच्या बाहूंच्या गोट्या, त्यावर असलेली काळी लव ह्याकडे मी बघितलं आणि मान हलवली. ''नाही, नाही. तू, तू कोठून आलास?'' मी विचारलं.

"मी इंग्लंडच्या ईशान्य भागातील अयक्लीफ नावाच्या छोट्या गावातून आलो. माझ्या आईचं दगडाचं घर नदीजवळ आहे." असं म्हणून त्यानं चष्म्याच्या घरातून आपला चष्मा काढला.

"तिथे कडे आणि मेंढरं आहेत का?" मी जॉनला विचारलं.

"नाही, तो भाग तसा सपाटीचा आहे; पण तरीही आमच्याकडे पुष्कळ मेंढरं, कुत्री आणि कोंबड्या आहेत. ते खेडेगाव आहे." असं म्हणून त्यानं आपला हात माझ्या हातावर ठेवला.

महोनेय पाद्रींची आई कोळशाची व्हिक्टोरियन इस्त्री आपल्या नवऱ्याचे कपडे इस्त्री करायला वापरायची. इस्त्री नक्की खूप गरम आणि वजनदार असणार. मी येणारी धाप दाबली, "खूप भाजणारी उष्णता जॉन, मी जिथून येते तिथे. पुष्कळ बकऱ्या, द्राक्षांच्या वेली आणि ऑलिव्हचे वृक्ष. प्लम, बदाम, अंजीर आणि सफरचंदाची झाडं आहेत तिथे."

"ते सर्व स्वर्गीय वाटतंय." असं म्हणत त्यानं आपला वाचायचा चष्मा डोळ्यांवर चढवला.

"काही अंशी."

"तू इथे का आहेस?" त्यानं विचारलं.

"तू इथे का आहेस?" मी विचारलं.

"मी इथे आलो, कारण मला उत्तरेत काम मिळेना. त्यामुळे मी इथे अरसिक अशा दक्षिणेत अडकून पडलोय."

"मरून्ड?" त्यानं उच्चारलेल्या शब्दाचा अर्थ न समजून मी विचारलं.

"एकाकी जागेत मनुष्य अडकणं आणि तिथून जाणं अशक्य होणं."

"ठीक. मी अडकलेय ह्या यु.के बेटावर." असं म्हणत मी त्या कॅफेच्या काचेच्या भिंतीतून दूरवर पाहिलं. पाऊस पडत होता आणि डॉगवूडची पांढरी फुलं संध्याकाळच्या उजेडात चमकत होती.

गडद गुलाबी आणि लाल कण्हेरीची झाडं हिमामधल्या ओढ्याच्या दुतर्फा गिरणीपर्यंत लागलेली होती. माझी आई आणि मी तिच्या चुलत बहिणीला भेटण्यासाठी त्या पुढच्या घरापर्यंत चालत गेलो. त्या वेळी इतकं गरम होतं, की जमिनीवर पडलेल्या फटी वाळलेली टरफलं घेऊन जाणाऱ्या मुंग्यांनी भरलेल्या होत्या. त्या दुपारी माझी आई म्हणाली, "चल, जरा त्या थंड ओढ्याच्या बाजूला बसून विश्रांती घेऊ या." त्या दाट शेतातून ती पिकलेली कलिंगडं पाहत चालली होती. जेव्हा तिला एक सापडलं, तेव्हा तिनं ते वेलीपासून तोडलं. मग ते खडकाच्या एका टोकदार भागावर

पुन्हापुन्हा आपटून त्याचे तिनं दोन तुकडे केले. आम्ही दोघी त्या थंड पाण्यात पाय ठेवून त्या कलिंगडाच्या आतला लाल भाग खात होतो आणि त्यातल्या काळ्या बिया तोंडात जमवत होतो. माझी आई त्या बिया थुंकत होती. मी त्या चघळत होते आणि खात होते. तिनं माझे हात त्या थंड पाण्यात त्या कलिंगडाचं चिकट पाणी धुण्यासाठी बुडवले आणि मग माझं तोंडही धुतलं. ''आई, हे पाणी थंड आहे. मी पोहू का?''

''त्यांनी जर तुला पाहिलं, तर ते मला ठार मारतील. फक्त फालतू बाई समाजात आपले कपडे काढते आणि पोहते. पुरुष कदाचित तुला पाहतील.'' असं म्हणून तिनं आपल्या चेहऱ्यावरचा काळा बुरखा ओढला. मग थोडा वेळ घुटमळून म्हणाली, ''जा पटकन आता.''

मी माझा लांब केशरी शर्ट काढला; पण माझा हिरवा चोळणा ठेवला आणि पाण्यात उडी घेतली. ते पाणी इतकं स्वच्छ आणि थंड होतं, की मी त्यात पाऊल टाकल्यानंतर माझे पाय मोडल्यासारखे दिसत होते. त्या चमकणाऱ्या दगडांच्या वर मी माझं डोकं ठेवलं आणि उजेडाच्या पट्ट्याकडे पोहत गेले. माझ्या तापलेल्या कातडीला त्या थंड पाण्याचा बसलेला धक्का इतका मोठा होता, की मी उत्तेजित होऊन ओरडले. माझं शरीर उत्तेजनामुळे अगदी जिवंत झाल्यासारखं वाटत होतं.

''गप्प रहा मानमोडे! आपल्या जमातीच्या लोकांच्या हे कानावर जायला नको.'' ती म्हणाली.

तिनं 'नाही' म्हणायला हवं होतं; पण ती 'हो' म्हणाली.

''तिनं नाही का नाही म्हटले?'' मी जॉनला विचारलं.

''कोणी?'' जॉननं विचारलं.

''माझ्या आईनं.'' मी म्हणालं.

''सॅली, तू ठीक आहेस ना?'' जॉननं विचारलं.

मी त्याच्या हातातून माझा हात काढून घेतला, मान वळवली आणि त्याच्या अस्पष्ट दिसणाऱ्या चेहऱ्याकडं पाहिलं आणि म्हणाले, ''मी छान आहे. कॉफीमुळे हे सर्व झालं असावं. कॉफी फारफार गरम आहे.''

खिडकीच्या कट्ट्यावर हातानं भार देत मी त्या धुरकट काचेतून दूरवरच्या त्या कारखान्याकडे आणि नदीच्या त्या अंधूक, चमकदार पाण्याकडे पाहिलं. काम संपल्यावर मी जॉनला रीडहॉलमध्ये भेटायचे; परंतु आज तो त्याच्या आईला भेटायला अयक्लीफ खेड्यात गेला होता. ती बहरलेली झाडं बघत असताना आम्ही वाङ्मय, निरनिराळी रानफुलं, निरनिराळे पक्षी आणि कधी काहीशी वाटणारी बेचैनी ह्याबद्दल बोलायचो. दक्षिणेकडे त्याला एवढं आरामशीर वाटत नसे. माझी अवस्था तर पाण्यातून बाहेर

काढलेल्या माशासारखी होती. पाण्यातून बाहेर काढलेला मासा हा परवीनचा ह्या नवीन प्रदेशातला आवडता शब्दप्रयोग होता. एक दिवस जॉनला त्याच्या खेड्यातल्या घराजवळच्या शेजाऱ्याकडून फोन आला. त्याच्या आईला ब्रॉन्कायटीस झाल्याचं त्यानं कळवलं. ''ती इतकी खोकत होती, की आम्ही तिला तातडीच्या सेवेत हॉस्पिटलमध्ये दाखल केलं.''

माझी बोटं त्या खरखरीत टेबलक्लॉथवरून सरकवून मी त्याचा खरबरीत अंगठा पकडला. ''मी तिला भेटायला जायला हवं होतं.'' हे सांगताना त्याचा हात थरथरत होता.

''हो, तुला गेलंच पाहिजे. वेळ घालवू नको. तुझ्या प्रेमळ माणसांना भेटायला.'' माझा घसा दाटून आला होता.

''तुला तिची खूप आठवण येत असावी.'' असं म्हणून जॉननं माझा हात धरला.

''मी, मला तिची खूप आठवण येते.'' डोळ्यांतून आलेले अश्रू टिपत मी म्हणाले.

त्यानं त्याचं नाक अंगठा आणि एका बोटानं धरलं, घसा साफ केला आणि तो म्हणाला, ''तुझी हरकत नसेल, तर मी माझ्या आईला तुझ्याबद्दल सांगणार आहे.''

मी माझे खांदं सावरले. जिथे माझ्या छातीचा पिंजरा जुळतो, तिथे हात ठेवला आणि मान डोलावली.

दूरवरची झाडं हडकुळ्या, काळ्या आणि आकाशाकडे उंचावत गेलेल्या अवयवां-सारखी दिसत होती. हमदाननं माझ्याशी लग्न करण्यासाठी नकार दिला आणि तो नाहीसाच झाला. मी एक बाहेरख्याली, फालतू आणि परवीन स्वत:चं वर्णन करताना म्हणायची, तसे खराब झालेले सामान आणि खोटं बोलणारी होते असे हमदान म्हणाला. जिमलाही वाटत असेल, की सॅली परदेशी, कुणा बरोबरही झोपते आणि त्यांना कापूरकचरीचा चहा देते. त्याच्या आईनं त्याला ह्या परदेशी स्त्रिया काही रोगानं पछाडलेल्या असतील अशी ताकीदही दिली असेल. ती झाडं काळ्या ढगांकडे उंचावलेल्या हातासारखी दिसत होती. मी नि:श्वास सोडला. उत्तरेकडे राहणाऱ्या जॉनचं हृदय परवीन म्हणते, तसे ओझ्याचा म्हणजे एखाद्या बेदुइनी स्त्रीचा स्वीकार करण्याएवढं मोठं आणि उबदार कदाचित असेलही; पण थकलेल्या आणि भागलेल्या माझं काय? मी त्याला काय देऊ शकेन? भरपूर पाणी असलेलं आश्रयस्थान आणि मधुर खजुरांची झाडं? हे मी देऊ शकेन का? कदाचित नाही. त्याच्या थकल्या, भागलेल्या हृदयाला थोडीशी सावलीसुद्धा पुरे असा विचार माझ्या मनात आला आणि मी खिडकीचा कट्टा सोडला.

''माझं ट्युटोरीयल संपल्यावर त्यानं मला एक बॉक्स दिला. त्याला लाल सॅटीन रिबन बांधलेली होती. ''हे तुझ्यासाठी.'' तो म्हणाला, ''ते उघड.''

त्या कॅफेच्या मोठ्या खिडक्यांतून येणाऱ्या सूर्यप्रकाशात परवीनचे काळे डोळे मधाळ वाटत होते. ती प्रफुल्लित आणि समाधानी दिसत होती.

''परवीन, जेव्हा मी तो बॉक्स उघडला, तेव्हा मला रडूच फुटलं. त्या खोक्यात मध्य पूर्वेकडची मिठाई होती, खजुराचं एक पॅकेट, पिस्ता लावलेली एक मिठाई आणि तुर्की मिठाई होती. तो म्हणाला, की त्याला लेव्हांटबद्दल फारशी माहिती नव्हती; पण त्याला माहिती करून घेण्याची इच्छा आहे.'' मी माझे हात माझ्या कुरळ्या केसांवरून फिरवले, माझी हनुवटी चोळली आणि म्हणाले, ''परवीन, जॉनला माझ्याशी लग्न करायचंय.''

''किती छान.'' ती मनापासून म्हणाली.

''तो म्हणाला, की त्याला मुस्लीम व्हायला आवडेल. त्याचा देवावर विश्वास नाही. फक्त हे सर्व नॉमिनल असेल. नॉमिनल म्हणजे काय?''

''खरं मनापासून नव्हे, नावापुरतं.'' ती म्हणाली.

''मी त्याला सांगितलं, की मुस्लीम धर्म सोपा नाही. तुला मुस्लीम व्हायला कठीण जाईल.''

''मुस्लीम म्हणजे च्यायला गुंतागुंतीचं आहे.'' कॉफीचा घोट घेत ती म्हणाली.

''पण त्यानं त्याबद्दल वाचलंय आणि तो काय करतोय हे त्याला माहीत आहे. मी सांगितलं, की एलिझाबेथ म्हणाली तसा मी खराब झालेला माल आहे. मी त्याला ताकीदही दिली, की मी पशूंना इजा केलेली आहे. मी कदाचित निघूनही जाईन.''

''त्यामुळे त्याचा निश्चय बदलला का?''

तो सूर्यप्रकाश परवीनच्या काळ्याभोर केसांतून विणला गेला होता. तिचे डोळे तेजस्वी वाटत होते. तिची कातडी छान वाटत होती. आणि तिची वाङ्‌निश्चयाची अंगठी आणि लग्नाची अंगठी, दोन्हीही तिच्या हाताच्या बोटांवर चमकत होत्या.

''जॉनचेही काही प्रश्न, अडचणी आहेत. तो काही साधू नाही. त्याला माझ्याशी लग्न करायचंय. असं आहे सर्व.''

''तुझं काय? तुला तो आवडतो का?'' तिनं विचारलं.

''माझ्यात आता प्रेम वगैरे करण्याची ताकद नाही, मी खूप थकलेय. मला माझा असलेला भूतकाळ...'' मी म्हणाले.

''तू जॉनविषयीच सारखं बोलत असतेस. माझी खात्री आहे, की तू त्याच्याशी लग्न करशील.'' ती म्हणाली.

''नाही, मी त्याच्याशी लग्न करणार नाही.'' असं म्हणत मी कॅरॅमॅलचा वास असलेल्या दुधाचा घोट घेतला. परवीननं ते माझ्यासाठी मागवलं होतं. तिनं टॉवेलची घडी घालणं आणि सोडणं हा चाळा थांबवला. माझ्या डोळ्यांत पाहिलं आणि ती

म्हणाली, ''सल्मा, मी पैज लावते, की तू जॉनशी लग्न करशील.''

''माझ्या भावानं, महमूदनं माझ्यासाठी एक पिशवीभर तुर्की मिठाई आणि बिस्किटं आणली होती.''

मी जेव्हा काळपट-लाल कस्तुरी गुलाबांची मागणी केली, तेव्हा तो फुलवाला हसला. मी इंग्लिश लाल गुलाबांचा गुच्छ घेऊन टॅक्सी गाठली आणि दफनभूमीकडे लिझच्या दफन-सोहळ्यासाठी गेले; जिच्यात ते वाशेळं लोणी होतं, ती रुपेरी पेटी कवटाळून ती अचानक झोपेतच वारली होती. तिचं पित्ताशय कामातून गेलं होतं. जेव्हा मी कारमधून उतरले, तेव्हा थंडीची एक लाट माझ्या पायात गेली. तो दिवस छान होता, उबदार होता, कारण मधूनच सूर्य चमकत होता. फक्त सावलीत थंड वाटत होतं.

तिचे नातेवाईक काळ्या चकचकीत कार्समधून आले आणि तिचा मित्रपरिवार त्या मिरवणुकीत सामील झाला. त्यातल्या सर्व स्त्रिया काळ्या पोशाखात होत्या. काळे पोशाख, सुट्स, काळ्या हॅट्स आणि मोठे काळे चष्मे. पुरुष मंडळींनी घातलेल्या करड्या आणि गडद निळ्या सुटात ते तसे अस्वस्थच वाटत होते. एक काळा ड्रेस आणि जॅकेट सूट घातलेली पाठीला पोक असलेली उंच तरुण मुलगी दरवाज्यात उभी राहून सर्वांशी हस्तांदोलन करत होती. तिचे भुरे केस काळ्या टोपीत नीटपणे बसवले होते आणि कपाळावर जाळी होती. तिचे डोळे सुजलेले आणि लाल होते. ती नक्कीच नताशा होती. तिच्या आईच्या फिरत्या खुर्चीनं प्रवेशद्वार अडवलं होतं. त्यांच्याजवळ जाऊन मी ओळख करून दिली. लिझची बहीण तशी लहानखुरीच होती. दु:ख दाबून ठेवल्यामुळे तिचा चेहरा लाल वाटत होता. माझा हात घट्ट धरून ती म्हणाली, ''तिची काळजी घेतल्याबद्दल आम्ही आभारी आहोत.''

''माझं कर्तव्य केल्याबद्दल माझे आभार मानू नका.'' मी म्हणाले. मी अरेबिकमधल्या वाक्याचं भाषांतर केलं होतं.

जेव्हा आम्ही सर्व एका छोट्या चर्चमध्ये दफनसंस्कारांसाठी गेलो, मी तो गुलांबाचा गुच्छ पियानोवरच्या चकचकीत महोगनीवर काचेच्या ग्लासमध्ये ठेवलेला पाहिला. सूर्यकिरणांनी खोली प्रकाशित झालेली होती आणि काचेच्या भांड्यावर किरणं पडून अनेक छोटी इंद्रधनुष्य परावर्तित झाली होती. मी खाली बसले. मागच्या खुर्चीवरच्या उशीवर टेकून मी बायबल दूर केले.

अगदी थोड्याच लोकांच्या डोळ्यांवरचे चष्मे काढलेले होते. बहुतेक डोळे मोठ्या गडद गॉगल्सच्या मागे, काही हॅटमागे, तर काही तोंडावरच्या जाळीमागे दडलेले होते. ओठ घट्ट बंद होते. अश्रू ही लज्जेची गोष्ट होती.

माझी आत्या मरण पावली, तेव्हा काळ्या चादरी ओढलेल्या, बुरखे घातलेल्या,

डोक्यावरचे पडदे घातलेल्या स्त्रियांनी आपल्या चेहऱ्यावरची आवरणं दूर केली होती आणि मागेपुढे होत त्यांनी तीन दिवस गळे काढले होते. त्यांनी आत्याला गहू आणि बारलीच्या गुदामात अंघोळ घातली होती. तिला कित्येक यार्ड पांढऱ्या जाळीदार कापडात गुंडाळलं होतं. मग तिला तात्पुरत्या शवपेटीत ठेवलं होतं. त्यानंतर पुरुष मंडळींनी तिला खांद्यावर घेऊन मशिदीत नेलं होतं. माझ्या आाईनं आणि आजीनं घरी रहायला नकार दिला होता आणि त्या मिरवणुकीमागे टेकडीच्या माथ्यापर्यंत गेल्या होत्या. बाकीच्या बायका मागे राहिल्या होत्या. त्या कापलेल्या बकरीला सोलत होत्या. त्या जामिद : म्हणजे सुकलेले दह्याचे तुकडे मातीच्या भांड्यात घालून फोडत होत्या, मटण शिजवत होत्या. त्यांचे अश्रू त्या गरम पत्र्यावर पडून फटफट आवाज करत होते. ते सामूहिक छाती बडवणं आणि कपडे फाडण्याचा आवाज दरीच्या पलीकडे असलेल्या त्या मशिदीत ऐकू येत होता. जेव्हा संध्याकाळी माझी आई घरी परत आली, तेव्हा ती सर्व राखेनं भरलेली होती. तिच्या अंगावरचा झगा कमरेपर्यंत फाटलेला होता. तिची बंडी शेंबडानं आणि चिखलानं भरलेली होती आणि तिचं डोकं उघडं होतं. ती बोलू शकत नव्हती, म्हणून तिनं कोपऱ्यातल्या मातीच्या बरणीकडं बोट दाखवलं. मी तिच्यासाठी एक कपभर पाणी आणलं. ते पिऊन पुन्हा बाहेर गेली. चंद्रप्रकाशात मला दु:खानं मागेपुढे होणाऱ्या तिच्या शरीराची फक्त काळी बाह्यरेषा तेवढी दिसत होती.

लिझच्या नवऱ्याच्या एका मित्रानं भाषण केलं. त्याच्या कोटाच्या घडीवर एक पॉपीचं फूल लावलेलं होतं. त्यानं तिच्या नवऱ्याची स्तुती केली. त्याचं शौर्य, त्याचा विनोदी स्वभाव ह्याबद्दल सांगितलं. सरतेशेवटी बीबीसीच्या उच्चार पद्धतीनं सांगितलं, "एलिझाबेथ आणि चार्ल्स सरतेशेवटी एकत्र आली आहेत. आपण त्यांच्यासाठी प्रार्थना करू या."

"उपाह आणि हिटा आता सरतेशेवटी एकत्र झाली आहेत. आपण त्यांच्यासाठी प्रार्थना करू या." मी हळू आवाजात पुटपुटले.

त्या भुऱ्या डोळ्यांच्या आणि केसांच्या, पांढरा सुट घातलेल्या मुलीनं पियानोवर एक शास्त्रीय धून वाजवली. ती लिझची आवडती धून होती. तिला प्राचीन शास्त्रीय संगीत आवडायचं. ती मला म्हणायची, "हे असं जुनं शास्त्रीय संगीत देवाघरचं वाटतं. मला वाटतं, की तुला आमच्या संगीताबद्दल फारशी माहिती नसावी." ती स्वयंपाक-घरात बसून रेडिओ ऐकत बसायची. एकीकडे ती दार्जिलिंग चहाचे घुटके चिनी सुंदर कपातून घेत असायची आणि *होम्स अँड गार्डन्स* चाळत असायची. जरी आमच्याकडे घर म्हणता येईल एवढी जागा होती तरी पण बाग वगैरे करणं शक्य नव्हतं. ती माझ्याकडे बघून हसायची आणि मासिकातील एक महागड्या जुन्या

जेवणाच्या खोलीकडे बोट दाखवत म्हणायची, ''किती सुंदर आहे ना ही?''

''स्प्लेंडीड.'' मी तिची नक्कल करत म्हणायचे.

पियानोवरची ती धून वाजवून संपली आणि पाद्रीनं एक बटण दाबलं. ती शिसवी शवपेटी भिंतीच्या भोकातून घरंगळत गेली. एक इलेक्ट्रिक पडदा खाली आला आणि आवाज करत बंद झाला. खड्डे खोदणं नाही, कामचलाऊ शवपेटी खाली सोडणं नाही, कुराणाच्या सुरा नाहीत, काही नाही; फक्त ते चांगले कपडे केलेल्या लोकांचे दीर्घ नि:श्वास आणि सूं सूं आवाज.

माझं हृदय भरून आलं होतं. माझ्या बेदुइनी गळा काढण्यानं झाडावरचे पक्षी हलले. जाण्याआधी मी भरभर चालत बाहेर आले. माझ्या पाठोपाठ येऊन नताशा म्हणाली, ''सॅली, तू जे तिच्यासाठी केलंस त्याबद्दल आभार. आम्ही ते घर विकायचं ठरवलंय. त्यातील काही सामान गोळा करण्यासाठी आम्ही लवकरच येऊ.''

''साधारण केव्हा?'' मी विचारलं.

''काही आठवड्यांत.'' ती बोलायची थांबली आणि आपल्या कुटुंबीयांकडे जाण्यासाठी ती वळणार, तेवढ्यात मध्येच थांबून तिनं आपल्या हॅटवरची जाळी खाली ओढली. ती थोडी घुटमळून म्हणाली, ''माझ्या मावशीला तू आवडायचीस, सॅली.''

माझी हनुवटी थरथरली, ती इतकी की मी काहीच बोलू शकले नाही. एलिझाबेथ कस्तुरी गुलाबांबद्दल, ज्योतीबद्दल आणि भारतातल्या जास्वंदीच्या झाडांबद्दल बोलायची. मी माझे डोळे हातांनी झाकले आणि त्या बागेत फुललेलं बाभळीचं झाड दिसतं का हे पाहत हिंडायला लागले. मग माझ्या लक्षात आलं, की मी ते ओळखू शकणार नाही. म्हणून मी चेस्टनट झाडाखाली बसले. ह्या प्रदेशातलं हे एकच झाड मला माहीत होतं. मी एकाकी होते. आजूबाजूला बरण्यांमध्ये हृदय नीट चालण्यासाठी पेस मेकर्स ठेवलेले होते. दात भरण्यासाठीचं मिश्रण होतं. लग्नातल्या सोन्याच्या अंगठ्या होत्या. उरलेलं सर्व आणि राख. मी माझं मन घट्ट केलं.

ग्रीसकडे घेऊन जाणाऱ्या विमानाच्या त्या लहानशा गोल खिडकीतून मला तळपत्या आकाशात मोठं मोठे गुबगुबीत ढग तरंगताना दिसले. ग्रीस आता फार वेळ माझ्यापासून लपून राहणार नव्हतं. त्या ढगांचे आकार दूरवर संथ गतीनं जाणाऱ्या घोडदौडीसारखे होते, एकमेकांशी भांडणाऱ्या आणि एकमेकांच्या अंगावर येणाऱ्या लाटांसारखे होते. मध्येच नदीवर समुद्रपक्षी विहार करत असल्यासारखं वाटत होतं. एक मोठी लांब विहीर, थंड पाणी, फटफट उडणाऱ्या बिया, एक मोकळं होणारं शरीर, त्यातून बाहेर पडणारी बी ''माझी नजरच तुझ्यावर पडली नसती, तर बरं झालं असतं. सेस्ट ला व्हाय मा फिली.'' ''जिझस् आपल्या सर्वांचं रक्षण करण्यासाठी

मरण पावला.'' ''आता तुझी जबाबदारी तुझ्यावर आहे सल्मा.'' एका खांद्यावर घेतलेली बंदूक, चिखलांनी भरलेली पायाची नखं, ''पुरे झालं, घाल मला गोळी.'' भांड्यात उलटी करणं, रॉक दी कबाह, ''भूतकाळाचा अतिरेक.'' कबुतरं ओरडतायत, मटण कबाबाचा वास, ''मिन इल-बाब लिल शिबाक.'' तुझ्या मागे सादिकशी लग्न कर, सुका ब्रेड खाताना, नौराचं रक्त आणि शेंबूड तिच्या हनुवटीवरून वाहताना, हृदयद्रावक किंकाळी अशी निरनिराळी दृश्यं माझ्या डोळ्यांसमोर तरळत होती.

''दुसरं काही हवंय का मॅडम?'' एअर हॉस्टेसनं विचारलं.

''नको, थँक्स.''

ते छोटं विमान आकाश आणि पृथ्वी ह्यामध्ये तरंगत असताना ती हवा पुन्हा गुदगुल्या करत माझ्या हृदयात शिरली. ती हवा मला परिचित होती. लैला मला बोलवत होती. अचानक एक थंडीची लहर माझ्या शरीरातल्या प्रत्येक केसाच्या मुळापासून वरपर्यंत शहारली आणि माझी छाती कोसळली; जणू काही मी बुडत होते. माझा हात धरून तो म्हणाला, ''तुझा हात घामेजलेला झालाय. तू ठीक आहेस ना? तुला ह्या विमान-उड्डाणाची भीती तर वाटत नाही ना?''

''नाही, मला विमान उड्डाणाची भीती वाटत नाही.'' मी बचावाचा पवित्रा घेत म्हणाले आणि त्याचा हात घट्ट धरला.

ती थकली होती, मुसमुसत होती, भुकेली होती आणि आपल्या छोट्या अशा पावलांसाठी आधार शोधत होती. मी जुन्या प्रदेशाच्या जवळ आले होते. मी त्या गोल खिडकीतून बाहेर पाहिलं. एका बाटलीत एक पापी आणि मिठी भरली आणि ती बाटली त्या ढगात सोडली. त्या लाटा कदाचित ती बाटली पलीकडच्या किनाऱ्यावर घेऊन जातील. एखाद्या म्हाताऱ्या अरब कोळ्याला ती वाळूत आणि समुद्राच्या मिठात पुरलेली सापडेल आणि तो ती तिच्याकडे घेऊन जाईल. माझा परिचित गंध, मऊ स्तनाग्रं आणि छातीच्या पिंजऱ्याच्या उबेमुळे ती सुरक्षित आणि संरक्षित असल्याची ग्वाही तिला देईल आणि एक दिवस तिचं रडं थांबेल.

माझ्या नवऱ्याचा टी-शर्ट भिजला होता, तेव्हा तो म्हणाला, ''प्रिये, तुला तिचा विचार सोडून द्यायला हवा. तुला माहीत नाही; पण एखाद्या दिवशी तुम्हा दोघींची भेटही होईल.''

ती जन्मल्यापासून मी तिला सोडून द्यायचाच प्रयत्न केला. मी प्रयत्न करत राहिले; पण त्यात यशस्वी होत नव्हते. पुन्हा जास्त चांगला प्रयत्न करत होते. तो पुन्हा जास्तच अयशस्वी होण्यासाठी.

लैला पाचू होती, चांदीच्या गुंफणीतली नीलमणी होती, गुंडाळीतून येणारं रेशमी कापड होती. अलंकृत अशा खलबत्त्यात कुटलेल्या ताजा कॉफीच्या बिया

होती, ताजा ब्रेडमध्ये गुंडाळलेलं खमंग तूप होती, कोंदणातला एक मोती होती. तिच्या मऊ केसांच्या बटा, एखाद्या सुरकुतलेल्या द्राक्षांच्या पानासारखी छोटी सुरकुतलेली बोटं जणू काही डाळिंबच, निळ्या बरण्यात भरून ठेवलेला शुद्ध सुगंध, पैलू न पाडलेले हिरे, एखाद्या उघड्या दरीतलं दवानं भरलेलं मैदान, समुद्राच्या किनाऱ्याशी आलेलं मध्ये निळे असलेलं बदक, एका काळ्या धाग्यात बांधलेली माझ्या आजीची ओटोमन सोन्याची नाणी, माझ्या आईची लग्नातली रुपेरी नाणी लावलेली टोपी, प्रकाशभेद्य ढगाआड लपलेला पूर्णचंद्र, अस्सल कुळातल्या घोड्यांच्या पांढऱ्या आयाळी, माझ्या डोळ्यांतल्या स्वच्छ पांढरा भाग, माझा उजवा हात आणि माझ्या तुटलेल्या हृदयातून बाहेर पडणारं रक्त.

लैला त्या प्रकाशभेद्य ढगांआड उभी होती. जणू काही अस्सल कुळातली; वाढलेली घोडीच. तिचं सुबक काळं शरीर; वेलची घातलेली कॉफी, तिचे पिवळसर तेजस्वी डोळे, हमदानसारखं तोंड; पिकलेल्या डाळिंबाचे दाणेच, तिचे केस तिच्या खांद्यावर पडलेले, तिचं हसणं म्हणजे मोतीच जणू आणि मग ती त्या द्राक्षांच्या वेलीत चालत गेली. हिऱ्यांची पावडर विवक्षित जागी पडावी, तशी त्या वेलीची पानं चमकत होती. माझे हातपाय तोडलेले होते. त्या जर्दाळूच्या झाडाची फांदी फळांनी लगडलेली होती; पण पोकळ होती. त्यामुळे ती अचानक कोसळली. हातपाय तोडलेली, जिला भूतकाळ भविष्यकाळ आणि राक्षसी वेदना आहेत त्या मी माझा हात उचलला आणि सूर्याच्या किरणांत तरंगत असलेल्या धुलीकणांना हात हलवला.

त्या रात्री इतकं गरम होत होतं, की मी त्या पांढऱ्या मच्छरदाणी खाली तळमळत होते, बाजू बदलत होते. माझ्या आयानं पलंगाच्या जवळ असलेल्या छोट्या कपाटावर ठेवलेलं थंड सरबत मी प्यायले. डॅडी त्यांच्या काही भारतीय मित्रांबरोबर शिकारीसाठी बाहेर गेले होते. रेक्स त्या काळोखाकडे बघून सारखा भुंकत होता. मी श्वास घेण्यासाठी उठून बसले आणि खिडकीतून बाहेर पाहिले. ते चिंचांनी भरलेलं झाड चंद्रप्रकाशात चमकत होतं आणि पिकलेल्या आंब्यांचा वास हवेत भरला होता.

''आम्हाला चिडवण्याचं थांबा.'' असं म्हणत माझं चुंबन घेतलं. ''ए.'' मी म्हणाले.

अनवाणी, माझ्या पांढऱ्या सुती नाइटीमध्ये मी स्वयंपाकखोलीत आले. काल बर्फवाल्याकडून आम्ही मोठी बर्फाची लादी आणली होती आणि त्यातले काही बर्फाचे तुकडे अजूनही शिल्लक असतील अशी मी आशा करत होते.

आमच्या सतत चालणाऱ्या प्रणयचेष्टांतून मी हमदानला प्रयत्नपूर्वक बाहेर

काढलं होतं आणि माझ्या नवऱ्याची हळुवार चुंबनं स्वीकारली होती. जणू काही मी ठिसूळ आहे अशा तऱ्हेनं त्यानं आपली बोटं हळवेपणे माझ्या अंगावरून फिरवली, ''एक मौल्यवान रत्न.'' तो म्हणाला.

हिटा स्वयंपाकघराच्या गॅलरीत बसून अंधारात पाहत होता. जेव्हा त्याचं माझ्याकडे लक्ष गेलं, तो हसला. मी तिथे उभी होते, एक सतरा वर्षांची, गोरी, अनाघ्रात; पण आसुसलेली मुलगी.

सूर्याची किरणं बदामाच्या झाडांच्या पानातून खाली पडत होती. मला धनगरी कुत्र्यांचं ओरडणं आणि मधमाश्यांचं गुणगुणणं कानावर येत होतं.

''मला थोडा बर्फ हवाय'' मी म्हणाले.

''माझ्याकडे आता बर्फ शिल्लक नाही; परंतु उपाह मी कुल्फी तयार केलीये त्यातील तुला थोडी हवीये का?'' असं म्हणत त्यानं आपली छान बोटं स्वयंपाकघरातल्या त्या खडबडीत टेबलावरून फिरवली.

''ती अजूनही बाहेर आहे?'' मी विचारले.

''वावटळीसाठी आजची रात्र अगदी योग्य.'' हिटा म्हणाला. एकीकडे तो चमच्यानं कुल्फी काढत होता. अगदी ताजी बनवलेली हिरवट पिवळी, पिस्त्याचे तुकडे आणि वेलची घातलेली.

मला कुणीतरी माझा ताबा घ्यावा, मला मारावं असं वाटत होतं; परंतु जॉन माझ्या शरीराचा प्रत्येक भाग सारखेपणे हाताळत होता. तो प्रत्येक भाग नीट शोधत होता, थोपटत होता, तपासत होता आणि तो प्रेमानं गोंजारत होता. मी चावले, ओरखाडे काढले, आवळले आणि किंचाळलेही. सरतेशेवटी तो म्हणाला, की तू दोघांना इजा करत आहेस. हमदान मात्र म्हणाला असता, ''आणखी घट्ट, जोरात आणि आणखी जवळ.''

आम्ही विजेचा कडकडाट ऐकत एकत्र कुल्फी खाल्ली. जेव्हाजेव्हा विजेचा प्रकाश स्वयंपाकघरात पडायचा, तेव्हा त्याची रुंद छाती आणि टेबलावरचा गूळ चकाकायचा. तो उभा राहिला, आमच्या दोघांना विभागणारा समुद्र त्यानं पार केला, माझं डोकं आपल्या दोन्ही हातांत घट्ट धरून त्यानं माझ्या ओठांचं दीर्घ चुंबन घेतलं, इतकं दीर्घ, की मला त्याच्या रक्ताची आंबट चव जाणवली.

जॉनच्या मिठीत मी सर्व विसरण्याचा, विस्मृतीत जाण्याचा आणि नवीन बीजाला शोधण्याचा प्रयत्न करत राहिले.

तो मालक बनला आणि मी त्याची प्रत्येक गरज पुरवणारी दासी झाले. तो हुकूम कुजबुजायचा आणि मी इंग्लिश स्त्री तो पाळायचे.

आमची कातडी केव्हाच वितळली होती. आता दिसत होत्या, त्या स्पदंन पावणाऱ्या नसा, धडधडणारी हृदयं आणि वरखाली होणारी पित्ताशयं.

"मी तुझा पुरेसा समाचार घेऊ शकत नाही." जॉन म्हणाला.

हातांत हात घालून किनाऱ्यावर फिरणारी आम्ही दोघं, तुम्हाला एक सामान्य जोडपं वाटलं असतं. माझ्या कातडीचा काळेपणा सोडला, तर आमच्यात असं काहीच वेगळेपण नव्हतं. सॅन्टोरिनीमध्ये एका उंच कड्यावर आम्ही बसलो होतो. खालच्या बाजूला निळाशार खोल समुद्र दिसत होता. एक ग्रीक तरुण मुलगा एका जुन्या बोटीत बसून मासे पकडताना मी पाहिला. तो काठी वर उडवायचा आणि मग तो खाली समुद्रात गळ टाकायचा. जॉन ग्रीक पौराणिक कथांचा एक जाडजूड ग्रंथ वाचत होता. मी गप्प बसून होते. मी हवेचा गंध घेत नव्हते किंवा ढग आणि बंदूकही शोधत नव्हते. मी गप्प होते. त्या मुलानं गळाला आणखी खाद्य लावलं आणि समुद्राच्या लाटात पुन्हा एकदा गळ टाकला. तो पांढरा कडा आणि खालील स्वच्छ वाळू ह्यांच्या चौकटीत तो शांत हिरवा-निळा समुद्र बंदिस्त झाला होता. समोरचा किनारा त्या चौकटीत नव्हता. सरतेशेवटी एक मासा हवेत तडफडताना दिसला. आनंदानं उडी मारून तो मुलगा उभा राहिला, त्या माशाला गळातून सोडवून त्यानं बाजूच्या जाळीच्या टोपलीत टाकलं.

"जर मी इथे पोहले तर चालेल का?"

"हो." जॉन यंत्रवत म्हणाला.

"त्यांना मी फालतू बाई आहे असं तर नाही ना वाटणार?"

"का? त्यांना असं का वाटेल?" तो म्हणाला.

"मला पोहायचं कसं ते शिकायचंय." किनाऱ्याच्या दुसऱ्या बाजूला असलेल्या हिमाला मी म्हणाले.

"आपण परत गेलो, की ह्यासंबंधीचं शिक्षण तू घेऊ शकतेस." तो वाचत असताना म्हणाला.

मी जॉनच्या हातातून पुस्तक बाजूला घेतलं आणि बंद केलं. त्याची ती हडकुळी पायाची बोटं त्या मोठ्या तपकिरी सँडल्समध्ये हास्यास्पद दिसत होती. मी त्याच्या डोक्याच्या पातळ झालेल्या केसांवर थोपटलं आणि त्याच्या थकलेल्या डोळ्यांचं चुंबन घेतलं.

"सल्मा." तो हसला.

त्याच्या तोंडून येणारं माझं नाव कानाला अगदी योग्य वाटलं. ते कसं उच्चारायचं, कोणत्या अक्षरावर जोर द्यायचा आणि कोणती अक्षरं तोडायची ते मी त्याला शिकवलं होतं.

मॅक्सला मी एका जॉर्डीशी लग्न केलं हे आवडलं नव्हतं. ''उत्तरेकडे त्यांना फ्रेंच ही माकडं वाटतात.'' तो म्हणाला. त्यानं आपल्या पायावर थप्पड मारली आणि मानभावेपणे तो हसला. ''त्यांनी त्या बिचाऱ्या फ्रेंच माणसाचा इतका छळ केला, की शेवटी त्यानं आपण गुप्तहेर असल्याचं किंचाळून सांगितलं.'' आपली खुर्ची मागे सारत मॅक्स गडगडाट करत हसला. जेव्हा तो थांबला, तेव्हा तो म्हणाला, ''ते त्या बेडकांचा द्वेष करतात, त्याबद्दल मी त्यांना दोषी मानत नाही.''

मान खाली घालून मी कडेवर शिवण घालायला लागले.

''ते भयंकर कंजूष आहेत. त्यांना आम्हा दाक्षिणात्यांकडून पैसे करायचे असतात.'' असं म्हणत त्यानं आपला हात आपल्या चोपडलेल्या केसांवरून फिरवला. गडगडाटी हास्यामुळे ते विस्कटले नाहीत ना ह्याची त्यानं खात्री करून घेतली.

त्या दिवशी तसे गरमच होत होतं. त्या जागेत एखादा पंखा किंवा एअर-कंडिशनर असता तर बरं झालं असतं; पण मॅक्सचं म्हणणं होतं, की असे पाच दिवस गरम गेले तर त्यासाठी असा खर्च करणं योग्य नव्हे. माझा घाम माझ्या हळव्या झालेल्या स्तनांच्या घळीतून खाली माझ्या मोठ्या झालेल्या पोटावर ठिपकत होता. मी माझे कपाळ टिश्यू पेपरनं टिपलं आणि रेडिओ २ वरचं डॉक्टरचं बोलणं ऐकत राहिलं. ज्याचं लिंग ताठ होत नाही अशा माणसाबद्दल तो डॉक्टर बोलत होता.

मॅक्सनं आपले कान टवकारले.

मी ते भाषण ऐकत नसल्याचा बहाणा केला.

''तो काय सांगतोय? आम्ही दाक्षिणात्य लोक इतके मदार्नी असतो.'' तो पुन्हा मानभावेपणे हसला.

ज्या ठिकाणी गर्भानं लाथ मारली, त्या ठिकाणी मी माझं पोट जरा चोळलं आणि विजारीची विसावी जोडी ट्रेसीकडे इस्त्रीसाठी दिली.

तिनं मला डोळा घातला.

मी हसले.

''माझं लग्न एका स्कॉटिश माणसाशी झालेय.'' ती म्हणाली.

''उत्तरेकडचे लोक भयंकर असतात, हो ना?'' मी म्हणाले.

आम्ही हसलो.

डॉक्टर म्हणाले, की ''इंग्लंडमधल्या लोकांत शुक्रजंतू इतके दुबळे असतात, की ते अंड्यापर्यंत पोहोचू शकत नाही.''

''जर शुक्रजंतूंची संख्या पुरेशी असली, परंतु 'तुम्हाला माहीत आहे.' की समजा ते, 'म्हणजे मी काय म्हणतोय ते?'' त्यानं खिडकीजवळ कट्ट्यावर ठेवलेल्या जुन्या रेडिओला विचारलं.

मी माझं हसू दाबलं.

“मी तुला बढती दिली ती तू मला हसावंस ह्यासाठी नाही.” तो म्हणाला. दुरुस्त करत असलेली पँट त्यानं खाली टाकली आणि तो सॅरडीन सँडविच खायला लागला.

मी जरी तिच्या बेडरूममध्ये अनेकदा गेले होते, तरी तिथे जाताना मला अतिक्रमण केल्यासारखं वाटायचं. तिथे अजूनही गोंधळ होता; चुरगळलेल्या चादरी, जमिनीवर पडलेले घाणेरडे कपडे, एका भांड्यात बुरशी आलेलं सूप आणि पिवळट गालिच्यावर सांडलेल्या वाइनचे पडलेले ते डाग. त्या तिथे मातकट, लव्हेंडर साबण, कवळी साफ करण्याचं औषध आणि दमट अशा सर्व वासांचा एक संमिश्र वास येत होता.

मी रबरबँडनं बांधलेलं पत्रांचं भेंडोळं, लोण्याचा कुबट वास येणारा तो रुपेरी डबा आणि तिची डायरी गुलाबी सॅटीनच्या खोक्यात ठेवली. तो खोका बंद करून तो माझ्या कपाटात हिवाळी झंपर्स होते त्यात लपवला.

मी पडदे उघडले, तेव्हा मखमल आणि लेसमधून पुष्कळ धूळ उडाली आणि ती वरून वाहत सूर्याच्या किरणातून खाली जमिनीवर आली. मी गादी, उशा आणि रजई ह्यांच्यावरची कव्हरं काढली, पडदे काढले, रग्ज, लेस आणि टेबलक्लॉथ गुंडाळले. ती सर्व जुनी झाल्यामुळे पिवळी पडली होती. ती मी बाहेर फरशीवर आणून ठेवली आणि त्या सॅटीनच्या गादीच्या दोन्ही बाजू व्हॅक्युम क्लिनरनं साफ केल्या. त्या पलंगाचा चांदीसारखा वाटणारा डोक्याकडचा आणि पायाकडचा भाग, त्यावर असलेली व्ही. आर. आणि आय ही अक्षरं आणि ती धातूची चौकटही साफ केली आणि त्यावर पॉलिश केलं. व्हॅक्युम क्लिनरनं कोपऱ्यात छताजवळ असलेली कोळीष्टकं आणि जुन्या कपाटावरची धूळ खेचून घेतली. नताशानं जी फर्निचरची लिस्ट केली होती, जे फर्निचर त्यांच्या घराण्यात रहायला हवं होतं, त्यात ह्या जुन्या कपाटाचा समावेश होता. पलंगाजवळ असलेल्या छोट्या कपाटाखाली असलेले बुरशी आलेले अन्नाचे तुकडे, ज्या खणाच्या वर ती आपलं मेकअपचं सामान ठेवायची आणि आपल्या आजोबांच्या दाढीच्या आरशात पाहून केस विंचरायची, तिथून खालून मी लिझच्या सरळ करड्या केसांचा झुबका त्या गालिच्यावरून बाहेर काढला. मी तो गालिचा साबणानं धुतला. त्या फर्निचरला पॉलिश केलं. त्या खिडकीच्या चौकटी, काचा आणि दरवाजा स्वच्छ केला. विल्यम मॉरीस वॉलपेपरवरची धूळ साफ केली आणि नवीन पडदे लावले.

मी सरतेशेवटी जॉनच्या बाजूला नाईलच्या कापसाच्या रजईखाली पडले. ही रजई सादिकनं लग्नाचा केलेला आहेर होता. लिंबाच्या फोडीसारखा दिसणारा अर्धचंद्र पुढच्या पूर्णचंद्राची स्वप्नं दाखवत पडद्यातून चमचमत होता. मी त्या पलंगावर शांतपणे झोपले. तो पलंग तिला तिच्या आजोबांकडून वारसाहक्कानं मिळाला होता.

तिच्या आजोबांना हा पलंग त्यांच्या आजीकडून वारसाहक्कानं मिळाला होता; जणू त्या एलिझाबेथच्या पलंगावर हातानं केलेली, बेदुइनी फणीनं विंचरलेली आणि मेंढीची लोकर भरलेली गादी होती आणि त्यावर हिमाच्या स्त्रियांनी संधिप्रकाशात हातमागावर विणलेले रंगीबेरंगी रग्ज होते.

गेल्या वेळी मी गरोदर होते ते लग्न न होता आणि ह्या वेळी एका विदेशी माणसामुळे. मी माझा हात त्या ताणलेल्या कातडीवर गर्भाची चिमुकली लाथ बसेल ह्या अपेक्षेनं ठेवला. तुरुंगात मी गादीवर माझ्या पाठीवर झोपून पुढे आलेलं पोट नाहीसं होईल अशी आशा करत असायचे. हे गरोदरपण गरम पुदिन्याच्या चहात घातलेल्या साखरेसारखं नाहीसं होईल म्हणून मी आशा करायचे. जेव्हा शरमेनं माझी छाती जड व्हायची, तेव्हा आजीनं वर्णन केलेल्या भूकंपासारखा भूकंप येईल अशी स्वप्नं मी पाहिली. "पृथ्वीला तडे पडायला लागले, मग त्या तडा रुंदावल्या. पहिल्यांदा ती तहानलेली होती, मग भुकेलेली होती. ती मग सुकं आणि ओलं सारंच खाऊ लागली, जणू काही देवानंच आपल्या सर्व शक्तिनिशी पृथ्वीवर मारून तिला मधोमध दुभंगवली होती. त्याचा मग डेड सी आणि रेड सी झाला." ती म्हणाली. मग मी त्या डेड सी मध्ये बुडण्याची किंवा एखाद्या घळीत नाहीशी होण्याची स्वप्नं पाहिली. ती तडा मग नीट होईल आणि मी राहणार नाही; परंतु एका थंड सकाळी माझ्या पोटाची कातडी ताणली गेली आणि माझ्या गर्भाशयात एक लाथ मला जाणवली. त्यानंतर मी व्यवस्थित जेवायला लागले, कारण जन्माला येणारं ते बाळ निर्दोष होतं. मी मात्र मरणाला योग्य होते. ते बाळ माझ्या गर्भाशयातल्या गडद पाण्यात आंधळेपणाने पोहत असल्याची मी कल्पना केली आणि अचानक माझं हृदय भरून आलं. माझ्या पोटातल्या बाळाला मारल्याशिवाय मी कशी मरू शकणार होते? परंतु हे असं लज्जास्पद जिणं मी कशी जगू शकणार होते?

त्यांनी माझ्या पोटाचं ह्या वेळी स्कॅनिंग केलं, तेव्हा त्यांनी मला सांगितलं, की तो मुलगा आहे आणि तो चांगल्या अवस्थेत आहे. कदाचित आम्ही त्याला इम्रान म्हणू, समतोल राखणारी शहरं आणि संस्कृतीचा द्योतक. "इम्रान." मी पुटपुटले, 'तुझ्या आईच्या डोळ्यांतली ज्योत, ती घेत असलेल्या हवेचा श्वास, तिचं हृदय प्रेम आणि दुःख एकाचवेळी ओढतंय. तू सुरक्षितपणे त्या रेशमी गालिच्यावर यावंस, दुधाच्या बरणीत आणि चमेलीच्या वासानं सुगंधित झालेल्या बागेत जन्माला यावंस. ह्या जगात तू सुरक्षित यावंस, तुझ्या इंग्लिश बापासाठी आणि तुझ्या बेदुइनी अरब आईसाठी. ती दोघं तुझं चंद्रासारखं तोंड पहायला आतुर आहेत.'

त्या रविवारी किंग एडवर्ड स्ट्रीटवर कार्सची गर्दी होती, त्या धुतल्या जात होत्या, कपडे दोऱ्यावर वाळत टाकलेले होते आणि मुलं रस्त्यावर खेळत होती आणि सायकली फिरवत होती. गेल्या आठवड्यात आमची पंधरा नंबरच्या घरासाठीची सूचना स्वीकारली गेली होती. मी स्वान कॉटेज असं नाव असलेलं लाकडी पाटीचे स्क्रू काढून टाकले आणि सादिककडे पाहून ती पाटी हलवली. त्यानं आपली मधली दोन्ही बोटं उंचावून विजयाची खूण केली. परंतु नंतर घाईघाईनं त्यानं आपले हात बाजूला घेतले आणि आपलं डोकं वाकवलं. त्याला नक्कीच वाईट वाटत होतं, कारण एलिझाबेथ त्याची मैत्रीणच नव्हती; पण महत्त्वाचं गिऱ्हाईकही होती. तो त्याच्या त्या दुकानाच्या धुरकटलेल्या खिडकीमागे पांढऱ्या सलवार झब्ब्यामध्ये भुतासारखे हातवारे करत असल्यासारखा वाटत होता.

''मी पडदे विकत आणीन. ते इथले नसतील आणि तिथलेही.'' मी म्हणाले.

परवीननं आपल्या डोळ्यांच्या पापण्या फडफडवल्या आणि ती म्हणाली, ''तुझ्या म्हणण्याचा अर्थ मला समजला नाही.''

जॉन आणि मार्क दोघं मिळून ते जुनं कपाट त्या जिन्यावरून खाली आणत होते. परवीन म्हणाली, की मार्कला मदत करायला आवडेल आणि त्याचा हात जरी तुटलेला होता, तरी जीवनातील सर्व कामं करायला त्याला अडचण येत नसे. त्याच्या त्या तुटलेल्या हाताला असलेल्या हुकमुळे उलट त्याची पकड जास्तच घट्ट झालेली होती.

ती तो वनस्पती चहा हळू हळू पीत होती. परवीन गरोदर राहिली, तेव्हा तिनं चहा, कॉफी सर्व सोडून दिलं होतं. इम्रान आपला अंगठा तोंडात घालून चोखत होता. आणि माझ्या छातीवर बांधलेल्या बेबी कॅरिअरमध्ये बसून असंदिग्ध बडबडत होता. त्या वेळी घंटी वाजली. ती ग्वेन होती. ती लाल झाली होती. तिला धापही लागली होती. ती एक सुटकेस घेऊन आली होती.

''तू ठीक आहेस ना? तू कुठे हॉस्पिटलला तर जात नाहीस ना?'' तिच्या प्रत्येक गालाची पापी घेत मी चौकशी केली.

''नाही, माझ्या ढुंगणाचं हाड अगदी ठीक आहे.'' असं म्हणून तिनं ती सुटकेस जेवणाच्या टेबलावर ठेवली. तेथील खुर्चीवर ती बसली, कपाळावरचा घाम तिनं पुसला आणि दीर्घ श्वास सोडला. आमच्या कानावर जॉन आणि मार्कचे ते कपाट खाली आणण्याचे आवाज येत होते. ''तिथे तुझ्यासाठी दोन धडधाकट माणसं आहेत.'' ग्वेन हसून म्हणाली.

''दूर रहा.'' असं म्हणत परवीनने मला डोळा मारला. मी ह्या आधी दिलेला फ्रूटकेक तिनं खाऊन संपवला होता. आपल्या बोटांनी टेबलावर पडलेल्या पेपर टॉवेलवरचे तुकडे ती गोळी करत होती आणि तोंडात टाकत होती.

मी माझा हात इम्रानच्या डोक्यावरून आणि त्याच्या काळ्याभोर दाट जावळावरून फिरवला. त्याची बोटं, त्याची पायाची बोटं, त्याचे डोळे मोजले आणि माझा हात अलगद त्या टाळूवरच्या खोल जागी ठेवला.

किटलीमध्ये पाणी भरत मी विचारलं, ''कुणाला कॉफी हवी का?''

''हो, प्लीज.'' जॉन, मार्क आणि ग्वेन ओरडली.

ग्वेनची कॉफी कडक, थोडं क्रीम घातलेली आणि थोडी गुळी साखर घातलेली, तिला हवी तशीच होती.

हिवाळ्यातला सूर्य तसा कमजोरच होता; परंतु तरीही त्यामुळे कॉरिडॉरचा काही भाग आणि हॉल उजळून निघाला होता. ग्वेन कुलपांच्या बोल्टबरोबर जरा धडपडली, तिनं ती उघडली आणि त्या तपकिरी रंगाच्या चामड्याच्या सुटकेसचं झाकण उघडलं.

ती मळकी सुटकेस लहान मुलांच्या कपड्यांनी भरलेली होती. काही पांढरे कपडे, काहीवर भरतकाम केलेले, काही गुलाबी, काही फिकट गुलाबी. त्यांच्या आडव्या पट्टीवर बदकं, घोडे, अस्वलं धावत होती, उडत होती लेस लावलेल्या चड्ड्या सुती बाबासूट्स, पांढरे आणि निळ्या रंगाचे विणलेले स्वेटर्स ह्यापैकी एकाला फुलांची कड होती आणि सॅटीनची रिबीन लावलेली होती. दुसऱ्यावर कडांना विणलेली चमेलीची फुलं लावलेली होती आणि त्याला शोभेशी टोपी होती. एक फुलांचा प्रिंट असलेल्या ड्रेसचा सेटच होता. त्याला स्मोक टाके घातलेले होते आणि तशीच चड्डीही होती. सॉक्सना लेस होती. बुटांवर अस्वलाचं डिझाईन होतं आणि लाळेऱ्यावर विदूषक आणि पऱ्या भरलेल्या होत्या.

''मी काही विकत घेतलं आणि काही तुझ्या लैलासाठी तयार केलं; परंतु आता ती सोळा वर्षांची तरी असेल, वयानं वाढलेली आणि कदाचित तिचं लग्नही ठरलं असेल.'' असं म्हणत तिनं जीभ चावली.

त्याची ती खालीवर होणारी कड, त्याची कॉलर, ते गुलाबांच्या फुलांचे खिसे, ते छोटे फुग्यांचे हात लैलासाठी बनवलेला तो पांढरा ड्रेस वरच्या मजल्यावरच्या कपाटाच्या डोक्यावर सुटकेसमध्ये, महोनेय पाद्रींनी माझ्यासाठी काढलेल्या परतीच्या रेल्वे तिकिटाबरोबर ठेवलेला होता. त्याबरोबर माझ्या आईचं पत्र, लैलाच्या केसांची बट, नौराने दिलेले मोती लावलेले कंगवे, अत्तराची बाटली, फ्रांकॉईसनं दिलेला निळ्या मण्यांचा रुपेरी नेकलेस, कुराण, मॅडम लामानं दिलेलं मेरी क्वॉंट लिपस्टिक आणि एक काळा बुरखाही होता. मी कित्येक तास एखाद्या प्रकाशमय रात्री पाण्यातलं कमळ कसं दिसत असेल ह्याची कल्पना करत घालवले होते, लैला, मी त्या ड्रेसचा आकार कमळासारखा करण्याचा प्रयत्न केला होता.

जेव्हा ग्वेननं पिवळं-लाल बदकाचं पिल्लू असलेला प्लॅस्टिकचा खुळखुळा हलवला, तेव्हा ती म्हणाली, ''हा माझ्या उनाड पोराचा आहे. मी तो इतकी वर्षं

ठेवून दिला होता.'' माझे ओठ चावत आणि जॉन आणि मार्कला शोधण्याचा बहाणा करत मी कॉरिडॉरकडे चालत गेले. जिच्यासाठी एवढे स्वेटर्स आणि ड्रेसेस होते ती लैला कुठे होती? ती कशी दिसत असेल? ती जिवंत असेल की नसेल?

ते शिसवी कपाट, देवदारची शोकेस, दोन महोगनी लाकडाचे खण, दोन जुनी साईड टेबल्स, भारतीय आरसा, पलंगाजवळची छोटी कपाटं आणि एलिझाबेथचे कपडे व काही वस्तू असणारी घुमटाच्या आकाराची गडद रंगाची प्रवासी बॅग ह्या सर्व वस्तू बाहेरच्या फरशीवर घेऊन जाण्यासाठी ठेवलेल्या होत्या. नताशाचा मित्र ते सर्व घेऊन जाणार होता.

पुन्हा स्वयंपाकघरात जाऊन तिथे टेबलावर पसरून ठेवलेले बाळाचे कपडे पाहून मी हसले. ग्वेन आणि परवीनही त्यात सामील झाल्या.

''ती वेडी आहे.'' परवीन म्हणाली. ग्वेन इम्रानचा हात धरून डोळे फिरवत लाडे लाडे बोलू लागली.

''सलाम जिद्दू : (हॅलो आजोबा.)'' त्या हायस्ट्रीटवरील कबाब व्हॅनमधल्या म्हाताऱ्या माणसाला मी म्हणाले. जॉननं इम्रानला घेतलं होतं. ग्वेननं लैलासाठी विणलेला निळ्या स्वेटर आणि टोपीमध्ये तो छान दिसत होता. चमेलीच्या त्या विणलेल्या माळेमुळे तो राजासारखा दिसत होता.

''अहलान वा सहलान बिंटी : (मुली तुझं स्वागत असो.)'' तो म्हातारा म्हणाला.

''तुला मी आठवते? तुझ्या व्हॅनच्यामागे बसून, हवेतला वास घेत बसणारी ती मी स्त्री.'' मी म्हणाले.

''हो, हो, आम्हाला वाटायचं, की तू कोणी भिकारीण किंवा एम१५ ची हेर असावीस.'' तो हसला. तो उंच होता. त्याचे पाय बारीक होते आणि त्याचे मोठे डोळे वयानुसार निस्तेज झाले होते. त्याची दाढी करडी होती आणि डोक्यावरचे पातळ केस विणलेल्या गोल टोपीनं झाकलेले होते. गडद भरतकाम केलेली काळी तुमान घोट्याजवळ घट्ट होती, तपकिरी टोकदार बूट होते आणि भरतकाम केलेला उत्तर आफ्रिकन शर्ट त्याच्या अंगावर होता.

''हा माझा नवरा जॉन आणि हा माझा मुलगा इम्रान.'' मी म्हणाले.

''अहलान वा सहलान अल्लाला स्मरून तुम्हाला कबाब द्यायलाच हवेत.'' तो म्हणाला.

माझा जिओर्डी नवरा त्या कबाबचा वास घेऊन म्हणायचा ''शुक्रन : (थँक्स!)''

''ला शुकर अला वाजिब : (माझे कर्तव्य करण्याबद्दल माझे आभार मानू नको.)'' त्यानं उत्तर दिलं.

मग त्यानं एका सावळ्या निळी जीन्स आणि बॉन जोव्ही नो पेन नो गेन असं मोठ्या लाल अक्षरांत छापलेला काळा टी-शर्ट घातलेल्या तरुणाच्या खांद्यावर हातानं चापट्या दिल्या. त्या तरुणाचे केस डोक्यावर गोंद लावून ताठ उभे केलेले होते आणि त्याच्या कुरळ्या केसांच्या पापण्यांआड त्याचे मोठे डोळे दडलेले होते. त्याच्या भुवया नीट केलेल्या होत्या आणि त्याचा गुळगुळीत चेहरा व्हॅनच्या बेताच्या उजेडात चमकत होता. त्याचे फुटलेले लाल भरीव ओठ उघडून तो हसला. तो म्हातारा म्हणाला, ''माझा मुलगा रशिद. तो इंग्लिश पुरुषांसारखा थोडा बायल्या आहे; पण ठीक आहे.''

''मरहबा : (हॅलो, ते खरंच आहे. मला जास्त अरेबिक येत नाही.)'' तो हसून म्हणाला.

आम्ही हस्तांदोलन केलं, बोललो आणि व्हॅनच्या बाजूला फरसबंदीवर उभे राहून कबाब खाल्ले. जर तुम्हाला मी माहीत नसते, तर तुम्हाला वाटलं असतं, की आम्ही एक सामान्य कुटुंब भटकंतीला निघालो आहोत आणि हिवाळ्यातल्या त्या सूर्यप्रकाशाची मजा चाखत आहोत. मी सुखी असायला हवं होतं, पण माझ्या हृदयात काहीतरी सलत होतं. नौरा, तू आमच्या डोक्यावरून फिरत असशील अशी मी कल्पना करत होते. तुझी सावळी गंभीर मूर्ती, तुझ्या कमानदार भुवया, तुझे आकर्षक डोळे, तुझे लाल ओठ, तुझे मोत्यासारखे चुईंगम चघळत असणारे दात आणि मग त्यातून गुलाबी बुडबुडे येतील. रिमा आणि रामी, रामीचा मधुमेह बरा झालेला असेल, त्यानं तुझा हात धरलेला असेल, तू त्या पांढऱ्या व्हॅनच्या चौकोनी छताकडे पाहशील. आमच्या काळ्या, गोल डोक्यांच्या ठिपक्यांकडे पाहशील, आपल्या बापाकडे पहिलं पाऊल टाकणाऱ्या एका झालरवाल्या निळ्या फुलाकडे, इम्रानकडे पाहशील. त्या व्हॅनच्या मागे घसरणाऱ्या कार्सकडे पहाशील. तुझं ते अप्रासंगिक, आनंदी आणि वेळेचे बंधन नाही असं हास्य शोधणाऱ्या माझ्या चेहऱ्याकडे तू बघत राहशील. तुझ्या हास्याचा प्रतिध्वनी तुझ्या बरगड्यांत घुमत राहील.

जांभळ्या फुलांचे झाड

अमावस्येच्या त्या कालच्या रात्री मला झोप येत नव्हती. मी डोळे बंद करायचे, तेव्हा मला दूरवरून, मोठ्या आवाजात घरघर ऐकू येत होती; जणू ती विहिरीच्या तळातून ऐकू येत होती. मी अंधारातच पदरस्त्यावरून त्या टेकडीवरून लाँगवेल पासून खाली शेताकडे धावत सुटले. मग मी धपापत स्तब्ध उभी राहिले. मी हवेचा वास घेतला. पानांची सळसळ आणि कुठून हालचाल ऐकू येते का ते पाहिलं. त्या शेताच्या दुसऱ्या टोकापासून लयबद्ध किंकाळ्या ऐकू येत होत्या. नासलेल्या दुधाच्या आणि कुजलेल्या अवयवांच्या दुर्गंधीचा मागोवा मी घेतला. त्या वासानं मला तिच्यापर्यंत नेलं. त्या जर्दाळूच्या झाडावरून लैला नग्नावस्थेत लोंबकळत होती. बीभत्स पद्धतीनं एकत्र बांधलेले तिचे हातपाय आणि ते झाडाच्या खोडाला अडकवले होते. तिची मान कापलेली होती. तिच्या चेहऱ्यावर वार होते. तिची गुप्तांगं सडलेली होती. माशांचा एक काळ्या ढगांसारखा पुंजका तिच्याभोवती वेड्यासारखा गुणगुणत होता. ती असहाय पतंगासारखी जळत होती. मी घामानं चिंब भिजून जागी झाले.

''ते तुला ठार मारतील.'' परवीन म्हणाली.

तिचा चेहरा हातात धरून मी म्हणाले, ''मला जायला हवं, तिला शोधायला हवं. ती मला बोलावते. तिला माझ्या मदतीची गरज आहे.''

''मी घर सोडल्यापासून माझ्या कुटुंबीयांशी बोललेले नाही. त्यांना मी कुठे आहे हे माहीत नाही. तुला काय वाटतं, की माझं हृदय गारगोटीचं बनलेलं आहे? मलाही त्यांची आठवण येते, यार.'' असं म्हणून तिनं तिची ती सरळ बट उडवली. ती वैतागली होती.

''परवीन, ती माझी मुलगी आहे.'' चेहऱ्यावर आलेले केस मागे सारून मी म्हणाले.

''हा निव्वळ वेडेपणा आहे. तुला झालंय तरी काय? तू बाळंत झाल्यापासून तुझ्या तब्येतीची घसरणच चालू आहे. तू नीट खात नाहीस. तू सर्व वेळ रडतेस. तू एखाद्या भिकारणीसारखी दिसतेस. पुन्हा तुला बंदूकवाले दिसायला लागलेत की काय?''

''मी फार निराश झालेय. मला प्रत्येक रात्री लैलाची स्वप्नं पडतात. तिला काहीतरी झालं असावं. आईच्या हृदयाला ते समजतं.'' मी म्हणाले.

''काय बोलावं ते मला कळत नाही.'' ग्वेन म्हणाली. ''जर सल्माला वाटत असेल की तिनं जावं तर मग आपण तिला थांबवू शकत नाही असं मला वाटतं.''

''मी तुला जाऊ देणार नाही, सल्मा. आपल्या मुलाचं काय? माझं काय?'' जॉननं भरल्या आवाजात विचारलं.

''आपण पोलिसांना कळवू. इंटरपोल तुझ्या मैत्रिणीशी संपर्क साधतील आणि ते तिला शोधतील.'' मार्क म्हणाला.

''मी आता ब्रिटिश नागरिक आहे आणि ब्रिटिश माझं संरक्षण करतील.'' मी म्हणाले.

''ओ! या! तुझ्या कातडीच्या रंगाकडे पहा. तू दुय्यम दर्जाची नागरिक आहेस. ते तुझं संरक्षण करणार नाहीत.'' परवीन म्हणाली.

''आता मला कुणी ओळखणार नाही. विशेष करून मी माझे केस कापून रंगविले तर.''

''ते तुला वासावरून ओळखतील. कितीतरी आशियार्ड मुली परत गेल्यावर मारल्या गेल्या.'' परवीन म्हणाली.

''तिचं रडणं थांबत नाही. तिचे हुंदके माझ्या डोक्यात घुमतात.'' मी म्हणाले.

मोठ्या कष्टानं उभं राहून परवीनं मला घट्ट धरलं. ''प्लीज, प्लीज जाऊ नको!''

''तुम्ही समजू का शकत नाही?'' मी ओरडले. ''माझ्याकडे कोणाची नावं नाहीत. माझ्याकडे नौरा किंवा मॅडम लामाचंही आडनाव नाही. मला गेलंच पाहिजे. माझी मुलगी संकटात आहे.''

''तुझ्या मुलाचं काय?'' ग्वेननं विचारलं.

''मुलांना जास्त चांगली वागणूक मिळते. ते स्वत:ची काळजी घेऊ शकतात. मुली असहाय असतात.'' मी म्हणाले.

''तू चुकतेस. त्याला तुझी गरज आहे.'' ती म्हणाली.

''त्याचा बाप चांगला आहे. जर मला काही झालं, तर तो त्याची काळजी घेईल.''

जॉननं आपला ओलसर चेहरा लपवून माझा बाप मला धरायचा, तसा इम्रानला छातीशी धरून तो स्वयंपाकघरातून बाहेर पडला.

मला पुन्हा तेच स्वप्न पडलं; परंतु आता लैलाच्या घुसमटलेल्या किंकाळ्या वाढल्या होत्या. माझ्या हृदयाला जाणवत होतं, की मला जायलाच हवं होतं आणि उशीर होण्याआधी तिला शोधायला हवं होतं. मी ती रेशमी लाल रंगाची चिनी पेटी बाहेर काढली. ती परवीननं मला वाढदिवसानिमित्त दिली होती. ती कपाटातून काढून मी उघडली आणि त्यातल्या वस्तू नीटपणे ठेवायला लागले. कडांजवळ पडलेलं एक्स्टरसाठी खरेदी केलेलं रेल्वेचं पिवळं रिटर्न तिकिट, माझ्या आईचं पत्र, लैलाच्या केसांची बट, नौराचे मोती लावलेले कंगवे, अत्तराची कुपी, मॅडम लामानं दिलेली मेरी क्वाँट लिपस्टिक आणि फ्रांकॉईसनं दिलेला चांदीत गुंफलेला निळ्या मण्यांचा हार. मुद्दाम बनवलेल्या चामडी खिशातून मी केसांची बट काढली आणि माझ्या आईचं पत्र काढलं, तेव्हा एक विद्युत प्रवाह माझ्या उजव्या हाताच्या बोटांतून माझ्या बाहूत, माझ्या खांद्यातून मानेच्या मागच्या भागापर्यंत गेला. माझ्या मानेवरची बारीक लव उभी राहिली आणि माझ्या डोक्याची कातडी शिवशिवली. मी ते सर्व पुन्हा पेटीत ठेवलं, झाकण बसवलं आणि त्यासाठी बनवलेल्या रेशमी बटणाभोवती लूप गुंडाळला.

माझ्या डोक्यात पत्र तयार व्हायला लागलं. ज्याला हे लागू पडेल त्याला : माझं नाव सल्मा इब्राहिम एल मुसा आहे. मी इस्लाह तुरुंगात होते. तिथे पहिल्या वर्षी मी मुलीला जन्म दिला आणि तिला तिथून अनौरस मुलांच्या संस्थेत ताबडतोब नेण्यात आलं. तुम्ही तिला शोधण्यासाठी मदत करू शकाल का? माझा पोस्टाचा पत्ता...

मग मी हे काल्पनिक पत्र फाडून टाकलं. मी माझी ओळख आणि पत्ता कसा काय उघड करू शकणार होते? ह्यात माझा माग काढला जाण्याचा आणि मग मला ठार मारलं जाण्याचा धोका होता; परंतु लैलाचं रडणं, तिच्या हाका, तिच्या विनवण्या मी कशा दुलर्क्षित करू शकणार होते? मी स्वयंपाकघरात उभी होते. मागे पुढे पाहणारी मान दोन्हीकडे वळवणारी एक स्त्री. मी सकाळी चार वाजता केलेल्या कोमट चहाला चवही नव्हती. खालच्या जमिनीच्या फरशा माझ्या अनवाणी पायांना थंड वाटत होत्या. त्या टेकड्या ज्यावर हिरवं गवत, तण आणि झुडपं उगवलेली होती. अचानक रबरानं खोडून टाकावं तशा... क्षणात... नाहीशा झाल्या आणि त्या जागी तिथे शुष्क तपकिरी डोंगर तयार झाले. ते डोंगर रुपेरी हिरव्या ऑलिव्हच्या, आलूबुखार, बदाम आणि जर्दाळूच्या झाडांनी आणि द्राक्षाच्या वेलींनी भरलेले होते. काय ठीक होतं एक फुप्फुस, एक मूत्राशय, एक पित्ताशय एक हृदयाचा भाग घेऊन जगायचं, की त्या जुन्या प्रदेशात जाऊन मरणाचा धोका पत्करायचा? माझा मुलगा, जो आता शांतपणे त्याच्या कॉटवर, बेडरूममध्ये झोपलाय, तो जर रडायला लागला तर विचार न करता मी वर धावत जाईन आणि मी त्याला माझ्या मानेजवळच्या

खोबणीशी त्याला पुन्हा सुरक्षित वाटेपर्यंत आणि तो रडायचा थांबेपर्यंत घट्ट धरेन. इतक्या वर्षांनंतर त्या प्रदेशात परिस्थिती बदलली असेल. माणसं बदलतात, मी बदलले. जरी माझी ओळख पटली, तरी मला मारलं जाणार नाही. मी माझे केस कापून घेतले, ते सरळ करून घेतले आणि भुरे रंगवूनही घेतले आणि लाल लिपस्टीक आणलं तर... जर मी बिनबाह्यांचा, लांब गळा असलेला टॉप आणि तोकडा स्कर्ट घातला आणि गॉगल वापरला, तर त्यांना मी त्यांच्या जमातीची आहे हे वाटणारही नाही. त्यांना तिथे दिसेल ती एक निर्लज्ज, विदेशी स्त्री. जिचं शरीर, तिथले खजिने हे काहीही मूल्य न देता फुकट मिळण्यासारखी असलेली स्त्री. जर ती तुम्हाला फुकटात मिळत असेल, तर तुम्ही तिच्या कुटुंबीयांना वीस उंट देण्याची मग काय गरज? जेव्हा मी सरतेशेवटी पाहिलं, तेव्हा त्या टेकड्या हिमा खेड्या-सारख्या कनीनिका ह्या झुडपांनी बहरलेल्या होत्या. ती झुडपं वाऱ्यावर एकत्र डुलत होती आणि तिचं नाव कुजबुजत होती. "ममा? ममा?" एक कमजोर आवाज माझ्या डोक्यात घुमत होता. मग अचानक तो थांबला. मी माझ्या दोन्ही हातांनी माझं तोंड झाकलं. माझ्या कपाळावर, माझ्या भुवयांच्या आणि डोळ्यांच्या वर मी जोरात दाबलं. तुमची दृष्टी किती महत्त्वाची होती? तुमची मुलगी किती महत्त्वाची होती? मी जायलाच नको, मी जाऊच नये, मी जाणारच नाही.

इम्रान आता नऊ महिन्यांचा झाला होता. आता त्याला माझं दूध पाजणं बंद करायची वेळ आली होती. मी माझ्या स्तनाग्रांभोवती कापूस लावला आणि ते त्याला दिलं. त्यानं ते थुंकलं आणि तो रडायला लागला. मग मी कॅमोमाईल आणि बडिशेपेच्या काढ्यानं बाटली भरली आणि त्याची प्लॅस्टिकची बोंडी त्याच्या तोंडात दिली. त्यानं ती थुंकली. तो सर्व चहा त्याच्या गुबगुबीत मानेवर सांडला आणि तो पुन्हा रडायला लागला. त्याच्या लाळेऱ्यावर "जो कोणी मला भरवतो त्यावर मी प्रेम करतो." असं छापलेलं होतं. मी त्याचे अश्रू त्यानं पुसले आणि त्याला कॉटवरून बाहेर काढलं. मी त्याला जवळ धरल्यावर तो रडायचा थांबला; पण जेव्हा मी त्याच्या त्या सुंदर काळ्या जावळाचं चुंबन घेतलं, तेव्हा तो रडायला लागला. ह्या वेळचं त्याचं रडणं जणू कोणी त्याचे अवयव तोडल्यागत होते.

त्याचं दूध तोडणं हा तीन दिवसांचा कार्यक्रम होता. मधूनच रडणं, रात्रीचं जागरण, त्याला चमच्यानं भरवताना थेंबथेंब गळणं, त्याला साखरेची लाच देणं आणि त्याला घेऊन घराभोवती त्याला झोप लागेपर्यंत फिरणं. माझी आई, माझा भाऊ महमूदला तीन वर्षांपर्यंत पाजत होती. त्याचे लांब पाय लडखडत जमिनीला चिकटायचे. तो बाहेर जाऊन कुत्र्याजवळ खेळायचा. मग वैतागून घरात यायचा आणि आईला म्हणायचा, "तू मला तुझा झिझा : (दूध दे.)"

पण मला इम्रानला पाजणं बंद करावं लागलं होतं आणि त्याला रोजचं अन्न कसं खावं ते साधारण शिकवावं लागलं होतं. मला लैलाला शोधायला जायचं होतं. मला तिचं सुजलेलं तोंड जिकडे तिकडे दिसायचं; खिडकीच्या तावदानात, माझ्या नाश्त्याच्या भांड्यातील दुधात तरंगताना दिसायचं आणि स्वयंपाकघरातून जाणाऱ्या पाण्याच्या लोंढ्यातही दिसायचं, सर्व आरशात दिसायचं. जेव्हाजेव्हा वारा माझ्या तोंडावर यायचा, तेव्हातेव्हा मला तिचं घुसमटलेलं रडू ऐकू यायचं.

एका पहाटे मी वॉशबेसिनला धरलं आणि माझे रक्तासारखे लाल झालेले डोळे आरशात पाहिले. इम्रानला आता जे काही मिश्रण मी तयार करायचे, त्याची चमच्यानं खाण्याची सवय झाली होती आणि तो कपानंही प्यायला लागला होता. तो त्याच्या बापाच्या बाजूला गाढ झोपला होता. फक्त मीच खात नव्हते की झोपत नव्हते. मी स्वत:शीच बोलायला लागले, ''बाळ इम्रान, मी तुझ्यावर किती प्रेम करते! लैला मी तुझ्यावर किती किती प्रेम करते! तो ठीक राहील. मी त्याच्यासाठी महिन्याभराचं अन्न शिजवून ठेवीन आणि ते फ्रीजरमध्ये ठेवीन. जितके दिवस मी बाहेर आहे त्या प्रत्येक दिवसासाठी एक पिशवी त्यावर तसं लिहीनही.'' मी माझ्या प्रतिबिंबाला म्हणाले, ''त्याला जितका वेळ जवळ घेता येईल तेवढा वेळ कवटाळलं आणि बालगृहात त्याला तीन तासांपेक्षा जास्त ठेवू नको. तो तुझ्याकडे चालत येईल, तेव्हा त्याचा हात धर, कारण अजून त्याच्या पायांत तेवढी ताकद नाही. त्याचं डोकं दोन्ही हातांत धर आणि ते तुझ्या छातीजवळ घट्ट पकड. त्याला अशीच सवय आहे. जेव्हा तो रडेल, तेव्हा बडिशेप आणि साखरेची पुरचुंडी करून त्याच्या छोट्या पांढऱ्या दातामागे तोंडात हळूच ठेव. त्याच्या अंगावर ते निळं मखमली ब्लँकेट घाल आणि ते त्याच्या छोट्या हातांजवळ धर. त्याच्यावर तिप्पट प्रेम कर. एक तुझे, एक माझ्यासाठी आणि एक त्याच्या अरब आजीसाठी. मी त्याला तुझ्या संरक्षणाखाली सोडतेय जॉन.'' असं म्हणून माझ्या थंड हाताच्या मागच्या बाजूने माझे अश्रू टिपले.

माझ्या खेड्याकडे जाण्यासाठी एअरपोर्टवरून दोन तासांचा प्रवास होता. माझे रंगवलेले छोटे केस, गवती टोपी, गॉगल आणि छोट्या बाह्यांचे हात ह्यामुळे लाल, पांढऱ्या चौकटीचा रुमाल काळ्या दोरीनं डोक्यावर बांधलेल्या त्या बेदुइनी टॅक्सी ड्रायव्हरला वाटलं, की मी खावाज्जया : (एक विदेशी) असावी. त्यानं तोंडातल्या तोंडात आपली नापसंती व्यक्त केली. त्याला वाटलं, की मी त्याच्या देशात त्यांच्या चालीरीतींचा अभ्यास करण्यासाठी आणि त्यांना पैसे देऊन त्या घाणीत राहण्यासाठी आणि उंट आणि मेंढरांबरोबर झोपण्यासाठी प्रोत्साहित करण्यासाठी आलेली असावी. ''सिगारा?'' तो म्हणाला. त्याने न पेटवलेली सिगरेट माझ्यापुढे केली आणि त्या मळलेल्या वाटेवर त्या टॅक्सीचं स्टिअरिंग व्हील सोडून दिलं.

“नको थँक्स.” मी म्हणाले.

त्यानं सिगरेट पेटवली. वर ठेवलेला चहाचा ग्लास हातात घेता यावा म्हणून खिडकीची काच खाली केली. मग त्यानं चहाचा घोट आणि सिगरेटचा झुरका घेतला. चहाचा एक थेंबही न सांडता तो टॅक्सी डावी-उजवीकडे वळवत होता. चहाचे ते चिकट द्रव त्या कपात हलत होते, चहाच्या कपातील वादळच.

“सिगरेट पिणं वाईटच.” मी त्याच्या सिगरेटकडे बोट दाखवत म्हणाले.

“बायको वाईट, सिगरेट चांगली.” तो आपल्या डोक्यावरचा रुमाल एका बाजूला करत आणि आपल्या भुवया उंचावत म्हणाला.

मला हमदानच्या गुप्त भेटीतली साद आणि खुणांची आठवण झाली. त्याच्या त्या हाकाऱ्यांना उत्तर म्हणून मी धावत द्राक्षांचा मळा गाठायचे आणि माझा पायजमा उतरावयाचे. मला वाटलं होतं, की हमदान मला मागणी घालेल; पण त्यानं मला दरीत सोडलं आणि तो डोंगरावर पळाला.

आता त्या उघड्याबोडक्या डोंगराकडे पाहताना, तेथील ऑलिव्हची झाडं, तळपणारा निर्दय सूर्य आणि धुरकट निळे आकाश पाहताना मला माझ्या आईचे खरखरीत हात माझ्या चेहऱ्यावर फिरल्यासारखं वाटलं. माझ्या वडिलांजवळच्या कस्तुरीचा वास घेऊन मी त्याच्या कुशीत शिरले.

जेव्हा दूरवरून मला ऑलिव्हची झाडे दिसायला लागली त्या वेळी मला परत जावं असं वाटायला लागलं. एक्स्टरवरच्या आमच्या स्वयंपाकघरात जॉनबरोबर चहाचे घुटके घेत थांबावं असं वाटायला लागलं. तो टॅक्सी ड्रायव्हर एका नव्या पॉप सिंगरबरोबर गाणं म्हणत होता. “वहीबक्क अहाऽ: (मी तुझ्यावर प्रेम करतो.)” आणि त्यानं कारचा वेग वाढवला. तो रस्ता माझ्याकडे धावत येत होता. तात्पुरती काँक्रिटची घरं आणि मातीची कोठारं असलेलं ते खेड जवळ येत होतं. सूर्य त्या काट्यांनी झाकलेल्या टेकडीच्या मागे बसलेला होता आणि धनगरी कुत्र्यांचा आवाज आणि प्रार्थनेच्या हाका वातावरणात घुमत होत्या. मी माझ्या कपाळावरचा थंड घाम पुसला आणि त्या ड्रायव्हरला मला पुन्हा एअरपोर्टकडे परत नेण्यासाठी सांगणार होते. तेवढ्यात मला एक तरुण मुलांचा जमाव मशिदीकडे जाताना दिसला. ते एकमेकांच्या पाठीवर थपडा मारत होते. डोक्यावरचे ते चौकटीचे रुमाल नीट बसवत होते. आपल्या मिश्यांना पीळ देत होते आणि माझ्या मनानं एकदम पलटी घेतली. लैला इथे कुठेतरी होती आणि मला तिला शोधायला पाहिजे होतं. ऑलिव्ह, सफरचंद आणि आलूबुखारची झाडं खिडकीच्या काचेतून वेगानं मागे जाताना दिसत होती. मी तिला नवीन देशात स्थिरस्थावर व्हायला मदत करीन. तिला इंग्लिश शिकवीन. तिला कॉलेजात घालीन. जर आमची कधीतरी दृष्टिभेट झाली, तर सर्व ठीक होईल. मला कोठीच्या दोन खोल्या दिसल्या. ते आमचे घर होते. मी ड्रायव्हरला

थांबायला सांगितलं आणि त्याला चाळीस दिनार दिले.

जमिनीवर थुंकून तो म्हणाला, ''अदजनाबीय्येली वा बाखीलेह : (विदेशी आणि कंजूष.)''

कशाबशा बांधलेल्या नवीन खोल्यांसमोरच्या उंच चबुतऱ्यावर एक काळा पोशाख केलेली एक स्त्री बसलेली होती. मी तिला हात हलवला. तिनं प्रत्युत्तरादाखल हात हलवला.

माझा प्राण असलेल्या माझ्या मुलाचे दात येत होते. त्याची लाळ गळत होती. तो चिडचिडा झाला होता आणि तोंडात वस्तू धरून तो सारखा चावत असायचा. तो पुन्हा रडायला लागला, म्हणून मी त्याला पाहुण्यांच्या खोलीत घेऊन गेले. एलिझाबेथ जिवंत असताना ही खोली माझी पूर्वीची बेडरूम होती. त्याला कॉटवर ठेवला. त्याचं तोंड ओल्या फडक्यानं पुसलं आणि माझं बोट त्याच्या दुखऱ्या हिरड्यांवरून हळूच फिरवलं. ते तो चावायला लागला आणि पुन्हा रडायला लागला. छातीशी घट्ट धरून त्याला झुलवत मी गायला लागले. :

''झोपी जा हबिबि झोपी जा
तुझ्या शत्रुंच्या डोळ्यांना मात्र कधीच झोप लागू नये.
बघ कबुतरं कधीच रडत नाहीत
इम्रानला आता झोपायचे आहे.''

सरतेशेवटी त्यानं डोळे बंद करून नि:श्वास सोडला. मी त्याच्या अंगावर ब्लँकेट टाकलं. एक कात्री बाहेर काढली आणि त्याच्या चमकदार मऊ जावळाची बट कापली आणि ती माझ्या खिशात लपवली. मी त्याची मान हुंगली, माझ्या हृदयात त्या बाल जिवाचा वास भरून घेतला. मी माझा हात त्याच्या नाजूक डोक्यावरून फिरवला. माझ्या हाताचा तळवा त्याच्या हृदयावर ठेवला. मी त्याला दोन आठवडे सोडलं, तर तो ठीक राहील का? जॉन चांगला बाप होता. तो हळुवारपणे इंग्लिश कविता गुणगुणायचा आणि लाडेलाडे मोडक्यातोडक्या अरेबिकमध्ये त्याच्या कानात सदैव बोलायचा.

मी खिडकीतून टेकडीवरच्या शेताच्या बांधावर असलेल्या झाडांच्या काळ्या बाह्यरेषा पाहिल्या. ती सर्व वाऱ्यावर एकदा ह्या बाजूला, तर दुसऱ्यांदा त्या बाजूला अशी डुलत होती. जेव्हा मी खिडकी वर केली, तेव्हा वाऱ्याचा झोत खोलीत शिरला. मी माझं डोकं बाहेर काढलं आणि त्या टेकड्यांच्या बाह्यरेषेवर, त्या नदीच्या चकाकीवर आणि रेल्वेच्या लोखंडी रुळांवर नजर टाकली. पानांच्या सळसळाटानंतर छडीच्या छमछमसारखा आवाज आला.

तो तिथे होता. त्याचा खंजीर म्यान्याच्या बाजूला बांधलेला होता. त्याच्या

बंदुकीच्या गोळ्यांचा पट्टा छातीवर तिरका होता. त्याचे वापरून झिजलेले चामड्याचे सँडल्स, त्याच्या पायावर वाळवंटातली धूळ होती. त्याची पिवळी नखं लांब होती. त्या तुटलेल्या नखांवर घाण होती आणि त्याच्या उजव्या खांद्यावर बंदूक टाकलेली होती.

घोड्यांच्या टापांचा आवाज, म्यानातून काढल्या जाणाऱ्या खंजिराचा आवाज अंधारात झबाड्या तोंडाच्या घुबडाचे घुत्कार, वटवाघळांच्या पंखांचा फडफडाट, आणि हवेत फिरवलेल्या खंजिराचा आवाज ऐका. मारेकऱ्याच्या घामाच्या वासाचा वास घ्या. लैलाची मान त्यानं हातानं पकडल्याचा आणि ती मागे खेचल्याचा आणि त्याचा खंजीर मासांतून चिरला गेल्याचा आणि हृदयापर्यंत पोहोचण्यासाठी हाडं मोडल्याचा आवाज घ्या. तुझ्या मुलीचं गरम लाल रक्त वेगानं बाहेर येऊन थेंबाथेंबानं खालच्या वाळूत पडल्याचा आवाज ऐका. तिचा देह वाकडातिकडा होत जमिनीवर पडल्याचा आवाज ऐका. एक आरोळी, एक किंकाळी. बुरखा टरकल्याचा आवाज आणि लयबद्ध बडवलं जाणारं ऊर आणि शेवटचा आचका.

''त्यापेक्षा मला मार.'' त्या लोखंडी रेल्वेजवळ दिसणाऱ्या महमूदच्या सावलीवर मी किंचाळले.

प्रत्येक गोष्ट छोटी वाटत होती, अंगणातली विहीर, त्या कोठीच्या खोल्या, जर्दाळूच्या झाडाला बांधलेला घोडा, तो कुत्रा, माझ्या बापाचा खोगीर, भांडीकुंडी इतकंच नव्हे, तर आलूबुखार आणि सफरचंदाची झाडंही. ''हाज्जेह : (तू ठीक आहेस ना?)'' मी त्या उंचवट्यावर बसलेल्या आणि आपलं तोंड काळ्या मुखवट्यात लपवलेल्या स्त्रीला म्हणाले. तिचे डोकं काळ्या पडद्यानं अगदी जागच्या जागी काळ्या दोऱ्यानं बांधलेलं होतं. ही कोणीतरी मृत झाल्याची, सुतकाची खूण होती. तिच्या वर आलेल्या हिरव्या शिरा ह्या तिच्या सुकलेल्या, सुरकुतलेल्या चामडीसारख्या हातावर खालपर्यंत आल्या होत्या.

''कोण आहे?'' तिनं आवाजाच्या रोखानं आपले बांधलेलं डोकं वर करून विचारलं.

ती होती हाज्जेह अमिना, माझी आई जिच्या पत्रामुळे मी इतकी वर्षं जिवंत राहिले होते. तिच्या गालांवरूनही सुरकुत्या पसरल्या होत्या आणि पिवळट पू तिच्या चिकटलेल्या डोळ्यांतून वाहताना दिसत होता. ती हसते असं वाटत होतं. तिच्या निस्तेज ओठांजवळच्या लाल चिरा वर झुकलेल्या होत्या.

''तुझ्या घराला भेट द्यायला पाहुणी आलेय.'' मी माझं हृदय घट्ट धरून अरेबिकमध्ये म्हणाले.

''या हाला बी इल- डेफ : (पाहुण्याचे स्वागत असो.)'' असं म्हणून ती दरवाज्याच्या लोखंडी चौकटीला धरून उभी राहिली. ''मी तुझ्यासाठी चहा करते.''

ती म्हणाली आणि तिनं त्या बुरशी आलेल्या भिंतीवर बोटं फिरवली. ती खोलीमध्ये हरवल्यागत कुठं जायचं ते न कळून उभी राहिली. ''तो थर्मास कुकर कुठे आहे?'' तो तिच्या समोर होता, पण तिला तो दिसत नव्हता.

मी तिचा हात धरून तिला खाली बसवलं. तिनं जणू काही तो हात म्हणजे डाग देण्यासाठी घेतलेली धगधगती लोखंडाची सळई असल्यागत मागे ओढला.

''तू कोण आहेस?'' तिनं विचारलं.

''शाहलाने मला पाठवलं.'' मी म्हणाले.

''ती मेली.'' ती म्हणाली आणि त्या खडबडीत सिमेंटच्या जमिनीवर बसली. तिनं आपल्या पडद्याच्या टोकानं डोळे पुसले आणि जणू सर्व जमातीला सांगितल्यागत ती म्हणाली, ''आमच्या सर्व पाहुण्यांचे स्वागत असो.''

मी त्या पितळी चहादानात सात चमचे साखर टाकली, एक चमचाभर चहा आणि मग पाणी उकळवलं. मी तिच्या हातात काळजीपूर्वक एक पातळ कप दिला. तिनं चहाचा घोट घेतला तेव्हा ती रडू लागली. ''आपण एकट्याच आहोत का?'' तिनं विचारलं.

''हो, आई.'' मी म्हणाले.

मी स्वयंपाकघरातल्या जमिनीवर बसून जवळच्या छोट्या कपाटाला टेकून कित्येक तास घालवले. जेव्हा जॉनला मी सापडले, तेव्हा मी बोलू शकत नव्हते. माझ्या उजव्या बाजूचा तोंडाचा स्नायू, माझ्या डोळ्याखालचा स्नायू आखडला होता. मी तोंड उघडलं; पण आवाज आला नाही.

''ह्या दु:स्वप्नामुळे तू आपल्या सर्वांच्या आयुष्याचा नाश करत आहेस. तुला सुखाची संधी मिळालेय आणि तू काय करतेस? तू ते सर्व दूर सारत आहेस.'' तो म्हणाला. त्यानं मला वर ओढलं. ''तू इतकी अशक्त आणि थंड पडली आहेस. हा वेडेपणा थांबव माझ्या राणी.'' मला खाली बसवून त्यानं माझ्यासाठी गोड चहाचा कप तयार केला.

मी चहाचे काही घुटके घेतले, तेव्हा माझे तोंडाचे स्नायू मोकळे झाले. ''मी प्रयत्न करीन, वचन देते मी.'' मी म्हणाले. माझा आवाज स्वत:चा नसल्यागत घोगरा येत होता.

''प्लीज, इम्रानकडे पहा आणि लैलाला विसर.'' तो म्हणाला.

त्याच्या तोंडून तिचं नाव ऐकलं, माझा छातीचा पिंजरा कोसळला जणू काही कुणी तिथे फटका मारला होता. मी श्वास घेतला; परंतु माझ्या फुफ्फुसात हवा गेलीच नाही. श्वास घेता यावा म्हणून मी जोरात खोकू लागले.

जॉनने मला कवटाळलं. ''हे बघ, प्रत्येक गोष्ट ठीक होणार आहे तू बघशीलच.''

तो म्हणाला.

परंतु चहाचा एक कप आणि त्याचं समजावणं पुरेसं नव्हतं. ते दोघे झोपलेले असताना मी त्यांचा निरोप घेतला. मी माझी कपड्यांची बॅग कपाटात माझ्या हिवाळी कपड्याआड दडवली होती आणि माझा ब्रिटिश पासपोर्ट आणि तिकीट माझ्या हातातल्या बॅगेमध्ये मी जागा सोडण्याच्या घडीची वाट पाहत होते. इम्रान खिडकी-जवळच्या रेडिएटर जवळ असलेल्या आपल्या लाकडी कॉटवर झोपलेला होता. त्यानं आपला ओठ चावला आणि तो मुसमुसला. त्याच्या बंद पापण्यांखाली त्याचे डोळे हलले. मी त्याच्या डोक्याचा वास घेतला, त्याच्या कपाळाचं चुंबन घेतलं आणि उठून उभी राहिले. स्नुपी चांदण्यात उडतोय असं चित्र असलेलं त्याचं ब्लँकेट त्याच्याखाली दुमडलं. जॉन कुशीवर झोपला होता. मी माझी बोटं त्याच्या विरळ केसांतून फिरवली, त्याच्या डोक्याच्या वरच्या भागाचं चुंबन घेतलं. त्याच्या पाठीवरच्या तिळाचं चुंबन घेतलं, त्याच्या केसाळ पायांच्या पाठच्या भागाचं चुंबन घेतलं आणि जेव्हा सुस्कारा सोडून तो कुशीवर वळला आणि त्याचं तोंड इम्रानकडे झालं. तेव्हा मी हळूच खोलीतून बाहेर पडले.

मी तिच्या दिशेनं पावलं टाकायला सुरुवात केल्यावर पुन्हापुन्हा म्हणत होते, ''मला क्षमा कर इम्रान, मला क्षमा कर. तिला शोधायला मला जायला हवं होतं. तिला शोधायला मला जायला हवं होतं.''

सादिकचं दुकान आधीच उघडलेलं होतं. तो सकाळची प्रार्थना करत होता. त्यानं तस्लीम केलं आणि वर पाहिलं. जेव्हा त्यानं मला पाहिलं, तो बाहेर आला आणि म्हणाला, ''तू एखाद्या भुतासारखी दिसतेस. तू आणखी कुठेतरी जात आहेस का?''

''हो, सादिक अशी एक गोष्ट आहे जी मला करायला हवी.'' मी म्हणाले.

''कामासाठी बाहेर जातेस का?''

''मी परत घरी चाललेय.'' मी म्हणाले.

''काळजीपूर्वक वाग. तू स्वतःला आणि तुझ्या मुलाला खाईत टाकते आहेस. ते लोक काही मुलगा लहान वगैरे कसलीही पर्वा करणार नाहीत.'' तो म्हणाला.

''मला माहीत आहे. तू जॉनला मला क्षमा करायला सांगशील?''

''थांब, थांब तू त्याची परवानगी घेतली नाहीस का?''

''नाही आणि हे करायला सांगूही नकोस. देवदूत माझ्या डोक्यावर भिरभिरतील आणि रात्रंदिवस मला श्राप देतील.''

''तू ते म्हणालीसच.'' तो म्हणाला.

''मी जन्माला आल्या दिवसापासून ते मला श्राप देतायत.'' मी म्हणाले.

''हे भारतीय सिनेमासारखं झालं.'' तो म्हणाला.

''प्लीज ऐक. जॉनला मला क्षमा करायला सांग आणि त्याला सांग, की माझं

त्याच्यावर आणि इम्रानवर फार प्रेम आहे. माझं त्यांच्यावर फारफार प्रेम आहे.''

''प्रेम आहे? मग इथेच राहा.'' तो म्हणाला.

''मला ते शक्य नाही. माझी मुलगी मला बोलावतेय.'' मी म्हणाले.

''तुझी तिथे मुलगी आहे? तर मग तू जा आणि तिला वाचव. मला दोन मुलगे आणि एक मुलगी आहे. तिची आई म्हणते, की एका म्हाताऱ्याला त्या मुलीशी लग्न करायचाय. ती फक्त सतरा वर्षांची आहे.'' असं म्हणून त्यानं आपला हात तेल चोपडलेल्या केसांतून फिरवला. ''मी रोज परत जाण्याचा विचार करतो.''

''तू माझ्यासाठी त्यांची काळजी घेशील ना?'' मी घाईनं म्हणाले आणि त्याच्या दोन्ही गालांची पप्पी घेतली.

''कोबीचा गड्डा असो वा नसो मी काळजी घेईन.'' तो म्हणाला.

''त्यांना मला क्षमा करायला सांग.'' मी म्हणाले.

''माझे डोळे तुला बघण्यासाठी तरसतील, सल्मा, काळजी घे!'' तो म्हणाला. त्यानं हनुवटी तिरकी धरली आणि त्याची काळी पुढची बोटं आपल्या डोळ्यांच्या कोपऱ्यावर दाबली.

एक पाय, त्या मागे दुसरा पाय करत तंद्रीतच मी रेल्वे स्टेशनवर पोहोचले. मला वाटतं, की मी दबलेले हुंदके ऐकले. एक माणूस माझं नाव घेत होता. गाडी निघण्याची शिट्टी, एक क्षीण हाक, या अल्ला. मी तिथे वेळेवर पोहोचेन का?

''तो दरवाजा आणि खिडकी ताबडतोब बंद कर. तुझ्या भावाबद्दल, महमूदबद्दल चिंता नको. तो बऱ्याचदा राजधानीत स्वतःचं सांत्वन करण्यासाठी असतो.'' हुंदके देत ती म्हणाली.

तो दरवाजा बंद करणं कठीणच होतं, कारण बहुधा तो कधी बंद केलेला नव्हता. मी उठले आणि त्या दोन खिडक्या बंद करून आतून घट्ट लावून घेतल्या, आवाजाचा कानोसा घ्यायला लागले आणि कुठे हालचाल दिसते का पाहायला लागले. जेव्हा मला खात्री पटली, की आम्ही दोघीच आहोत तेव्हा मी तिच्या बाजूला बसले. तिचा हात हातात घेतला आणि तो माझ्या चेहऱ्यावरून फिरवला. माझ्या कपाळाचं चुंबन घेऊन ती म्हणाली, ''तुझ्या बापाच्या तोंडी मरणाच्या आधी होतं ते तुझं आणि तिचं नाव. दुःखानं तो पार सुकला होता. बघ ना त्यानं मला आंधळीला इथं एकाकी सोडलं.''

''मी तुझ्यासाठी काही चष्मे आणले आहेत, आई.'' मी म्हणाले.

आपले अश्रू पुसत ती म्हणाली, ''आता त्याचा काय उपयोग?''

मी तिच्या खरखरीत हातांचं आणि डोक्याचं चुंबन घेऊन म्हणाले, ''तुझे अश्रू मोती आहेत, हिरे आहेत. दुसऱ्या कोणाला ते दाखवू नको.'' जेव्हा मी लहान होते

तेव्हा ती मला असे म्हणायची.

"ज्या दिवशी ते तुला घेऊन गेले, तुझा बाप अचानक म्हातारा झाला. तो कसाबसा काठीच्या आधारानं चालायचा. जमातीतला उत्तम घोडेस्वार असलेला तो त्यांच्या चेष्टेचा आणि उपहासाचा विषय झाला. त्याच्या मुलीनं जमातीच्या मान-सन्मानाला काळोखी फासली आणि त्यातून ती सहिसलामत सुटली होती."

"आणि हमदान?"

"तोही पार बदललाय. आता उरली आहे ती त्याची सरपटणारी छाया."

त्याचा स्पर्श मृदू होता. माझं प्रेम माझ्या हृदयात खेचरासारखे लाथा मारत पुढे ढकलत होतं. त्यानं केलेली फसगत हा शेवट होता. डाळिंबाच्या लाल फुलासारखी सुंदर आणि परिपूर्ण अशी ती जन्माला यायचीच होती

माझं हृदय घट्ट करत आणि थरथरत्या हनुवटीनं मी विचारलं, "माझ्या मुलीचं काय आई?"

"ती छोटी? मी तिला सामाजिक संस्थेतून घेतली. मी तुझ्या भावाला म्हटलं, की ती निष्पाप आहे. तिनं आम्हाला खूप आनंद दिला. ती इतकी ताजीतवानी आणि सुंदर होती." असं म्हणून तिनं आपल्या तोंडाजवळच्या फटी आपल्या बोटांनी पुसल्या.

"देवाचे आभार, की मी आंधळी आहे. जर माझं हृदयही आंधळं झालं असतं तर." ती म्हणाली आणि तिनं आपल्या दोन्ही हातांनी तोंड झाकून घेतलं.

एक थंडीचा शिरशिरी माझ्या केसांपासून पायांपर्यंत सरकत गेली. मी माझ्या हृदयावर ते बाहेर पडू नये म्हणून हात ठेवला.

"दोन महिन्यांपूर्वी तिच्या त्या उनाड मामानं तिला लाँगवेल मध्ये फेकलं. 'जशी आई तशी मुलगी' तो म्हणाला. तुझा बाप आणि त्याचा मित्र जादान ह्यांनी तिला बाहेर काढली आणि तिचे अवशेष जमातीच्या इच्छेविरुद्ध दफनभूमीत पुरले."

तिनं चेहऱ्यावरचा मुखवटा दूर केला आणि ती म्हणाली, "मग दु:खानं वेडापिसा होऊन तुझा बापही मेला."

"युब्बा! (माझा बाबा!) यु म्मा! (माझ्या आई!)" आमच्या जमातीसाठी मी घेतलेले तात्पुरतं सोंग फेकून देत मी विव्हळतच जमिनीवर कोसळले आणि माझ्या आजीनं मृतांसाठी म्हटलेले चरण म्हणू लागले. "माझा मौल्यवान नजर, मी तुला त्याच्यापासून वाचवू शकले नाही. माझ्या तोंडाला काळं फास. तिच्या कफनानं मला बांध. तिच्याऐवजी मला पुरा. या अल्ला. ती कुठे आहे? मला तिचा चेहरा पहायचाय. तिच्या केसांचा एक झुबका मला आणून द्या."

राखेनं भरलेला चेहरा, सांडलेल्या चहानं, घामानं आणि अश्रूंनी चिकट झालेला टी-शर्ट अशी मी जमिनीवर बसून माझ्या विस्कटलेल्या केसांवर वाळू टाकत होते.

माझा उजवा हात माझ्या मांडीवर संवेदना गेल्यागत लुळा पडला होता. तिचं थडगं इतरांपेक्षा तसं फारसं वेगळं, ओळखू येण्यासारखं नव्हतं. ती जमीन थोडी उंच केली होती आणि माझ्या वडिलांनी त्यावर एक मोडकळीला आलेली पेटी ठेवली होती. त्यावर '१९९० मध्ये मरण पावली.' असं कोरलं होतं. मी माझ्या डाव्या हातानं त्या उंचवट्यावरचे तण आणि काटे उपटायला लागले आणि आजूबाजूची जमीन साफ करायला लागले. दफनीभूमीच्या कडेला असलेले ते काळे कनीनिकाचे झाड संधिप्रकाशात फार उंच आणि भयानक वाटत होते. तिथे वाळूनं भरलेले, कचरा पडलेले आणि ओरखडे आलेले हात आकाशाकडे उंच करून मी उभी असताना लैला पुन्हा माझ्या हृदयात हळूच शिरली. एक शीत लहर माझ्या शरीरातल्या रोमामरोमांतून सरसरली. माझी छाती कोसळली, जणू काही मी बुडत होते. ती थकली होती, मुसमुसत होती, भुकेली होती आणि आपले चिमुकले पाय ठेवण्यासाठी जागा शोधत होती. मी खाली वाकले आणि तिच्या थडग्याला मिठी मारली. माझा परिचित वास, मृदू उरोज आणि छातीचा ऊबदार पिंजरा कदाचित तिला आश्वासन देईल आणि तिला सुरक्षित आणि संरक्षित वाटेल. एक दिवस ती 'पुरलेली ती.' कदाचित रडायची थांबेल.

जिथे पांढरे ढग तुकड्या तुकड्याच्या निळ्या आकाशाला भिडतात, तिथे लैला उभी होती एक छान वाढवलेली घोडी. तिचं सुबक काळं शरीर. कॉफीत दूध मिसळल्यागत तिचे डोळे चमकदार, पिवळसर हमदानसारखं तिचं तोंड, पिकलेल्या डाळिंबातले दाणे, खांद्यावर पडलेले तिचे केस, ती हसली. थडग्यातले मोतीच जणू आणि ती त्या द्राक्षांच्या वेलीत चालत गेली. हिऱ्यांचा चुरा पडलेल्या भागासारखी ती कोवळी, मऊ पानं चमकत होती. मी तिला धरून ठेवण्याचा प्रयत्न केला; परंतु तो हिऱ्याचा चुरा पडल्यासारखा दिसणारा भाग गिरक्या घेत त्या काळ्या कनीनिकाच्या झुडपाकडे गेला आणि मग जिथे जॉन आमच्या बाळाला, मुलाला छातीशी धरून ती काळी कनीनिका आणि मेघानं भरलेल्या आकाशामध्ये उभा होता तिथे नाहीसा झाला.

अचानक माझ्यामागे कानावर आवाज आले. एक स्त्री एका माणसाला त्यानं एखादी गोष्ट करू नये म्हणून विनवत होती. तो तरुण मनुष्य म्हणत होता, "ते त्याचं कर्तव्य आहे. त्याला मानानं जगायचं आहे. 'इल आर मा यीम्हीयेह इला इल डम : (अपकीर्तीचा डाग हा फक्त रक्ताने धुतला जातो.)'

"मला सोड. बुद्धिभ्रष्ट म्हातारे, मला सोड!" तो माणूस ओरडला. मला वाटतं, की माझ्या आईला हे म्हणताना मी ऐकले. "तुला सर्व शेत देते. माझी सर्व मालमत्ता देते. तिच्या अंगावर तिचे पिते मूल आहे. मी तुझ्या पाया पडते..."

जेव्हा मी माझं डोकं वळवलं. एक थंड वेदना माझ्या कपाळातून आरपार गेली, माझ्या डोळ्यांमधून गेली आणि पाण्यात पडलेल्या रक्तासारखी ती पसरली.

■